தாலிமேல சத்தியம்

தாலிமேல சத்தியம்

இமையம்

க்ரியா

Thaali Mela Sathiyam, a collection of short stories in Tamil by ***Imaiyam***

© *Imaiyam*

First Edition: November 2022

Reprint: March 2023

Published by:

Cre-A:
New No. 2 Old No. 25,
17th East Street,
Kamarajar Nagar,
Thiruvanmiyur, Chennai - 600 041.
Email: crea@crea.in, creapublishers@gmail.com
Website: www.crea.in

Printed at:

Sudarsan Graphics Pvt. Ltd., Chennai - 600 041

ISBN: 978-81-954584-3-1

Price: Rs.350

1. தாலிமேல சத்தியம் — 7

2. சாமி இருந்தா கேக்கும் — 29

3. சாரதா — 48

4. காணாமல் போனவர்கள் — 77

5. கவர்மண்ட் பிணம் — 104

6. அம்மாவின் விரதம் — 124

7. ரவு நேரம் — 139

8. விஷப் பூச்சி — 154

9. கட்சிக்காரப் பிணம் — 168

10. மயானத்தில் பயமில்லை — 189

தாலிமேல சத்தியம்

அடுப்பில் வெந்துகொண்டிருந்த சோற்றைக் கிண்டிவிட்டுக்கொண் டிருந்தாள் அலமேலு.

"அலமேலு, அலமேலு" என்று யாரோ கூப்பிடுகிற குரல் கேட்டு வெளியே வந்த அலமேலுவுக்கு வாசலில் ராஜன், செல்வராஜ், சிவக் குமார் என்று மூன்று பேர் நின்றுகொண்டிருப்பதைப் பார்த்ததும் குழப்பமாக இருந்தது.

"என்னங்க இந்தப் பக்கம்?" என்று ராஜனிடம் கேட்டாள். அவன் பதில் எதுவும் சொல்லாததால் மீண்டும் தானாகவே, "அவரு வீட்டுல இல்லீங்க" என்று சொன்னாள்.

"எப்ப வருவாப்ல?" என்று சிவக்குமார் கேட்டான்.

"சாவுக்குப் போயிருக்காங்க. எப்ப வருவாங்கன்னு தெரியல" என்று சொல்லிக்கொண்டே வேகமாக வீட்டுக்குள் சென்று அடுப்பைப் பார்த் தாள். பிறகு சோற்றை ஒரு கிண்டு கிண்டிவிட்டாள். அப்போது, "அலமேலு, அலமேலு" என்று சிவக்குமார் கூப்பிடுகிற குரல் கேட்டதும் அவசரமாக வாசலுக்கு வந்தாள்.

"நாங்க வந்திருக்கமே, 'என்னா, ஏது'ன்னு கேக்காம நீ பாட்டுக்கு உள்ளாரப் போயிட்ட?" சண்டைக்காரியிடம் கேட்பதுபோல் சிவக் குமார் கேட்டான்.

"அடுப்புல சோறு வெந்துகிட்டிருக்கு. அதப் பாக்கப் போனன்" என்று சொல்லிவிட்டு மூன்று பேரையும் ஒருசேரப் பார்த்தாள். பிறகு, "அவரு வந்ததும் சொல்றன்" என்று சொன்னாள்.

"ஆசத்தம்பி வந்ததும் பாத்துக்கலாமா?" என்று சிவக்குமார், ராஜ னிடம் குசுகுசுவென்று கேட்டான்.

"இப்பியே வேலய முடிச்சிட்டுப் போயிடலாம்" என்று சிவக் குமாரிடம் ராஜன் சொன்னான். பிறகு அலுமேலுவைப் பார்த்து, "நான்

பிரெசிடெண்ட் எலக்சன்ல தோத்துப் போயிட்டன் தெரியுமா?" என்று கேட்டான்.

"நேத்து சாயங்காலமே தெருவுல பேசிக்கிட்டாங்க. சேதி தெரிஞ் சதும் மனசுக்குக் கஷ்டமாப் போயிடிச்சி. பணத்த வாங்கிக்கிட்டும் சனங்க இப்பிடிப் பண்ணிட்டாங்களே" என்று சொல்லி அலமேலு ஆதங்கப் பட்டாள். ஊராட்சி மன்றத் தலைவர் தேர்தலில் ராஜன் தோற்றுப் போனதற்காக நிஜமாகவே வருத்தப்பட்டாள். பிறகு, "சத்தியமா நாங்க ஒங்களுக்குத்தான் ஓட்டுப் போட்டம்" என்று சொன்னாள்.

"அப்படியா?" என்று நக்கல் செய்கிற முறையில் ராஜன் கேட்டது அலமேலுக்கு மனதில் சுருக்கென்றிருந்தது.

"அந்த நாசமாப்போற பய எப்பிடித்தான் ஜெயிச்சான்னு தெரியல" என்று சொன்னதோடு சங்கரைத் திட்டவும் செய்தாள். அலமேலு, சங்கரைப் பற்றி சொன்னதையும் திட்டியதையும் காதில் வாங்காத ராஜன், "பணத்த எடுத்தா" என்று சொன்னான்.

"எந்தப் பணத்த?"

"ஓட்டுக்காகக் கொடுத்தது."

"என்னா சொல்றிங்க?" என்று கேட்ட அலமேலு, ராஜனையும் மற்ற இரண்டு பேரையும் கூர்ந்து பார்த்தாள்.

ராஜன் தெளிவாகத்தான் பேசுகிறானா, குடி போதையில் பேசுகிறானா என்று குழம்பிப்போனாள். ராஜனுடைய முகத்தைப் பார்த்தாள். முகமும், கண்களும் சிவந்துபோயிருந்தன. குடி போதையில் இருப்பதும் நன்றாகத் தெரிந்தது. ராஜனைவிட, சிவக்குமாரும், செல்வராஜும்தான் அதிக போதையில் இருப்பது தெரிந்தது. இருவரும் நிற்பதற்கே சிரமப்பட்டுக் கொண்டிருப்பதும் தெரிந்தது. குடிபோதையில் இருப்பவர்களிடம் பேச்சை வளர்க்க வேண்டாம் என்று நினைத்த அலமேலு, "எதாயிருந் தாலும் நீங்க அவர்கிட்ட பேசிக்குங்க. எனக்கு அடுப்புல வேல இருக்கு" என்று சொல்லிவிட்டு வீட்டுக்குள் போக முயன்றாள்.

"பணத்த வச்சிட்டுப் போ" என்று ராஜன் சொன்னதும் அலமேலுக்கு முகம் மாறிவிட்டது. வீட்டுக்குள் போகாமல் அப்படியே நின்றாள்.

"தெரிஞ்சிதான் பேசுறிங்களா?" என்று கேட்டாள்.

"ஆமாம்" என்று கட்டையான குரலில் செல்வராஜ் சொன்னான். உடனே அலமேலு அவனை முறைத்துப்பார்த்தாள். அவன் அவளுடைய முகத்தைப் பார்க்காமல், அவளுடைய மாராப்பையே பார்த்துக்கொண் டிருப்பது தெரிந்ததும், புடவையைச் சரிசெய்துகொண்டு தன்மையான

குரலில் ராஜனைப் பார்த்து, "நீங்க வீட்டுக்குப் போங்க. அவரு வந்ததும் ஒங்க வீட்டுக்கு வரச் சொல்றன்" என்று சொன்னாள்.

"பணத்த ஒங் கையிலதான் கொடுத்தன்."

"தீச்ச வாட வருதே" என்று சொல்லிப் பதறிக்கொண்டே வீட்டுக்குள் ஓடினாள் அலமேலு.

சோறு பொங்கி பாதிக்கு மேல் வழிந்து அடுப்பில் கொட்டியிருந்தது, அதிகமான தீயால் அடிபிடித்து சோறும் தீய்ந்துபோயிருந்தது. தீச்சல் வாடை வீடு முழுவதும் பரவியிருந்தது. சோற்றுப் பானையையும் அடுப் பையும் பார்த்ததுமே அலமேலுக்கு அழுகையும் கோபமும் உண்டா யிற்று. அவசரஅவசரமாக அடுப்பைத் தணித்தாள். கரண்டியை எடுத்து சோற்றைக் கிண்டிவிடும்போதுதான் ஒரு கை சோற்றைக்கூட வாயில் வைக்க முடியாது என்பது தெரிந்தது, 'பட்பட்'டென்று தன்னுடைய தலையில் தானே அடித்துக்கொண்டாள். சோற்றுப் பானையில் ஒரு சொட்டுத் தண்ணீர்கூட இல்லை என்பது தெரிந்தும், "எப்ப வந்து வாத்த கொடுக்கிறானுவ? திருப்பி ஒல வெக்கிற மாதிரி ஆயிடுச்சே" என்று சொல்லிப் புலம்பிக்கொண்டே, சோற்றுப் பானையை இறக்கித் தரையில் வைத்தாள். அடுப்புக்குள்ளும் அடுப்பை ஒட்டியும் வழிந்து கிடந்த சோற்றை அள்ளியெடுத்து ஒரு சிறு குண்டானில் போட்டுக்கொண் டிருந்தாள். அப்போது, "அலமேலு, அலமேலு" என்று சத்தம்போட்டு சிவக்குமார் கூப்பிடுவது கேட்டது. முன்பைவிட இப்போதுதான் வாசலில் நின்றுகொண்டிருந்த அந்த மூன்று பேரின் மீதும் அவளுக்குக் கடுமை யான கோபம் உண்டாயிற்று. அந்தக் கோபத்தில் சோற்றை அள்ளிப் போட்டுக்கொண்டிருந்த குண்டானுடன் வெளியே வந்து, அதிலிருந்த சோற்றைக் காட்டி, "மொத்த சோறும் தீஞ்சிப்போச்சி பாருங்க" என்று சொல்லும்போது அலமேலுக்கு அழுகை வந்துவிட்டது. அலமேலு காட்டிய சோற்றைப் பார்க்காமல், அவள் அழுவதைப் பார்க்காமல் ஒரே வார்த்தையாக ராஜன் சொன்னான்:

"பணத்த எடுத்துக்கிட்டு வா."

அலமேலுக்குக் கோபம் வந்துவிட்டது. அவர்களிடம் கோபத்தைக் காட்ட வேண்டும் என்பதற்காகக் குண்டானிலிருந்த சோற்றைத் தெருவில் கொட்டினாள். உடனே தெருவிலிருந்த நாய் ஒன்று ஓடிவந்து முகர்ந்து பார்த்துவிட்டுப் போனது. குண்டானைத் திண்ணையில் வைத்தாள்.

''நாங்க அடுத்த வீட்டுக்குப் போக வேணாமா?'' என்று மிரட்டுகிற தோரணையில் செல்வராஜ் கேட்டான். எந்தப் பதற்றமுமில்லாமல், அவசரமுமில்லாமல், ''போயிட்டு வாங்க'' என்று சொன்னாள்.

''பணத்தக் கொண்டா'' என்று ராஜன் அதிகாரத்துடன் கேட்டான்.

''ஓட்டுதான் போட்டாச்சே. அப்பறமென்ன?'' என்று இயல்பாகச் சொன்னாள் அலமேலு.

''பணம் வாங்குன நாயெல்லாம் ஓட்டுப் போட்டிருந்தா நான் எதுக்குத் தோக்கப் போறன்?'' என்று கேட்கும்போது ராஜனுடைய முகம் முற்றிலும் மாறிப்போயிருந்தது. குரலும் உடைந்துபோயிருந்தது.

ராஜனுக்கு நாற்பது வயதுக்குள்தான் இருக்கும். வாட்டசாட்டமான ஆள். சிவந்த நிறம். முந்தின நாள் ஓட்டு எண்ணுவதற்குப் போகும்போது கூட நல்ல எடுப்பாகத்தான் இருந்தான். முகம் பொலிவுடன்தான் இருந்தது. ஓட்டு எண்ணி முடிந்து இன்றோடு இரண்டு நாட்கள்தான் ஆகிறது. அதற்குள் உடம்பு பாதியாகிவிட்டது. முகம் கருத்துவிட்டது. குடித்துக்குடித்து ஒரு மாதிரியாக இருந்தான். ஆளைப் பார்க்கவே சகிக்கவில்லை. ராஜனைப் பார்த்து சங்கடப்பட்ட அலமேலு, ''எங்க குலதெய்வத்து மேல சத்தியம். நாங்க நாலு பேருமே ஓங்களுக்குத் தான் ஓட்டுப் போட்டம்'' என்று சொன்னாள்.

''நீ ஓட்டுப் போட்டியா இல்லியான்னு எனக்குத் தெரியாது. நான் தோத்துப் போயிட்டன். அதனால ஓட்டுக்கு அஞ்சாயிரம்ன்னு இருப தாயிரம் கொடுத்தனில்லியா? அதக் கொடு'' என்று ராஜன் திட்ட வட்டமாகக் கேட்டதும், அலமேலும் உறுதியான குரலில், ''ஓங்களுக்குத் தான் ஓட்டுப் போட்டம். நீங்க எந்தக் கோவிலுக்குக் கூப்பிட்டாலும் வந்து கற்பூரம் அணச்சிச் சத்தியம் பண்றம்'' என்று சொன்னாள்.

''ஒன்னோட சத்தியத்த வச்சி நான் என்ன செய்ய?'' என்று தயவுதாட்சண்யமில்லாமல் ராஜன் கேட்டது அலமேலுக்குச் சுத்தமாகப் பிடிக்க வில்லை. அடியாள் மாதிரி இரண்டு ஆண்களை அழைத்துக்கொண்டு வந்து அசிங்கப்படுத்துவது மாதிரி கேள்வி கேட்பது என்ன பழக்கம் என்று நினைத்தாள். மூவரையும் அனுப்பிவிடும் நோக்கத்தில், ''எதா யிருந்தாலும் நீங்க அவர்கிட்ட பேசுங்க'' என்று சொல்லி முடிப்பதற்குள் வேகம் வந்த மாதிரி, ''பணம் வாங்கும்போது அவர் வரட்டும்ன்னு சொன்னியா?'' என்று ராஜன் கேட்டதற்குக் கோபப்படாமல், ''நீங்க வீட்டுக்குப் போங்க. நான் வர்றன்'' என்று சொன்னாள். அலமேலு சொன்னதைக் காதில் வாங்காத ராஜன் பக்கத்தில் நின்றுகொண்டிருந்த

சிவக்குமாரிடம், "பக்கத்து வீட்டுல யாரு இருக்கான்னு பாத்திட்டு வா" என்று சொல்லி அனுப்பினான். போன வேகத்தில் திரும்பி வந்த சிவக்குமார், "எல்லாரும் இருக்காங்க" என்று சொன்னான்.

"பணம் கேட்டியா?"

"இல்ல."

"போயிக் கேளு" என்று சொல்லி சிவக்குமாரைப் பக்கத்து வீட்டுக்கு அனுப்பினான் ராஜன்.

"எதுக்கு நின்னுக்கிட்டிருக்கிங்க திண்ணையில ஒக்காருங்க" என்று சொன்னாள் அலமேலு.

"நான் ஒக்காருறதுக்கு வல்ல" என்று சொன்ன ராஜன் அடுத்து எதுவும் பேசவில்லை. அலமேலும் எதுவும் பேசவில்லை. நின்ற இடத்திலேயே நின்றுகொண்டிருப்பதா, வீட்டுக்குள் போவதா என்ற குழப்பத்தில் நின்றுகொண்டிருந்தாள். ஆண்கள் வாசலில் நின்றுகொண்டிருக்கும்போது, வீட்டுக்குள் போனால் மரியாதைக் குறைவாக இருக்குமே என்ற பயம் அவளுக்கு இருந்தது. வீட்டுக்குள் நுழைய முயன்ற கோழியை அடிக்க வருவதுபோல் கையை வீசி விரட்டினாள். விளையாட்டுக்காட்டுவது போல் கோழி அசையாமல் நின்றுகொண்டிருந்தது.

"நேரத்த வளத்தாத. ஒவ்வொரு வீடாப் போயி நாங்க பணத்த வசூல் பண்ண வேணாமா?" என்று செல்வராஜ் கேட்டதும், வெடுக்கென்று முகத்தைத் திருப்பி அவனை முறைத்துப்பார்த்தாள். "என்னா மொறச்சிப் பாக்குற?" என்று கேட்டதற்கு அலமேலு எந்தப் பதிலும் சொல்லாமல் நின்றுகொண்டிருந்தாள்.

ராஜனுடைய கையாள்தான் செல்வராஜ், இரவும் பகலும் ராஜனுடன்தான் இருப்பான். என்ன வேலை சொன்னாலும் எந்த நேரத்தில் சொன்னாலும் தட்டாமல் செய்வான். அவனுக்கு வேண்டியது பிராந்தி பாட்டில். அதைத் தாராளமாகவே ராஜன் வாங்கிக்கொடுத்துவிடுவான். ராஜன் தேர்தலில் நின்ற பிறகு செல்வராஜ் இருபத்துநான்கு மணி நேரமும் போதையில்தான் இருந்தான். சாதாரணமாக செல்வராஜ்மீது அலமேலுக்கு ஒருநாளும் மதிப்பு இருந்ததில்லை. இப்போது அவன் போதையில் நின்றுகொண்டிருந்த விதமும், பார்க்கிற விதமும், பேசுகிற விதமும் சரியில்லை என்பது தெளிவாகத் தெரிந்ததால், அவனிடம் பேச்சுக் கொடுக்காமல் இருப்பதே நல்லதென்று முகத்தை வேறு பக்கம் திருப்பிக் கொண்டாள். செல்வராஜ்-வைவிட மோசமானவன் சிவக்குமார் என்ற எண்ணம்தான் அலமேலுக்கு இருந்தது. இரண்டு பேருமே அவளுடைய

சாதிக்காரர்கள்தான் என்றாலும் ஒருநாளும் மதித்ததில்லை. 'போக்கடா பசங்க' என்ற எண்ணம்தான் அவளுக்கு இருந்தது. அதற்குக் காரணம் செல்வராஜ் குடிகாரன். சிவக்குமார் பெண் சகவாசம் உள்ள ஆள் என்பது தான்.

''பதில் சொல்லாம நின்னா எப்பிடி?'' அதிகாரத்துடன் கேட்டான் செல்வராஜ்.

''அதான் சொல்லிட்டனே. வாங்குன பணத்துக்கு ஓட்டுப் போட்டாச் சின்னு.'' கொஞ்சம் திமிராகவே சொன்னாள்.

''எங்ககிட்டயும் பணத்த வாங்கிட்டு, சங்கர்கிட்டயும் பணம் வாங்கி இருக்கிங்க?''

''நாங்க எங்க வாங்குனம்?'' எதிர்கேள்வி கேட்டாள்.

''வாங்காமத்தான் இருந்திங்களா?'' இளக்காரமான குரலில் கேட் டான் செல்வராஜ்.

''நாங்க வாங்குனத நீ பாத்தியா?'' குரலை உயர்த்திக் கேட்டாள்.

''வாங்குலங்கிற?'' கிண்டல் செய்யும் தோரணையில் செல்வராஜ் கேட்டது அலமேலுக்கு எரிச்சலை உண்டாக்கியது. ஆனாலும், தேவை யில்லாமல் பேச்சுக் கொடுக்கக் கூடாது என்ற எண்ணத்தில் "அவன் என்ன கோடி ரூவாயா கொடுத்தான்? வெறும் நூறுதான? ஆண்டவன் மேல சத்தியம். வாங்கல'' என்று உறுதியான குரலில் சொன்னாள்.

''அப்பிடின்னா நான் எப்பிடித் தோத்தன்?'' ராஜன் குறுக்கிட்டுக் கேட்டான்.

''மத்தவங்க போட்டாங்களா, இல்லியான்னு எனக்குத் தெரியாது. நாங்க போட்டுட்டம். நம்பிக்கயில்லன்னா சொல்லுங்க, சத்தியம் செய் யுறம். நான் என் தாலிமேல சத்தியம் செய்யவும் தயார்தான்'' என்று சொல்லி முடிப்பதற்குள் கோபப்பட்ட ராஜன், ''ஒன்னோட சத்தியம் வந்து வட்டி கட்டுமா?'' என்று கேட்டான். அதற்கு அலமேலு எந்தப் பதிலும் சொல்லவில்லை. ராஜனைப் பார்ப்பதைத் தவிர்க்க முயன்றாள்.

''சொன்னதையே சொல்லிக்கிட்டிருக்காமப் போயி பணத்த எடுத்தா'' என்று செல்வராஜ் சொல்லி முடிப்பதற்குள் குரலைக் கொஞ்சம் உயர்த்தி, ''நாங்க ஓட்டுப் போட்டது என்னாவறது?'' என்று கேட்டாள். அலமேலு எந்த அளவுக்குக் கோபப்பட்டுக் கேட்டாளோ அதே அளவுக்குக் கோபப் பட்ட ராஜன், ''ஜெயிச்சவன்கிட்டப் போயிக் கேளு'' என்று அடக்க முடியாத ஆத்திரத்துடன் சொன்னான்.

''நான் அவனுக்கா ஓட்டுப் போட்டன்? அவங்கிட்டப் போயிக் கேக் குறதுக்கு?'' என்று கேட்ட அலமேலு சிறிது நேரம் கழித்து, ''என்னோட

ரெண்டு புள்ளைங்கமேல சத்தியமாச் சொல்றன். நாங்க ஆட்டோ சின்னத்திலதான் போட்டம்'' என்று சொல்லிச் சத்தியம் செய்தாள்.

''நாங்க ஒங்கிட்ட சத்தியம் கேக்க வல்ல'' என்று சொல்லிவிட்டு செல்வராஜ் கேலியாகச் சிரித்ததைப் பார்த்ததும் அலமேலுக்குக் கோபம் அதிகமானது. கோபத்தில் பற்களை நறநறவென்று கடித்தாள். தலை முடியை ஒதுக்கினாள். மாராப்பைச் சரிசெய்தாள். ஆண்களின் முன் பேசிக்கொண்டிருப்பது அவளுக்குச் சங்கடமாக இருந்தது.

''பணம் தரலன்னா வீட்டப் பூட்டிப்புடுவம்'' என்று ராஜன் சொல்லி முடிப்பதற்குள் அலமேலு, ''யார் வீட்ட, யாரு பூட்டுறது? நல்ல கதயா இருக்கே'' என்று திமிராகக் கேட்டாள்.

அலமேலுவின் பேச்சு ராஜனுக்குக் கோபத்தை உண்டாக்கியது. கடுப்புடன் செல்வராஜைப் பார்த்து, ''போயி பூட்டு'' என்று அதிகாரத்துடன் சொன்னதும், தன்னுடைய இடது கையில் வைத்திருந்த பெரிய பையிலிருந்து ஒரு பூட்டையும், சாவியையும் எடுத்துக்கொண்டு வீட்டைப் பூட்டுவதற்காக செல்வராஜ் போனதுதான் தாமதம், பேய் பிடித்த பெண் மாதிரி வேகமாகச் சென்று அவனை மறித்துக்கொண்டு நின்றாள். அவளைத் தள்ளிவிட்டு வீட்டைப் பூட்டுவதற்காக செல்வராஜ் ஒரு அடிகூட எடுத்துவைத்திருக்க மாட்டான், ஆங்காரம் கொண்ட பெண் மாதிரி அவனை ஒரே நெட்டாக நெட்டித் தள்ளினாள். அவன் நிலை தடுமாறி மூன்று நான்கடி தூரம் தள்ளிப் பின்னால் போனான்.

''ஆளில்லாத வீட்டுல வந்து வம்பு வளக்கப் பாக்குறிங்களா?'' என்று கேட்டதற்குப் பதில் சொல்லாத ராஜன், தன்னுடைய ஆளை நெட்டித் தள்ளிவிட்டாளே என்ற கோபத்தில் குரலை உயர்த்தி மீண்டும் செல்வராஜைப் பார்த்து, ''பூட்டுடா, என்னா நடக்குதின்னு நானும் பாக்குறன்'' என்று கோபமாகச் சொன்னான். ராஜனுக்குச் சவால் விடுவது மாதிரி, ''பூட்டிப் பாரு தெரியும்'' என்று திமிராகச் சொன்னாள் அலமேலு.

வீட்டைப் பூட்டுவதா, வேண்டாமா என்ற குழப்பத்தில் நின்றுகொண்டிருந்தான் செல்வராஜ். ராஜன் முறைத்துப்பார்த்ததும் வீட்டைப் பூட்டுவதற்காகப் போன செல்வராஜை மறிப்பது மாதிரி குறுக்காக வந்து நின்றுகொண்டு லேசாக அவிழ்திருந்த தலைமுடியை இறுக்கக் கட்டினாள். உன்னால் என்ன முடியுமோ செய்துபார் என்பதுபோல் விறைப்புடன் நின்றுகொண்டு ராஜனைப் பார்த்துக் கேட்டாள்:

‘‘ஒங்க வீடு தேடி வந்து நாங்களா பணம் கேட்டம்? நீங்களா வீடு தேடி வந்து கால்ல விழாதக் குறையாக் கும்புட்டு, ‘பணத்தப் புடி, பணத்தப் புடி’ன்னு திணிச்சிட்டுப் போனிங்க. இப்ப வந்து பணத்த எடு, இல்லன்னா வீட்டப் பூட்டுவன்னு சொல்றது எந்த ஊரு நாயம்?’’ முன்பைவிட இப்போது அவளுக்குத் தைரியம் கூடியிருந்தது. அவளுக்கு ராஜன்மீது இருந்த மரியாதையெல்லாம் போய்விட்டது. பை நிறைய பூட்டுகளை எடுத்துக்கொண்டு வந்து, வீட்டைப் பூட்டு என்று சொல்கிறவனுக்கு என்ன மரியாதை வேண்டியிருக்கு என்று நினைத்தாள்.

‘‘சத்தம்போட்டு பணத்தக் கொடுக்காம ஏமாத்தலாமின்னு பாக்குறியா?’’ என்று இளக்காரமாக ராஜன் கேட்டதும் அலமேலு முகத்திலடிப்பதுபோல, ‘‘ஒருத்தருக்கொருத்தர் பாத்துக்கிற மாதிரியாச் செய்யுறிங்க?’’ என்று கேட்டாள்.

‘‘இனி நான் இந்த ஊர்ல இருக்கிற எந்தப் பயலோட முகத்திலயும் முழிக்க விரும்பல. நம்பவச்சி கழுத்த அறுத்திட்டானுங்க. சாதி பாத்து ஓட்டுப் போடுறதுக்கு எங்கிட்ட எதுக்குப் பணத்த வாங்கணும்?’’ என்று வீம்பாகக் கேட்டான் ராஜன்.

‘‘நாங்க சாதி பாத்து ஓட்டுப் போட்டமா?’’ ராஜனை மடக்குவது மாதிரி அலமேலு கேட்டாள். அதற்கு அவன், ‘‘எனக்குத் தெரியாது’’ என்று வேகமாகச் சொல்லிவிட்டு முகத்தை வேறு பக்கமாகத் திருப்பிக் கொண்டான்.

‘‘எங்க வீட்டுக்கும் அவன் வீட்டுக்கும் சண்டன்னு ஒங்களுக்குத் தெரியுமா, தெரியாதா? எதிரிக்கு நாங்க எப்பிடி ஓட்டுப் போடுவம்?’’ என்று அலமேலு கேட்டதற்கு ராஜன் எந்தப் பதிலும் சொல்லாமல் தெருவை வேடிக்கை பார்ப்பது மாதிரி நின்றுகொண்டிருந்தான்.

அலமேலுவின் புருசன் ஆசைத்தம்பி, தன்னுடைய நிலத்தோடு சேர்ந்து வருகிறது என்று பக்கத்திலிருந்த ஒரு ஏக்கர் நிலத்தை விலைபேசி முன் பணமும் கொடுத்திருந்தான். விஷயம் தெரிந்ததும் நிலத்துக்காரனிடம் போய்க் கூடுதலாக இருபத்தைந்தாயிரம் தருவதாகச் சொல்லி ரகசியமாக நிலத்தைத் தன்னுடைய பெயருக்கு எழுதிக்கொண்டான் சங்கர். ‘நான் பேசி முடித்திருந்த நிலத்த நீ எப்படி வாங்குவ?’ என்று கேட்கபோய், ஆசைத்தம்பிக்கும் சங்கருக்கும் அடிதடியாகிவிட்டது. பிரச்சினை காவல் நிலையம்வரை போய்விட்டது. அதிலிருந்து இரண்டு வீட்டுக்கும் பேச்சுவார்த்தை நின்றுவிட்டது. தேர்தலில் சங்கர் நிற்கிறான் என்று

தெரிந்ததிலிருந்து அலமேலு மட்டுமல்ல, அவளுடைய குடும்பமே அவன் தோற்க வேண்டும் என்று வேண்டிக்கொண்டது.

''ஓட்டுப் போடுங்க'' என்று கேட்டு சங்கர் ஊரிலுள்ள ஒவ்வொரு வீட்டுக்கும் போனான். அலமேலு வீட்டுக்கு மட்டும் வரவில்லை. அதே மாதிரி தேர்தலுக்கு முதல் நாள் இரவு வந்து ஓட்டுக்கு நூறு ரூபாய் என்று ஒவ்வொரு வீட்டுக்கும் கொடுத்தான். அலமேலுவின் வீட்டுக்கு மட்டும் கொடுக்கவில்லை என்பது தெருவுக்கே தெரியும். ராஜனுக்கும் தெரியும். விஷயம் தெரிந்தும் எப்படி வந்து பணம் கேட்கிறான் என்பது தான் அவளுக்குப் புரியவில்லை.

ஒரு வீட்டை விட்டால் மற்றவர்களிடம் பணம் வாங்குவது எளிதல்ல. ஓட்டுப் போட்டவர்களின் வீட்டிலேயே பணத்தை வாங்கி விட்டான் என்பது தெரிந்தால்தான் ஓட்டுப்போடாதவர்கள் பணத்தைக் கொடுப்பார்கள் என்று நினைத்த ராஜன் ரொம்பவும் கோபமாக இருப்பதுபோல் முகத்தை வைத்துக்கொண்டு அடித்தொண்டையால், ''நேரத்த வளத்தாத'' என்று சொன்னான்.

இவ்வளவு சொல்லியும் திரும்பவும் பணத்தைக் கேட்கிறானே என்ற ஆத்திரத்தில், ''ஓட்டுக்கின்னு கொடுத்த பணத்தத் திரும்பக் கேக்கறதும், இல்லன்னா வீட்டப் பூட்டுவன்னு சொல்றதும் ஒலக அதிசயம்தான்'' என்று அலட்சியமாகச் சொன்னாள்.

''அதிகமாப் பேசாத.''

''எம்.எல்.ஏ. எலக்சனுக்கும், எம்.பி. எலக்சனுக்கும் ஓட்டுக்கு ஆயிரம் ரெண்டாயிரம்ன்னு கொடுத்தாங்களே. தோத்துப் போனவங்க வந்து என் பணத்தக் கொடுன்னா கேட்டாங்க?'' என்று ராஜனை மடக்குவது மாதிரி கேட்டாள். அதற்கு அவன் பதில் சொல்லவில்லை.

''எம்.எல்.ஏ. எலக்சனுக்கும், எம்.பி. எலக்சனுக்கும் கட்சிதான் செலவு செய்யும்'' என்று திமிர்த்தனமாக செல்வராஜ் சொன்னான். அப்போது பக்கத்து வீட்டிலிருந்து வாங்கிக்கொண்டு வந்திருந்த பணத்தை சிவக் குமார் கொடுத்தான். பணத்தை வாங்கிக்கொண்ட ராஜன், ''எவ்வளவு இருக்கு?'' என்று கேட்டான்.

''ஆறு ஓட்டுக்கான முப்பதாயிரமும் இருக்கு'' என்று சிவக்குமார் சொன்னதும், ''நோட்டுல வரவு வை'' என்று செல்வராஜியிடம் சொன் னான் ராஜன். இடது கையில் பூட்டுகளை வைத்திருந்த பையிலிருந்து ஒரு நோட்டை எடுத்துக் குறித்துக்கொண்டான் செல்வராஜ்.

‘‘கிழக்கால வீட்டப் பாத்திட்டு வா’’ என்று ராஜன் சொன்னதும் சிவக்குமார், அலமேலு வீட்டுக்குக் கிழக்குப் பக்கமாக இருந்த வீட்டுக்குப் போனான்.

பக்கத்து வீட்டிலிருந்து சிவக்குமார் பணத்தை வாங்கிக்கொண்டு வந்தது, ராஜனிடம் கொடுத்தது, செல்வராஜ் நோட்டில் வரவு வைத்ததை யெல்லாம் பார்த்த அலமேலுக்கு ஏன் பணத்தைத் தந்தார்கள், ஓட்டுப் போடாமல் இருந்திருப்பார்களோ என்ற சந்தேகம் உண்டானது. அதே நேரத்தில் நாம்தான் ஓட்டுப் போட்டுவிட்டோமே எதற்காகப் பணத் தைத் திருப்பித் தர வேண்டும் என்ற எண்ணமும் அவளுக்கு உண்டானது.

கிழக்குப் பக்க வீட்டுக்குப் போயிருந்த சிவக்குமார் அந்த வீட்டுப் பிள்ளையுடன் திரும்பி வந்தான். வந்த வேகத்தில் கையிலிருந்த பணத் தைப் பட்டென்று ராஜனிடம் கொடுத்துவிட்டு, அடுத்த நொடியே அந்தப் பிள்ளை விர்ரென்று திரும்பிப் போய்விட்டது. பணத்தை எண்ணி பாக்கெட்டில் வைத்துக்கொண்டு, ‘‘ரவ புள்ளக்கிட்ட கொடுத் தனுப்புறான். அவ்வளவு கௌரவம் பாக்குறான்’’ என்று சொல்லி முனகிய ராஜன், ‘‘ராஜேந்திரன் வீட்டுக்குப் போயிட்டு வா’’ என்று சொல்லி சிவக்குமாரை அனுப்பிவைத்தான். போகும்போது சிவக்குமார் ஏதோ முனகிக்கொண்டே போவது தெரிந்தது.

ஏன் ஒவ்வொரு வீட்டிலிருந்தும் பணத்தைக் கொடுத்தனுப்புகிறார்கள் என்று யோசித்த அலமேலு, கிழக்குப் பக்கத்து வீட்டுக்காரர்களும் ராஜனுக்கு ஓட்டுப் போடவில்லைபோல என்று நினைத்தாள். அதே நேரத்தில் தானும் பணத்தைத் திருப்பித் தர நேரிடுமோ என்ற பயமும் அவளுக்கு வந்தது. பயத்தை மறைப்பதற்காக வீட்டுக்குள் போக நினைத்த அலமேலுவிடம், ‘‘மரியாதியாக் கேட்டா தர மாட்ட? வீட்டப் பூட்டுனாத்தான் தருவபோல இருக்கு’’ என்று ராஜன் சொன்னதும், ‘விட மாட்டான்போல் இருக்கே’ என்று நினைத்ததுமே அலமேலுவுக்கு ஒரே நேரத்தில் அழுகையும் கோபமும் வந்தது. கோபத்தில் என்ன செய்கிறோம் என்பதுகூடப் புரியாமல் சட்டென்று மாராப்புத் துணியைத் தரையில் போட்டு, அதைத் தாண்டி, ‘‘என்னோட ரெண்டு புள்ளைங்க மேல சத்தியமா ஒங்களுக்குத்தான் ஓட்டுப் போட்டன்’’ என்று சொல்லிச் சத்தியம் செய்தாள்.

அலமேலு மாராப்புத் துணியைத் தாண்டி சத்தியம் செய்ததைப் பார்த்ததும் ராஜனுக்கு மனக்குழப்பம் உண்டாயிற்று. இப்போது விட்டு விட்டு, நாளைக்கு வந்து பார்த்துக்கொள்ளலாமா என்று யோசித்தான்.

பணம் தர முடியாது என்று சொல்லி அலமேலு தகராறு செய்து கொண்டிருப்பது தெருவுக்கே தெரிந்திருக்கும், பாவம் என்று விட்டு விட்டாலும், நாளைக்கு வந்து வாங்கிக்கொள்கிறேன் என்று சொல்லி விட்டுப் போனாலும், விஷயம் தெருவுக்கும் ஊருக்கும் தெரிந்துவிடும். விஷயம் தெரிந்துவிட்டால், சாக்குப்போக்குச் சொல்லி மற்றவர்கள் ஏமாற்றிவிடுவார்களே என்ற பயம் வந்தது, அதே நேரத்தில் சண்டை நடப்பது ஊருக்கே தெரிய வேண்டும். அப்போதுதான் ஊர் முழுவதும் கொடுத்திருந்த பணம் கைக்கு வரும் என்ற எண்ணமும் வந்தது.

''குடித்தெருவுல ஓட்டுக்கு அஞ்சாயிரமும், காலனியில ஓட்டுக்கு ஆறாயிரமும் கொடுத்தன். ஓட்டுக்குன்னு கொடுத்தது மட்டும் அறுவத்தி யெட்டு லட்சம். நாமினேஷன் கொடுத்ததிலிருந்து முந்தா நாள் ஓட்டு எண்ணுறவர பிராந்தி, பிரியாணி, சாப்பாட்டுக்கின்னு கொடுத்தது மட்டும் பன்னண்டு லட்சத்துக்கும் மேல செலவாச்சி. தெனம்தெனம் இட்லி, தோசன்னு தின்னப் பயலுவோ ஓட்டுப் போட்டிருந்தாலே ஜெயிச்சிருப்பன். தோத்ததுகூட எனக்கு அசிங்கமா இல்ல. ஏழுநூறு ஓட்டு வித்தியாசத்தில தோக்கடிச்சிட்டானுவ. அதத்தான் என்னால தாங்க முடியல. ஊருல மெஜாரிட்டி சாதிக்காரன் மட்டும்தான் உசுரோட இருக்கலாம்போல இருக்கு. நெலத்த, வீட்ட அடமானம் வச்சித்தான் செலவு செஞ்சன். ஒன்னோட சத்தியம் என்னோட காட்டயும் வீட்டயும் மீட்டுத் தருமா?'' என்று கேட்ட வேகத்தில் ஒரு சிகரெட்டை எடுத்துப் பற்றவைத்தான் ராஜன்.

சங்கர் ஜெயித்துவிட்டான். ராஜன் தோற்றுவிட்டான் என்பது மட்டும் தான் அலமேலுக்குத் தெரியும். எழுநூறு ஓட்டு வித்தியாசத்தில் தோற்று விட்டான் என்பது தெரியாது. பணத்தை வாங்கிக்கொண்டு ஓட்டுப் போடாத ஊர்ச் சனங்களைத் திட்டினாள்.

ராஜேந்திரன் வீட்டுக்குப் போயிருந்த சிவக்குமார் பணத்துடன் வந்தான். ஒவ்வொரு வீட்டாரும் பணத்தைத் திருப்பித் தந்துகொண்டி ருப்பது அலமேலுக்கு ஆச்சரியத்தை உண்டாக்கியது. 'ஓட்டுப்போடாத நாயிங்க திருப்பித் தருவாங்க' என்று மனதில் நினைத்துக்கொண்டாள்.

''நான் ரெண்டாவது முறயா ஒலப் போடணுங்க. ரெண்டு படி அரிசி சோறும் வீணாப் போச்சி'' என்று அலமேலு சொன்னதைக் காதில் வாங் காத ராஜன், ''செல்லமுத்து வீட்டுக்குப் போ'' என்று சொல்லி சிவக்குமாரை அனுப்பிவைத்தான். பிறகு, ''இந்தத் தெருவுல இதுவர எத்தன வீட்டுல யிருந்து பணம் வந்திருக்கு? இன்னும் எத்தன வீட்டுலயிருந்து பணம்

வரணும்மின்னு பாரு'' என்று செல்வராஜிடம் சொன்னான். அவன் கணக்கு நோட்டை எடுத்துப் பாத்துவிட்டு, ''பன்னண்டு வீட்டுலயிருந்து வந்திருக்கு. இன்னும் முப்பத்தி ஆறு வீடு பாக்கி'' என்று சொன்னான். உடனே ராஜன், அலமேலுவைப் பார்த்து, ''எத்தன வீட்டுலயிருந்து பணம் வந்திருக்கின்னு பாத்தியா?'' என்று கேட்டான். அதற்கு முகத்தைக் கோணிக்கொண்டே, ''ஓட்டுப் போடாதவங்க தருவாங்க. நான் எதுக்குத் தரணும்?'' என்று வீம்பாகக் கேட்டாள். அப்போது செல்லமுத்து வீட்டிலிருந்து திரும்பி வந்த சிவக்குமார், ''பணம் செலவாயிடிச்சாம். அடுத்த வாரம் தர்றோம்ன்னு சொன்னாங்க'' என்று சொல்லி முடிப்பதற்குள்ளாகவே குறுக்கிட்ட ராஜன் கோபத்துடன், ''யாரு வீட்டுப் பணத்த யாரு செலவு பண்றது? பணமில்லன்னா பாண்டு பேப்பர்ல கையெழுத்து வாங்கிக்கிட்டு வா. முடியாதின்னா வீட்டப் பூட்டு. நடக்கிறத நான் பாத்துக்கிறன்'' என்று ஆவேசமாகச் சொன்னதோடு தன்னுடைய கையில் வைத்திருந்த பையிலிருந்து ஒரு பாண்டு பேப்பரை எடுத்து சிவக்குமாரிடம் கொடுத்து செல்லமுத்து வீட்டுக்குத் துரத்தினான். போன வேகத்தில் பணத்துடன் திரும்பி வந்தான் சிவக்குமார்.

''முன்னாடி இல்லன்னாங்க. இப்ப எப்பிடி வந்துச்சாம் பணம்?'' என்று நக்கலாக ராஜன் கேட்டான்.

''கையில கொடுக்கல. தூக்கித் தரயில போட்டுட்டாங்க. நான்தான் பொறுக்கிக்கிட்டு வந்தன்'' என்று வருத்தமான குரலில் சிவக்குமார் சொன்னதைப் பொருட்படுத்தாமல், ''பணம் வந்துடுச்சில்ல. விடு பேச்ச'' என்று சொன்னான். பிறகு அலமேலுவைப் பார்த்து, ''ஒவ்வொரு வீட்டுலயிருந்தும் பணம் வருதா இல்லியா? நீ மட்டும் சட்டம் பேசிக்கிட்டிருக்க?'' என்று கேட்டான், அதற்கு ரொம்பவும் நிதானமான குரலில், ''ஓட்டுப் போடாத நாயிங்க தரும்'' என்று சொன்னாள்.

''சொன்னதையே சொல்லிக்கிட்டிருந்தா அசிங்கமாயிடும். பொம்பள யாச்சேன்னு பாக்குறன்'' என்று சொல்லிக் கத்தினான். கத்திய வேகத்திலேயே சிவக்குமார் பக்கம் திரும்பி, ''செவிடன் வீட்டுக்குப் போ. ஏதாவது சொன்னா வீட்டப் பூட்டு. இல்லாட்டி பாண்டு பேப்பர்ல வீட்டுல உள்ள எல்லார்கிட்டயும் கையெழுத்து கேளு'' என்று சொன்னதோடு, பூட்டு சாவியையும் பாண்டு பேப்பர் ஒன்றையும் கொடுத்தனுப்பினான்.

ராஜனுடைய நடவடிக்கையைப் பார்த்து அலமேலு அசந்துபோனாள். ஊருக்குள் நல்ல மாதிரியாள ஆள், நல்ல மாதிரியான குடும்பம், சொத்து

உள்ள குடும்பம் என்று பெயர் இருந்தது. ராஜன் பொதுவாக மற்ற தெருப் பக்கம் அநாவசியமாக வர மாட்டான். டீக் கடை, பெட்டிக் கடை என்று எங்கும் வர மாட்டான். அதனால் இதுவரை அவனை நல்லவன் என்று தான் நினைத்துக்கொண்டிருந்தாள். இப்போதுதான் தெரிந்தது சரியான சல்லிப் பயல் என்பது.

அலமேலுக்குக் கொஞ்சம் பக்கத்தில் வந்து நின்றுகொண்டு சலுகை காட்டுவதுபோல், ‘‘வம்படிக்காம பணத்தக் கொடுத்திடு. ஒரு வீட்டுல பணம் வாங்காம விட்டா, மத்தவங்க தருவாங்களா? நீயே சொல்லு’’ என்று தன்மையான குரலில் கேட்டான்.

ராஜன் சொன்னதைச் சரியாகக் காதுகொடுத்துக் கேட்காமல், குல தெய்வம், இரண்டு பிள்ளைகள், புருசன் மீதெல்லாம் அலமேலு சத்தியம் செய்ததோடு நிற்காமல் இரண்டாவது முறையாக மாராப்புத் துணியை எடுத்துத் தரையில் போட்டு தாண்டி சத்தியம் செய்தாள்.

‘‘நாங்க ஒங்களுக்குத்தான் ஓட்டுப் போட்டம்.’’

அலமேலுவின் நடவடிக்கையைப் பார்த்து முகத்தைச் சுளித்த ராஜன், ‘‘என்னோட நெலம ஓனக்குப் புரியல. சொல்றதப் புரிஞ்சிக்க. ஓட்டுக்கு நூறு, எரநூறுன்னு கொடுத்திருந்தா விட்டுட்டுப் போயிருப்பன். அஞ்சா யிரம், ஆறாயிரம்ன்னு கொடுத்தாச்சி. எனக்கும் தாங்கனுமில்ல. சனங்கக் கிட்ட கொடுத்த பணத்தத் திரும்ப வாங்கறதுங்கிறது புலி வாயில போன ஆட்டுக்குட்டியத் திருப்பி உசுரோடக் கொண்டார மாதிரி. இப்பப் பணத்தக் கொடு. மத்ததப் பின்னால பேசிக்கலாம்’’ என்று சொன்னான்.

ராஜன் கொஞ்சம் இறங்கி வந்து பேசியதால் விஷயத்தை இப் போதைக்குத் தள்ளிப்போடுவம் என்ற எண்ணத்தில், ‘‘எங்க வீட்டுக் காரருக்கு போன் போட்டுப் பேசுங்க’’ என்று சொன்னதும், ராஜன் ஆசைத்தம்பிக்கு போன் போட்டான். போன் அணைத்து வைக்கப் பட்டிருந்தது தெரிந்தது. விஷயத்தை அலமேலுவிடம் சொன்னான்.

‘‘சனியன் இந்த நேரம் பாத்து ஊருக்குப் போனதுமில்லாம, போன எதுக்கு ஆப் பண்ணி வச்சிருக்குன்னு தெரியலியே’’ என்று சொல்லி அல மேலு தன்னுடைய புருசனைத் திட்டினாள். அப்போது மோட்டார் பைக்கில் வந்த செந்தில்குமார், ராஜன் நின்றுகொண்டிருப்பதைப் பார்த்து வண்டியை நிறுத்திவிட்டு வந்து, ‘‘என்ன இங்க?’’ என்று கேட்டான்.

‘‘ஓட்டுக்குக் கொடுத்த பணத்தத் திரும்ப வசூல் பண்ணிக்கிட் டிருக்கன்’’ என்று சொல்ல விரும்பாத விஷயத்தைச் சொல்வதுபோல்

ராஜன் சொன்னதும், லேசாகச் சிரித்த செந்தில்குமார், ''வசூலாகுதா?'' என்று கேட்டான்.

''பூட்டு சாவியோட வந்திருக்கன். பாண்டு பேப்பரோட வந்திருக்கன்'' என்று ராஜன் சொன்னதும், ''பாத்து செய். ரொம்பக் கெட்டப் பேரா யிடும்'' என்று தணிந்த குரலில் சொன்னான்.

''---''

''இனிமே நீ எலக்சன்ல நிக்கலன்னா பணத்தக் கேளு. இல்லாட்டி அடுத்த வாட்டி நின்னா அசிங்கமாயிடும்.''

''ஆவட்டும்.''

''ரொம்பக் கெட்டப் பேராயிடும்.''

''கெட்டப் பேரு வரும்ன்னு பாத்தா? எழுபது, எம்பது லட்சத்துக்கு யாரு வட்டி கட்டுறது?'' என்று ராஜன் கேட்டான். அவன் கேட்ட விதம் செந்தில்குமார்தான் எல்லாப் பிரச்சினைக்கும் காரணம் என்பதுபோல் இருந்தது.

''நம்ப கு. நல்லூர்ல ஒருத்தன் ஓட்டுக்கு ஆயிரம் கொடுத்திருக்கான். இன்னொருத்தன் ஆயிரத்து ஐநூறு கொடுத்திருக்கான். யாரு ஜெயிச்சி இருப்பான்னு நெனைக்கிற?''

''தெரியாது.''

''ஆயிரத்து ஐநூறு ரூவா கொடுத்தவன் ஜெயிக்கல தெரியுமா? பணம் மட்டும் ஜெயிக்க வைக்காது. புரிஞ்சிக்க.''

ராஜனும் செந்தில்குமாரும் பேசிக்கொள்வதைக் கேட்காத மாதிரி திண்ணையில் கிடந்த பொருட்களை ஒதுக்கிவைப்பதுபோல் பாவனை செய்தாள் அலமேலு.

''நான் ஆரம்பத்திலியே சொன்னன். உள்ளாட்சின்னாலே சாதியப் பாத்துத்தான் ஓட்டுப் போடுவாங்கன்னு. நம்ப மூணு வீட்டுக்காரன் எலக்சன்ல நிக்கலாமா? இப்பப் பணம் போயிடிச்சி'' என்று சொன்ன செந்தில்குமாரின் பேச்சைக் கவனிக்காத ராஜன், ''ஊருல இருக்கிற ஆடு மாடெல்லாம் நம்ப காட்டுலதான மேயுது? ஊருல நல்லது கெட்டதின்னா எங்க வந்து நிக்கிறானுவ? அப்பலாம் சாதி இல்ல. ஓட்டுப் போடுறதல மட்டும் சாதி வந்துடுமா?'' என்று வேகமாகக் கேட்டதற்கு, செந்தில்குமார் கோபப்படாமல் நிதானமாக, ''விஷயத்தப் புரிஞ்சிக்க'' என்று சொன்னான்.

''விஷயத்தப் புரிஞ்சிக்கிட்டு இனிமே நான் என்னா செய்யப் போறன்? அசிங்கம் வந்தது வந்ததுதான'' என்று விரக்தியான குரலில் சொன்னதைக் கேட்டதும் ராஜனைச் சமாதானப்படுத்த வேண்டும் என்று நினைத்த செந்தில்குமார், ''ஒவ்வொரு ஊர்லயும் எலக்சனோட ரிசல்ட் மெஜாரிட்டி சாதிக்காரங்க விரும்பினபடிதான் வந்திருக்கு. தனித் தொகுதியிலகூட மெஜாரிட்டி சாதியோட விருப்பம்தான் நடந்திருக்கு'' என்று சொன்னான். தான் சொல்வதைக் கேட்கிற மனநிலையில் இல்லையென்பது தெளிவாகத் தெரிந்தாலும் சாதிக்காரன், சொந்தக்காரன் என்ற முறையில் ராஜனை ஆறுதல்படுத்த விரும்பினான் செந்தில்குமார்.

''பெரம்பலூர் மாவட்டத்தில புதூர்ன்னு ஒரு ஊரு இருக்கு. ரிசர்விலியே பொம்பளக்கின்னு ஒதுக்கின பஞ்சாயத்து. ரெண்டு பொம்பள நின்னு இருக்கு. அதுல ஒரு பொம்பளய முதலியார் சாதியில உள்ள ஒரு ஆளு வச்சியிருப்பான்போல, குழந்தயும் இருக்கும்போல இருக்கு. அந்த பொம்பளதான் ஜெயிச்சியிருக்கு'' என்று சொல்லிவிட்டு லேசாகச் சிரித்தான் செந்தில்குமார்.

''யாரோ ஜெயிச்சிட்டுப்போறாங்க, எனக்கு எதுக்கு ஊர்க்கதயெல்லாம்'' என்று சலிப்புடன் ராஜன் சொன்னதைப் பொருட்படுத்தாத செந்தில்குமார், ''எப்பிடி ஜெயிச்சான்னு கேளு'' என்று சொல்லி, விட்ட இடத்திலிருந்து மீண்டும் கதையைச் சொல்ல ஆரம்பித்தான்.

''ஊர்ல எம் பொண்டாட்டிங்கிற பேர்லதான் அவ இருக்கா, ஜெயிச்சா அவ பஞ்சாயத்து ஆபிஸுக்கு வர மாட்டா. நான்தான் வந்து ஒக்காருவன். இன்னொருத்திக்கிப் போட்டா அவதான் வந்து நம்பத் தெருவுல இருக்கிற ஆபிசில ஒக்காருவா? நான் ஒக்காரணுமா, காலனிக்காரி ஒக்காருணுமான்னு முடிவுப் பண்ணிக்குங்க''ன்னு வீடுவீடாப் போயிச் சொல்லி இருக்கான். அந்த ஊர்ல மெஜாரிட்டி முதலியார்தான். இதுல ஜோக்கு என்னன்னா, முன்னாடி பறச்சிய வச்சியிருக்கான்னு சொல்லித் திட்டுனவங்க, அசிங்கப்படுத்துனவங்கதான், இப்ப அதே காரணத்துக்காக ஓட்டுப் போட்டு ஜெயிக்க வச்சியிருக்காங்க. அதுவும் எட்டுநூறு ஓட்டு வித்தியாசத்தில.''

செந்தில்குமார் சொன்ன கதையைக் கேட்டதும் ராஜனுக்குக் கோபம் கூடியதே தவிர, குறையவில்லை. ஆத்திரம் வந்த மாதிரி முகத்தைச் சுளித்துக் கொண்டே, ''ஊர்ல மெஜாரிட்டியா இல்லாத சாதிக்காரனெல்லாம் எலக்சன்ல நிக்கவே கூடாதுங்கிறியா?'' என்று சண்டைக்காரனிடம் கேட்பதுபோல் கேட்டான். ராஜன் அளவுக்கு செந்தில்குமார் ஆத்திரப்படாமல் நிதானமாகவே இருந்தான்.

''புதூர்ல நடந்த கதய விடு. நம்ப புலி ஓடயில நடந்த கதயக் கேளு'' என்று சொல்லிவிட்டு புலி ஓடயில நடந்த கதையைச் சொன்னான் செந்தில்குமார்.

''புலி ஓட ரிசர்வ். எலக்சன்ல நின்ன ரெண்டு பேருமே எஸ்.ஸி.தான். ரெண்டு பேர்ல யாரு நல்லவன்னு பாத்து ஓட்டுப் போட்டிருப்பாங்கன்னு நாம்ப நினைப்பம். ஆனா, அங்க நடந்தது வேற. ஒருத்தன் வீடு ரோட்டில இருந்திருக்கு. ஒருத்தன் வீடு காலனிக்குள்ளார இருந்திருக்கு. புலி ஓடயில படயாச்சிதான் அதிகம். படயாச்சியெல்லாம் ரோட்டுல வீடு உள்ளவ னுக்கு ஓட்டுப் போட்டு ஜெயிக்க வச்சிட்டாங்க. ஏன் அப்பிடிச் செஞ்சாங் கங்கிறதுதான் வேடிக்கையான கத. ஏதாவது ஒரு விஷயமின்னா நாங்க ரோட்டுல நின்னுகிட்டே பிரெசிடண்ட் கூப்பிட்டுப் பேசிடுவம். காலனிக் குள்ளார வீடு உள்ளவனுக்கு ஓட்டுப் போட்டா நாங்க பறத் தெருவுக் குள்ளாரப் போவணும். அவன் வீட்டு வாசல்ல நின்னு பேசணும். அது அசிங்கமில்லயான்னு சொல்லி ஓட்டுப் போட்டுட்டாங்க.'' உலக அதிசய மான விஷயத்தைச் சொல்லிவிட்டதுபோல வாய்விட்டுத் தானாகவே சிரித்தான் செந்தில்குமார்.

''நேரம் காலம் தெரியாமப் பேசிக்கிட்டிருக்காத'' என்று சொல்லி செந்தில்குமாரை முறைத்த ராஜன், பக்கத்தில் நின்றுகொண்டிருந்த செல்வராஜிடம், ''சிவக்குமார் போனானே, ஏன் இன்னம் ஆளக் காணும்? போயிப் பாத்திட்டு வா'' என்று சொல்லி அனுப்பினான்.

''ஒவ்வொரு ஊர்லயும் சாதிதான் வேல செஞ்சியிருக்கு. நம்ப ஊர்லயும் அதுதான் வேல செஞ்சியிருக்கு'' என்ற செந்தில்குமார் சொன்னதைக் கேட்டதும், ''திட்டம் போட்டு கவிழ்த்திட்டானுவ. தேவிடியாப் பசங்க'' என்று சொல்லிவிட்டு முகத்தைத் துடைத்துக்கொண்டான் ராஜன்.

''பு. பேட்டயில நாலு பொம்பள போட்டிபோட்டிருக்கு. அதுல ஒரு பொம்பள படயாச்சி வீட்டுல வேல செஞ்சிக்கிட்டிருக்கும்போல. அந்த ஊர்ல படயாச்சிதான் மெஜாரிட்டி. என் வீட்டுல வேல செஞ்சிக் கிட்டிருக்கப் பொம்பளக்கி ஓட்டுப் போடுங்க. நான்தான் அவள நிறுத்துறன். நான்தான் எல்லாச் செலவயும் செய்யுறன். ஜெயிச்சா அவ பிரெசிடண்ட் இல்ல. நான்தான் பிரெசிடண்ட். குடித்தெரு கோயிலுக்கு ஒரு லட்சம் செலவு செய்யுறன். நான் சொல்றதத்தான் கேப்பா. எம் பேச்ச மீற மாட்டா. பஞ்சாயத்து ஆபிஸுக்கும் வர மாட்டா. அதுக்கு நான் கேரண்டின்னு சொன்னதால படயாச்சியெல்லாம் மொத்தமா ஓட்டுப்

போட்டுட்டாங்க, படயாச்சி வீட்டுல வேல செஞ்சிக்கிட்டிருந்த பொம் பளதான் இப்ப தலவரு.'' நான் சொன்ன விஷயத்தப் புரிஞ்சிக்கிட்டியா என்பதுபோல் ராஜனைப் பார்த்தான் செந்தில்குமார்.

''நாமினேஷன் கொடுத்ததிலிருந்து, ஓட்டு எண்ணுறவர ஓலகத்தில என்னா நடந்ததின்னே எனக்குத் தெரியாது. காலயிலயும் சாயங்காலமும் ஒவ்வொரு வீடா நடக்கவே சரியாப் போச்சி'' என்று சொல்லிச் சலித்துக் கொண்டான் ராஜன். செந்தில்குமாரைப் பார்க்கப் பிடிக்காததுபோல் முகத்தைத் திருப்பிக்கொண்டு நின்றான்.

''நான் இந்தக் கதயெல்லாம் எதுக்குச் சொன்னன்னு புரியுதா?'' என்று செந்தில்குமார் கேட்டதற்கு வெடுக்கென்று, ''புரியாமியா கெடக்கு?'' என்று ராஜன் கேட்டான். அப்போது சிவக்குமாரும் செல்வராஜும் வந்தனர்.

''ஒரு மாசம் கழிச்சித் தர்றன்னு சொல்றாங்க'' என்று சொல்லி சிவக் குமார் வாயை மூடுவதற்குள், ''ஒரு மாசம்வர அவன் அப்பன் வட்டிக் கட்டுவானா?'' என்று சத்தம்போட்டான் ராஜன். சிறிது நேரம் பேசாமல் இருந்துவிட்டு கோபம் கூடியதுபோல் மீண்டும், ''அவன் வீட்டு காசயா கேக்குறன்? என் வீட்டு காசத்தான கேக்குறன். நானே வர்றன். மரியாதி யாக் கேட்டா தர மாட்டானுவ'' என்று சொல்லிச் சத்தம்போட்டான்.

''சத்தம் போடாத. பக்குவமாப் பேசு. ஊர்ல சாதி பிரச்சனய உண் டாக்காத. இதுவர நடந்த தேர்தலியே இப்ப ரெண்டாயிரத்து இருபதுல நடந்த தேர்தல்தான் ரொம்ப மோசம்'' என்று சொல்லிவிட்டு மோட்டார் பைக்கை எடுத்துக்கொண்டு போனான் செந்தில்குமார்.

''கல்யாணப் பத்திரிக்க, சாவுப் பத்திரிக்க, கும்பாபிஷேகப் பத்திரிக் கன்னு எடுத்துக்கிட்டு எவனாச்சும் வரட்டும், அப்பப் பேசிக்கிறன். எவன் வீட்டு ஆடு மாடாவது வந்து என் காட்டுல மேயட்டும், கால ஒடச்சி அனுப்புறன். ஒரு ஓட்டு, ரெண்டு ஓட்டுலகூடத் தோக்கடிக் கலியே. ஓட்டுக்கு அஞ்சாயிரம் கொடுத்தவன் தோக்கிறான். ஓட்டுக்கு நூறு ரூபா கொடுத்தவன் ஜெயிக்கிறான். இது என்னா ஓலகம்டா சாமி?'' என்று சொல்லித் தனக்குத் தானே புலம்பினான் ராஜன். தான் மெஜாரிட்டி சாதியைச் சார்ந்தவன் இல்லையென்பதால்தான் அதிகமாகப் பணம் கொடுத்தான். அப்படியும் தோற்றுவிட்டான். நூறு ரூபாய் பெரியதா, ஐந்தாயிரம் பெரியதா என்ற கேள்விதான் அவனைப் போட்டுக் குழப்பிக் கொண்டிருந்து.

வாசலைக் கூட்டிக்கொண்டிருந்த அலமேலுக்கு ராஜன் சொன்னது தெளிவாகக் கேட்டது. சங்கர் ஜெயித்ததையும் எழுநூறு ஓட்டு வித்தியாசத்தில் ஜெயித்ததையும் இப்போதுகூட அவளால் நம்ப முடியாமல்தான் இருந்தது. ராஜன் சண்டை சச்சரவுக்கு, வம்புதும்புக்குப் போகாத ஆள். ஆத்திரம் அவசரம் என்று போய்க் கேட்டால் நூறு அம்பது என்று கடன் கொடுப்பான். யார் வந்து பத்திரிக்கை வைத்தாலும், பத்திரிகை வைத்த வீட்டு விசேஷத்துக்குப் போகாமல் இருக்க மாட்டான். அவனுடைய காட்டில் வேலை செய்கிற ஆட்களுக்கு, 'கூலியை நாளக்கித் தர்றன்' என்று சொல்லி இழுத்தடிக்க மாட்டான். அவனுடைய அப்பாவுக்கு எப்படி நல்ல பெயர் இருந்ததோ அதே அளவுக்கு நல்ல பெயர் அவனுக்கும் இருந்தது. ராஜனுக்கு நேரெதிர் சங்கர். நாள் முழுவதும் டீக் கடையிலும், பெட்டிக் கடையிலும் உட்கார்ந்துகொண்டிருப்பதுதான் அவனுக்கு வேலை. குடி, அடிதடிக்குப் பெயர்பெற்ற ஆள். அவன் நினைத்ததுதான் நடக்க வேண்டும், அவன் சொல்வதைத்தான் மற்றவர்கள் கேட்க வேண்டும் என்று நினைக்கிற ஆள். அப்படிப்பட்டவன் எப்பிடி ஜெயித்தான்?

தேர்தலுக்கு மனு கொடுத்த நாளிலிருந்து காலையிலும் மாலையிலும் ஒவ்வொரு வீடாகச் சென்று, ''ஊர்ல நாம்ம ஆயிரம் தலக்கட்டு. அவன் மூணு வீட்டுக்காரன், அவன் வீட்டுலப் போயி ஆயிரம் தலக்கட்டுக்காரன் கையக் கட்டிக்கிட்டு நிக்கணுமா?'' என்று கேட்டதோடு ஒவ்வொரு வீட்டாரிடமும் விழுந்து கும்பிட்டான். ஆரம்பத்தில் முடியாது என்று சொன்னவர்கள்கூட, ''போக்கடா பயதான். பேச்சுக்குக் கட்டுப்படாதவன்தான். என்னா செய்யுறது? நம்ப ஆளுல வேற யாரும் நிக்கலியே. கால்ல விழுந்து கும்புடுறான். காசும் கொடுக்கிறன்னு சொல்றான். நம்பாளுல ஒருத்தன் இருக்கட்டுமே'' என்று ஊருக்குள் நாளாகநாளாகச் சொல்ல ஆரம்பித்துவிட்டார்கள்.

காட்டிலிருந்து குச்சிக் கட்டுடன் வந்த வாலாம்பாள் கிழவி, அலமேலு வீட்டின் முன் நின்றுகொண்டிருந்த ராஜனைப் பார்த்து, ''என்னாங்க இங்க நிக்குறிங்க?'' என்று கேட்டாள். அதற்கு வேண்டா வெறுப்புடன் ''சும்மாதான்'' என்று சொன்னான் ராஜன்.

''காட்டுல மேயப்போன ஆடு, மாடுவுளயெல்லாம் ஆளு வச்சி ரெண்டு நாளாத் துரத்தியடிக்கிறிங்களாமே. இது நல்லதுக்கா?''

''வேலயப் பாத்துக்கிட்டுப் போ'' என்று அசிங்கப்படுத்துவதுபோல் சொன்னான்.

"எலக்சனக் கொண்டாந்து ஊர ரெண்டாக்கிப்புட்டானுவ" என்று சொல்லிவிட்டுப் போனாள் வாலாம்பாள். அப்போது மேலத்தெருவின் கடைசி வீட்டுக்காரர் குப்புசாமி வந்தார்.

"பணம் கொடுக்கும்போதே வேணாமின்னு சொன்னன். கேக்கல. செல்வராஜ் வந்து வீட்டப் பூட்டுவன், இல்லன்னா பாண்டு பேப்பர்ல கையெழுத்துப் போடுங்கன்னு கேக்குறாரு. என்னா அசிங்கம். இந்தாங்க ஒங்க பணம். எண்ணிப் பாத்துக்குங்க" என்று சொல்லி விட்டெறிவது போல் பணத்தைக் கொடுத்துவிட்டுப் போனதைப் பார்த்ததும் தானும் பணத்தைத் திருப்பித் தந்தே ஆக வேண்டுமோ என்ற கவலை அலமேலுக்கு உண்டானது.

சாவுக்குப் போயிருந்த தன்னுடைய புருசன் மீதும், மாமனார், மாமி யார், கொழுந்தனார் மீதும் கோபம் வந்தது. செத்துப் போன ஆளின் மீதும் கோபம் வந்தது. இன்றைக்குப் பார்த்தா செத்துப் போவான் என்று நினைத்தாள். ஓட்டுப் போடுவதற்கு முதல்நாள் இரவுதான் ராஜன் கொண்டுவந்து பணத்தைக் கொடுத்தான். மறுநாள் ஓட்டுப் போட்ட வேகத்தில் விருத்தாசலத்துக்குச் சென்று தன்னுடைய மகளுக்குத் தோடும், கால் கொலுசும் வாங்கிக்கொண்டு வந்துவிட்டாள். ராஜன் வந்து பணத் தைத் திரும்பக் கேட்பான் என்று தெரிந்திருந்தால் நகைக் கடைக்கே போயிருக்க மாட்டாள். அவசரப்பட்ட தன்னுடைய புத்தியை நொந்து கொண்டே வீட்டுக்குள் போனாள்.

"இன்னம் பணம் தராத வீடு எது?" என்று ராஜன் கேட்டான். கணக்கு நோட்டைப் பார்த்துவிட்டு ஒன்றிரண்டு வீடுகளின் பெயர்களைச் சொன்னான் செல்வராஜ். உடனே சிவக்குமாரை ஒரு வீட்டுக்கும் செல்வராஜை ஒரு வீட்டுக்கும் அனுப்பிவைத்த ராஜன், அலமேலு எங்கு இருக்கிறாள் என்று பார்த்தான். அவள் வீட்டுக்குள் போய்விட்டது தெரிந்ததும், "அலமேலு, அலமேலு" என்று பலமுறை கூப்பிட்ட பிறகு தான் வெளியே வந்தாள்.

"என்ன நீ பாட்டுக்கு உள்ளாரப் போயிட்ட. எம்மாம் நேரமா ஒன் வீட்டு வாசல்ல நிக்குறது?"

"நான்தான் அப்பவே சொல்லிட்டன். நீங்க வீட்டுக்குப் போங்கன்னு."

"நீ பணம் தர மாட்ட?"

"---"

"பணம் தரலன்னா அசிங்கமாயிடும்."

‘‘என்னா அசிங்கமாயிடும்?’’ சவாலாகக் கேட்டாள் அலமேலு.

‘‘பணத்தக் கொடு. இல்லன்னா பாண்டுல கையெழுத்துப் போடு.’’

‘‘நீங்க பேசுறது ஒங்களுக்கே நல்லாயிருக்கா? நீங்க பேசுறது ஒலக அதிசயம்தான். பெரிய சாதிக்காரங்க மாதிரியாப் பேசுறிங்க?’’

‘‘நீ சாதாரணமாக் கேட்டா தர மாட்ட. வீட்டப் பூட்டுனாத்தான் சரிப்பட்டு வருவ’’ என்று சொல்லிவிட்டு வீட்டைப் பூட்டுவதற்காகப் போன ராஜனை மறித்துக்கொண்டு, ‘‘நிறஞ்ச வெள்ளிக்கிழம. விளக்கு வைக்கிற நேரம். கதவுமேல கை வச்சா நல்லா இருக்காது’’ என்று எச்சரிக்கை செய்கிற தோரணையில் சொன்னாள்.

‘‘என்னா செய்வ? அதயும் பாத்திடலாம்’’ என்று சொல்லிவிட்டு, ராஜன் கதவை இழுத்து சாத்தியதுதான், அலமேலுவுக்கு எங்கிருந்துதான் அவ்வளவு ஆங்காரம் வந்ததோ, ஒரே நெட்டாக ராஜனை நெட்டித் தள்ளினாள். ‘‘ஆம்பள மேலியே கைவைக்கிறியா?’’ என்று கேட்டு ராஜன் அலமேலுவை நெட்டித் தள்ளினான். நிலைதடுமாறி அலமேலு கீழே விழுந்தாள். அந்த நேரம் பார்த்து, அவளுடைய மகளும் மகனும் பள்ளிக்கூட வேனிலிருந்து இறங்கி வந்தார்கள்.

கீழே தள்ளிவிட்டானே என்ற ஆத்திரத்தில் இதுவரை இல்லாத அளவுக்கு ராஜனிடம் பயங்கரமாகச் சத்தம்போட்டு கத்த ஆரம்பித்தாள் அலமேலு. அவளுடைய மகனும் மகளும் என்ன நடந்துகொண்டிருக் கிறது என்பது தெரியாமல் திகைத்துப்போய் நின்றுகொண்டிருந்தனர். சத்தம் கேட்டு அக்கம்பக்கத்து வீட்டிலிருந்தவர்கள் எல்லாம் கூடிவிட் டார்கள். அப்போது பக்கத்து வீட்டு சோலைக்கிளி, ‘‘எதுக்கு அவருகிட்ட வாயடிச்சிக்கிட்டுக் கெடக்குற? வாங்குன காசத் தூக்கிக் கெடாசிட்டுப் போயன்’’ என்று சொன்னதும், அலமேலு, ‘‘ஒன்னெ யாரு நடுவுல பஞ்சாயத்துக்குக் கூப்பிட்டது?’’ என்று முகத்திலடிப்பதுபோல் கேட்ட தும், விர்ரென்று சோலைக்கிளி தன்னுடைய வீட்டுக்குப் போய்விட்டாள்.

அலமேலுவின் வீட்டின் முன் கூடியிருந்தவர்களில் ஒரு சிலர், ‘‘நீங்க செய்யுறது சரியில்ல’’ என்று ராஜனிடம் சொன்னார்கள். ஒரு சிலர், ‘‘கெடாசிட்டுப் போயன்’’ என்று அலமேலுவிடம் சொன்னார்கள். சூழ்ந்துகொண்டு நின்றவர்களின் பேச்சை ராஜனும் கேட்கவில்லை. அலமேலுவும் கேட்கவில்லை. பணம் தந்தே ஆக வேண்டும் என்று ராஜன் கேட்டுக்கொண்டிருந்தான். தர முடியாது என்று அலமேலு சொல்லிக் கொண்டிருந்தாள். இருவருக்கும் வார்த்தைகள் முற்றிப்போயின. கடைசி யாக அலமேலு சொன்னாள்:

''காலயில வாங்க தர்றன்.''

''இப்பவே எடு.''

''காலயில தர்றன்னு சொல்றனில்ல?''

''முடியாது.''

''முடியாதின்னா, பாண்டு பேப்பரத் தாங்க கையெழுத்துப் போடுறன்.''

''கையெழுத்துப் போட்டுட்டு இழுத்தடிக்கலாம்ன்னு பாக்குறியா?'' என்று ராஜன் கேட்டதும் அலமேலுக்குத் தலைகால் புரியாத அளவுக்குக் கோபம் உண்டானது. தெரு சனமே கூடி நின்று வேடிக்கை பார்ப்பது அசிங்கமாக இருந்தது. ராஜனுடைய பணத்தைத் தூக்கியெறிவதற்கான வழி தெரியாமல் திகைத்துப் போனாள்.

தெருவின் தெற்குப் பக்கமிருந்து வந்த செல்வராஜ், ''பணத்தத் தர முடியாதின்னு சொல்லி கோபாலன் பொண்டாட்டி சண்டக்கி வருதுங்க'' என்று சொன்னதும் ராஜனுக்கு என்னவாயிற்றோ தெரியவில்லை.

''பணத்தத் திருப்பித் தர முடியாதவளயெல்லாம் வந்து ஒரு நாளு எங்கூடப் படுக்கச் சொல்லு'' என்று சொன்னான்.

''என்ன இப்பிடிச் பேசுறாரு?'' என்று அந்த இடத்தில் நின்றுகொண்டிருந்தவர்கள் ஒருவருக்கொருவர் பேசிக்கொள்ள ஆரம்பித்தனர். ''பணத்துக்காக வார்த்தையை விடாதீங்க'' என்று ஒரு சிலர் சொன்னார்கள். மற்றவர்கள் சொன்னதைப் பற்றியெல்லாம் கவலைப்படாத ராஜன், சண்டை நடப்பது ஊருக்கே தெரிய வேண்டும். விஷயம் பரவினால் தான் தன்னுடைய பணம் தனக்கு வரும் என்ற எண்ணத்தில் நின்றுகொண்டிருந்தான்.

''பெரிய சாதிக்காரங்க மாதிரியாப் பேசுறிங்க?'' என்று கூட்டத்திலிருந்து ஒரு பெண் கேட்டாள். அதற்கு, ''பெரிய சாதிக்காரன் மூஞ்சியில தான் மூத்தரத்த வுட்டு அடிச்சிட்டீங்களே அப்பறமென்ன?'' என்று முகத்தைச் சுளித்துக்கொண்டே சொன்னான்.

ராஜன் சொன்ன வார்த்தையைக் கேட்டதும், ராஜன் இவ்வளவு சல்லிப்பயலா என்ற எண்ணம் அலமேலுக்கு உண்டாயிற்று. தீர்மானத்துக்கு வந்தது போல், ''தெருவக் கூட்டி என்னெ அசிங்கப்படுத்திட்டிங்கில்ல. வீட்டுக்குப் போங்க காலயில பத்து மணிக்கெல்லாம் ஒங்க வீடு தேடி பணம் வரும்'' என்று வெட்டிச் சொன்னாள்.

''இப்பியே பணத்த வையி.''

''சொன்னா நம்ப மாட்டிங்களா?''

''நம்ப மாட்டன்.''

''ராத்திரிக்குள்ளார ஊர விட்டு ஓடிடுவமா?''

''அது எனக்குத் தெரியாது'' என்று சொன்ன ராஜன், செல்வராஜியிடம், ''வீட்டப் பூட்டு'' என்று சொன்னான். உடனே வீட்டைப் பூட்டுவதற்காக செல்வராஜ் போனதும், ''யார்ரா அவன், என் வீட்டப் பூட்டப் போறவன்? கதவுல கை வச்சா, கை இருக்காது'' என்று தெருவே அதிர்ந்துபோகிற மாதிரி சொன்னாள். பிறகு ராஜனைப் பார்த்து, ''ஒங் காசுதான வேணும்? இப்ப கெடாசுறன்'' என்று சொன்ன வேகத்தில் பக்கத்தில் நின்றுகொண்டிருந்த தன்னுடைய மகள் அமுதாவின் காதுகளில் கிடந்த இரண்டு தோடுகளையும், கால்களில் கிடந்த இரண்டு கொலுசுகளையும் பிய்த்தெடுப்பதுபோல் கழற்றியெடுத்து, வீசியெறிவதுபோல் தரையில் விட்டெறிந்தாள்.

''எடுத்து வித்துக்குங்க. வித்துக் காசு பத்தலன்னா சொல்லுங்க. மிச்ச காசத் தலயச் சுத்தி வீசியெறியறன். பொறுக்கிக்கிங்க. மண்ணாப்போற ஒனக்குத்தான் ஓட்டுப் போட்டன். சண்டக்காரனாயிருந்தாலும் சாதிக்காரனுக்கு ஓட்டுப் போட்டிருக்கலாம். சாதி ஒத்துமயாவது இருந்திருக்கும்'' என்று சொல்லிவிட்டு விர்ரென்று வீட்டுக்குள் போனாள் அலமேலு.

''ஒரு நாளிலியே பேரக் கொடுத்துக்கிட்டீங்களே'' என்று வேடிக்கை பார்க்க வந்த ராமசாமி சொன்னதற்குத் தடித்தனமாக, ''நல்ல பேரு எம்பது லட்சத்தக் கொடுக்குமா?'' என்று கேட்டான்.

''பரங்கிப்பேட்டயில தோத்துப்போனவன் கறி விருந்து போட்டிருக்கான். டி.வி.யில பாத்தீங்களா? என்று ராமசாமி கேட்டன்.

''சேலத்தில ஜெயிச்சவனத் தோத்தவன் வெட்டிக் கொன்னுட்டான். அது தெரியுமா?'' என்று கேட்டு முறைத்துவிட்டு, பணத்தை வாங்குவதற்காக கோபாலன் வீட்டை நோக்கி நடக்க ஆரம்பித்தான் ராஜன். அவனைத் தொடர்ந்து செல்வராஜும் சிவக்குமாரும் போனார்கள்.

தோடுகளும், கால் கொலுசுகளும் போய்விட்டதே என்ற கவலையுடன் அழுதுகொண்டே வீட்டுக்குள் வந்து, ''நேத்துதானம்மா தோடும் கொலுசும் வாங்கிப்போட்ட. அதுக்குள்ளாரியே ஏம்மா கழட்டி அந்தாளுக்கிட்ட கொடுத்திட்ட?'' என்று கேட்ட அமுதாவின் கன்னத்தில் ஓங்கி அறைந்தாள் அலமேலு.

''சண்டாளனுக்கு ஓட்டுப் போட்டன் பாரு'' என்று சொல்லிப் புலம்பிக்கொண்டே அலமேலு அடுப்பில் வழிந்துகிடந்த சோற்றை அள்ளி சுத்தம் செய்ய ஆரம்பித்தாள். ●

சாமி இருந்தா கேக்கும்

செங்குறிச்சி காவல் நிலையத்திற்குக் கிழக்குப் பக்கத்திலிருந்த அரசமர நிழலில் வசந்தாவும் அவளுடைய தங்கை கண்ணகியும் உட்கார்ந்திருந்தனர். தலையைக் கவிழ்த்தபடி உட்கார்ந்திருந்த வசந்தா உடைந்துபோன குரலில், ''புள்ளயயும் சாவக் கொடுத்திட்டு இப்பிடி வந்து குந்தியிருக்கனே கடவுளே'' என்று சொல்லும்போதே அவளுக்குக் கண்களில் கண்ணீர் நிறைந்துவிட்டது. வசந்தா அழுததைப் பார்த்ததும் கண்ணகிக்கும் அழுகை வந்துவிட்டது. இரண்டு பேரும் ஒருவரை யொருவர் பார்த்து அழுதுகொண்டிருக்கும்போது காவல் நிலையத்தை நோக்கி வக்கீல் உடையில் ஐந்து பேரும், சாதாரண உடையிலிருந்த எட்டு பேரும், ஒரு பெண்ணும் வருவதைப் பார்த்தாள் கண்ணகி. வந்தவர்கள் காவல் நிலையத்திற்கு எதிரில் இருந்த வேப்ப மர நிழலில் நின்றுகொண்டனர். வக்கீல் உடையில் இருந்தவர்களில் ஒரு ஆள் மட்டும் காவல் நிலையத்திற்குள் போனதைப் பார்த்து சந்தேகப்பட்ட கண்ணகி, ''அங்க நிக்கிற ஆளுவோதானா?'' என்று கேட்டாள். தலையைத் தூக்கிப் பார்த்த வசந்தா, 'ஆமாம்' என்பதுபோல் தலையை மட்டும் ஆட்டினாள்.

''வாத்தி யாரு?'' என்று கண்ணகி கேட்டாள்.

''செவப்பா, வெடவெடன்னு நிக்கிறான் பாரு அவன்தான்'' என்று வெறுப்புடன் சொன்னாள் வசந்தா.

''கூட நிக்கிறவங்க?''

''வக்கீல்களத் தவிர மத்தவனுவோ எல்லாம் பள்ளிக்கூடத்தில் வேல செய்யுற வாத்திவோதான்'' என்று பல்லைக்கடித்தபடி சொன்னாள். பிறகு, ''திருட்டுப் பயலுக்கு சப்போட் பண்ண வந்திருக்கானுவ பாரு. இவனுவோ எல்லாம் வாத்தியாரா?'' என்று கேட்டாள்.

''பேரு என்னா?''

''செல்வதுர.''

''இரு வர்றன்'' என்று சொல்லிவிட்டு எழுந்த கண்ணகி நேராக வேப்ப மர நிழலில் நின்றுகொண்டிருந்த ஆட்களிடம் வந்தாள். வசந்தா அடையாளம் காட்டியிருந்த ஆளிடம், ''கொஞ்சம் பேசணும். இப்படி வா'' என்று கூப்பிட்டாள். திடீரென்று ஒரு பெண் வந்து எதற்காகத் தன்னைக் கூப்பிடுகிறாள் என்று யோசித்த செல்வதுரை பேசாமல் நின்றுகொண்டிருந்தான். பதில் பேசாமல் நின்றுகொண்டிருந்த செல்வதுரையைப் பார்க்கப்பார்க்க கண்ணகிக்குக் கண்மண் தெரியாத அளவுக்குக் கோபம் வந்தது. எடுத்த எடுப்பில், ''நீ ஆம்பளயாடா? நீயெல்லாம் வாத்தி யாராடா? கல்யாணம் கட்டி ரெண்டு, மூணு புள்ள பெத்திருப்பல்ல? ஒம் புள்ளய இந்த மாதிரி செய்வியாடா? பால் குடி மாறாத புள்ளயக் கொன்னுப்புட்டு பெரிய இவன் மாதிரி வந்து நிக்குற?'' என்று கேட்ட பிறகுதான் செல்வதுரைக்கும் அவனுடன் வந்திருந்த ஆட்களுக்கும் வசந்தாவுடன் வந்திருக்கும் பெண் என்று கண்ணகியைத் தெரிந்தது. செல்வதுரை எதுவும் பேசவில்லை. அவனுக்குப் பக்கத்தில் நின்றுகொண்டிருந்த தடிமனாக இருந்த வக்கீல், ''ஸ்டேசன் முன்னாடி நின்னுக்கிட்டு என்னம்மா பேசற?'' என்று கேட்டான். வக்கீல் கேட்டதற்குப் பதில் சொல்லாமல், பக்கத்தில் நின்றுகொண்டிருந்த பெண்ணைப் பார்த்தாள். அவள்தான் செல்வதுரையின் மனைவியாக இருக்க வேண்டும் என்று நினைத்துக்கொண்டு, ''ஒம் பொண்டாட்டி சென புடிச்ச பசு மாடு மாதிரி தளதளன்னுதான இருக்கா? அவ கிட்டப் போயி ஒன்னோட வீரத்தக் காட்ட வேண்டியதுதான? பத்து வயசு பையன்கிட்டத்தான் காட்டுவியா? அரிப்பெடுத்தா தரயில வச்சி தேய்க்க வேண்டியதுதான நாய'' என்று சொல்லி கண்ணகி திட்ட ஆரம்பித்ததும் அந்த இடத்திலிருந்த ஆட்கள் எல்லாம் ஒரே நேரத்தில் சண்டைக்குப் பாய்ந்தனர். கண்ணகி பயப்படவில்லை. ''கொலகாரனுக்கு சப்போட் பண்றிங்களா?'' என்று கேட்டு எல்லோரையும் திட்ட ஆரம்பித்தாள். அப்போது மோட்டார் பைக்கில் வந்து இறங்கிய வக்கீல் அன்புச்செல்வன், ''எந்த எடத்தில என்னா பேசறதின்னு இல்லையா?'' என்று கேட்டு கண்ணகியை முறைத்தான். அப்போதும் கண்ணகியின் வாய் அடங்கவில்லை.

''எட்ட வாம்மா'' என்று சொல்லிக் கட்டாயப்படுத்தி கண்ணகியை இழுத்துக்கொண்டு வசந்தாவிடம் வந்தான் அன்புச்செல்வன்.

''டேசனவுட்டு வெளிய வாடா. ஒன்னோட அதிலியே ஒதைக்கிறன். ஊர்ப் பக்கம் வா. ஒம் மூஞ்சியில பன்னிப் பீயக் கரச்சி ஊத்துறன்'' என்று சொல்லிச் சத்தமாகத் திட்டிக்கொண்டிந்தாள்.

''ஸ்டேசன் பக்கத்தில நின்னுக்கிட்டு இப்படியெல்லாம் பேசக் கூடாது'' என்று அன்புச்செல்வன் சொன்னதும் கண்ணகிக்குத் தலை கால் புரியாத அளவிற்குக் கோபம் வந்துவிட்டது. ''எங்களுக்காக வந்த வக்கீல்தான நீ? என்னமோ அவனுங்களுக்காக வந்த மாதிரி பேசுற?'' என்று கேட்டாள்.

''ஸ்டேசன் பக்கத்தில நின்னுக்கிட்டுக் கெட்ட வாத்தயில பேசலாமா?'' என்று அன்புச்செல்வன் கேட்டதற்கு கண்ணகி பதில் சொல்லவில்லை. அவளுடைய கவனமெல்லாம் செல்வதுரையைத் திட்டுவதில்தான் இருந்தது.

''அரச்சி வச்ச உளுந்து மாவு மாதிரி அவன் பொண்டாட்டி பொத பொதன்னு உப்பிப் போயிதான இருக்கா? அவகிட்டப் போயி அவ னோட ஆம்பளத்தனத்தக் காட்ட வேண்டியதுதான? அறியா பையன் கிட்டத்தான் காட்டுவானா? அவன் ஆம்பள. நான் பொம்பள. எங்கிட்ட வந்து அவனோட வீரத்தக் காட்டச் சொல்லு பாக்கலாம். அவன் கொட் டயப் பஞ்சராக்குறனா இல்லயா பாரு'' என்று கேட்டு சவால்விட்டாள்.

''பேசாம இரும்மா. பேசாம இரும்மா'' என்று பலமுறை கெஞ்சிப் பார்த்தான் அன்புச்செல்வன். அப்படியும் கண்ணகியின் வாய் அடங்க வில்லை. டீக் கடைக்குப் போய்விட்டு வந்த கண்ணகியின் புருசன் ராஜவேலு, மேலக்கோட்டை பஞ்சாயத்துத் தலைவர் ரமணி, மேலக் கோட்டை சக்திவேல், முருகன், சொக்கலிங்கம் என அனைவரும் அன்புச் செல்வனைச் சூழ்ந்துகொண்டு நின்றனர்.

''இன்ஸ்பெக்டரு இன்னும் ஏன் வல்ல?'' என்று ரமணி கேட்டான்.

''வர்றன்னு சொன்னாரு. இன்னும் வரல. வந்துடுவாருன்னு நெனைக் கிறன்.''

''காலயில பத்து மணிக்கு வந்தம். மணி ஒண்ணுக்கு மேல ஆயிடிச்சி. இனிமே சாப்புட்டுத்தான் வருவாரு'' என்று ரமணி சொன்னதைக் காதில் வாங்காத அன்புச்செல்வன், ''இருங்க வர்றன்'' என்று சொல்லி விட்டு, செல்வதுரையுடன் நின்றுகொண்டிருந்த வக்கீல்களிடம் சென்று பேசிக்கொண்டிருப்பதைப் பார்த்த கண்ணகி, ''என்னா வக்கீலப் புடிச்சி யிருக்க?'' என்று வசந்தாவை முறைத்தாள். பிறகு விட்டுப்போன காரியத்தைச் செய்வதுபோல், ''நான் மட்டும் அன்னிக்கி இருந்திருந்தா அவன் சாமான்ல கல்லப் போட்டு நசுக்கியிருப்பன். அவன் மூஞ்சியப் பாத்தா வாத்தியாரு மாதிரி தெரியல. மாமா பய மாதிரிதான் தெரியு றான்'' என்று சொல்லி செல்வதுரையைத் திட்டிக்கொண்டிருந்தாள்.

பம்பாயிலிருந்து இன்று காலைதான் கண்ணகியும் அவளுடைய புருசன் ராஜவேலுவும் வந்தனர். வந்ததிலிருந்து, ‘‘அவன எதுக்குச் சும்மா வுட்ட?’’ என்ற கேள்வியைத்தான் அடிக்கடி வசந்தாவிடம் கேட்டுக் கொண்டிருந்தாள். இப்போதும் அதே கேள்வியைத்தான் கேட்டாள். வசந்தாவுக்கு என்ன பதில் சொல்வதென்றே தெரியவில்லை.

விஜயகுமார் டவுன் பஸ்ஸில் அடிப்பட்டுவிட்டான், ஆம்புலன்ஸில் ஏற்றிக்கொண்டு மருத்துவமனைக்குப் போயிருக்கிறார்கள் என்று ஏரிக் கரையில் நூறு நாள் வேலைத் திட்டத்தில் மண் எடுத்துக்கொண்டிருந்த வசந்தாவிடம் பள்ளிக்கூட ஆசிரியர் கணேசமூர்த்தி வந்து சொன்னார். தகவல் சொல்ல வந்த ஆசிரியரின் பைக்கில்தான் மருத்துவமனைக்கு வந்தாள். பள்ளிக்கூட கேட்டைத் தாண்டி வேகமாக ஓடிபோய் தானாகவேதான் டவுன் பஸ்ஸில் மோதிக்கொண்டான். ஆம்புலன்ஸில் ஏற்றிக்கொண்டு வரும்போதே காதிலும், மூக்கிலும் ரத்தம் வந்து இறந்து விட்டான். ஆம்புலன்ஸில் ஏற்றிக்கொண்டு மருத்துவமனைக்கு வந்து விட்டதால், போஸ்ட்மார்டம் செய்துதான் பிணத்தைத் தருவார்கள் என்று விஜயகுமார் படித்துக்கொண்டிருந்த பள்ளிக்கூட ஆசிரியர் ஒருவர் சொன்னார். பையன் தானாக ஓடிப்போய் பஸ்ஸில் மோதியதால் பஸ் டிரைவர்மீது வழக்குப் போட முடியவில்லை என்று ஒரு ஆசிரியர் சொன்னார். ‘‘பஸ்ஸில் மாட்டி செத்திருந்தால் நஷ்ட ஈடாகப் பணம் வரும். அதுக்கும் வழியில்லாம போச்சி’’ என்று கணேசமூர்த்தி சொன் னார். ஆசிரியர்கள் சொன்னதையும், பள்ளி நேரத்தில் பையனை எதற்காக வெளியே அனுப்பினீர்கள் என்று கேட்டு ஊரார்கள் ஆசிரியர்களிடம் சண்டை போட்டதையும், காதில் வாங்காத வசந்தா நெஞ்சிலும் தலை யிலும் அடித்துக்கொண்டு அழுது மாய்ந்துபோனாள்.

மருத்துவமனையிலிருந்து பிணத்தை வாங்கும்போது சாயங்காலம் ஆறு மணி ஆகிவிட்டது. பிணத்தை ஊருக்குக் கொண்டுவந்த கொஞ்ச நேரத்திலியே எடுக்க வேண்டும் என்று சொல்லிவிட்டார்கள். ‘‘பொணத்தத் தூக்கப்போறாங்க. கடசியா வந்து முகத்தப் பாக்குறவங்க பாத்துக்க லாம்’’ என்று வண்ணான் சொல்லும்வரை என்ன நடக்கிறது, எப்படி நடக்கிறது, யார் என்ன செய்கிறார்கள் என்பதைப் புரிந்துகொள்ள வசந்தாவுக்கு நிதானமில்லை. ‘‘எம் புள்ள எங்க? எம் புள்ள எங்க?’’ என்று கேட்டு முகத்திலும் வயிற்றிலும் அடித்துக்கொண்டு அழுது ஆர்ப் பாட்டம் செய்துகொண்டிருந்தாள். இரண்டு முறை அவளுக்கு மயக்கம் வந்துவிட்டது.

செல்வதுரை ஆசிரியர், விஜயகுமாரைப் பள்ளிக்கூடக் கழிப்பறையில் வைத்து 'தப்பு' செய்தார். கழிப்பறையிலிருந்து தப்பித்து அழுதுகொண்டே வெளியே வந்து, வகுப்பறைக்குப் போகாமல் வீட்டிற்குப் போவதற்காக நடந்தான். வீட்டில் போய்ச் சொல்லிவிடுவானோ என்ற அச்சத்தில், "கிளா சுக்குப் போடா" என்று சொல்லித் துரத்திக்கொண்டே செல்வதுரை வந்தார். அடித்துவிடுவாரோ என்ற பயத்தில் விஜயகுமார் பள்ளிக் கூடத்தை விட்டு வேகமாக வெளியே ஓடிவரும்போது டவுன் பஸ்ஸில் மோதிக்கொண்டான் என்ற தகவல் பள்ளிக்கூடத்துப் பிள்ளைகளின் மூலம் மறுநாள் காலையில்தான் தெரிந்தது. நிறையப் பையன்களை வீணாக்கியிருக்கிறார் என்ற தகவலும் ஊருக்குள் பரவியது. அதன் பிறகுதான் வசந்தா ஊர் ஆட்களிடம் விஷயத்தைச் சொன்னாள். ஊர் ஆட்களை அழைத்துக்கொண்டு பள்ளிக்கூடத்திற்குப் போனாள். செல்வதுரை விடுமுறை என்று தெரிந்தது. இருபது முப்பது ஆட்களை அழைத்துக்கெண்டு செல்வதுரையின் ஊருக்குப் போனாள். வீட்டி லிருந்த செல்வதுரையை நெட்டித் தள்ளி கெட்ட வார்த்தை சொல்லி அசிங்கஅசிங்கமாகத் திட்டினாள். அடித்தாள். அவளோடு போயிருந்த மேலக்கோட்டை ஆட்களும் அடித்தார்கள். திட்டினார்கள். செல்வ துரையின் ஊர் ஆட்கள், "எப்பிடி எங்க ஊரு ஆள வந்து அடிப்பிங்க?" என்று கேட்டுச் சண்டைக்கு வந்தார்கள். இரண்டு ஊர்க்காரர்களுக்கும் கைகலப்பாகிவிட்டது. அன்று சாயங்காலம் காவல் நிலையத்தில் புகார் மனு கொடுத்தாள். புகார் மனு கொடுத்து இன்றோடு ஐந்து நாட்க ளாகிவிட்டது. "இன்ஸ்பெக்டரு வெளியில் போயிட்டாரு. காலயில வாங்க. சாயங்காலம் வாங்க" என்று நான்கு நாட்களாக இழுத்தடித் தார்கள். இன்றும் அப்படித்தான் சொல்லப்போகிறார்களோ என்ற கவலையில் உட்கார்ந்துகொண்டிருந்தாள் வசந்தா.

அரச மரத்திலிருந்த காகம் ஒன்று ஓயாமல் கத்திக்கொண்டிருந்ததைப் பார்த்து, "எதுக்கு ஒத்த காகம் வெயில் நேரத்தில கத்துதின்னு தெரிய லியே. என்னா கெட்ட சேதி வரப்போவுதோ" என்று வசந்தா சொன்னாள். அடுத்த நொடியே மனசலிப்புடன், "இனிமே என் வீட்டில எப்படியாப் பட்ட இடி விழுந்தாலும் என்ன ஆயிடப்போவுது? நடக்க வேண்டியது எல்லாம்தான் நடந்துபோச்சே" என்று அழுதாள்.

"ஒரு எரநூறு கொடு" என்று முருகன் கேட்டான். 'எதுக்கு?' என்பதுபோல் வசந்தா முருகனைப் பார்த்தாள். "எந்த எடத்தில வந்து எப்படிக் குந்திருக்கன்னு தெரிய வேணாம்? சாவு வீட்டுலயும் சாராயம்

குடிக்க பணம் கேக்கறதுக்கு எப்படித்தான் மனசு வருமோ" என்று நினைத்தாலும் ராஜவேலுவிடம் பணத்தைக் கொடுக்கச் சொன்னாள். முருகன் மீதுதான் கோபம் என்றில்லை. மேலக்கோட்டையிலிருந்து வந்திருந்த ஐந்து பேரின் மீதுமே அவளுக்குக் கோபம் இருந்தது. அதே நேரத்தில் ஐந்து பேராவது வந்தார்களே என்ற எண்ணமும் இருந்தது. வந்திருக்கிற ஐந்து பேரை அழைத்துக்கொண்டு வருவதற்காக ஒவ்வொரு வீட்டுக்கும் குறைந்தது மூன்று, நான்கு முறையாவது நடந்திருப்பாள். 'பொழப்ப வுட்டுட்டு தெனம் டேசன்ல வந்து குந்தியிருக்க முடியுமா?' என்று ஒரு சிலர் கேட்டனர். ஒரு சிலர் 'போ வர்றன்' என்று சொன்னதோடு சரி. தலைவர் வீட்டுக்குத்தான் அதிகம் நடந்தாள். காவல் நிலையத்திற்கு நான்கு நாட்களாக வந்துகொண்டிருக்கும் ஆட்களுக்குக் காலை டிபன், மதியச் சாப்பாடு, டீ, சிகரெட், பிராந்திக்கு என்று பணம் கொடுத்தாள். அதோடு தலைக்கு ஐநூறு என்று ஒவ்வொரு நாளும் கொடுத்தாலும் காவல் நிலையத்திற்கு வந்த ஒரு மணிநேரம் வரையிலும்தான் பேசாமல் இருப்பார்கள். பிறகு, 'நேரமாவுது நேரமாவுது' என்று சொல்லிப் புலம்ப ஆரம்பிப்பார்கள். அப்படிப் புலம்ப ஆரம்பிக்கும்போதெல்லாம், 'போயி டீ குடிச்சிட்டு வாங்க' என்று சொல்லி நூறு ரூபாய் கொடுப்பாள். சிறுநீரகக் கோளாறால் வயிறு வீங்கிப்போய் இரண்டு மாதத்திற்கு முன் இறந்துபோன தன்னுடைய கணவன் குருமூர்த்தி உயிருடன் இருந்திருந்தால் தனியாக வந்து உட்கார்ந்திருக்க வேண்டிய நிலை வந்திருக்காதே என்று நினைத்தாள். குருமூர்த்தியை நினைத்து அழுதாள். குருமூர்த்திக்கு அண்ணன் - தம்பி, அக்கா - தங்கை என்று யாருமில்லை. வசந்தாவுக்கு ஒரே தங்கை கண்ணகி மட்டும்தான். தனியாளாக இருக்கிறோமே என்று வருத்தப்பட்டு அழுதாள். அப்போது, "காலயிலிருந்து வந்து குந்தியிருக்கம் போலீஸ் ஏன் நம்பளக் கூப்பிட்டு விசாரிக்கல?" என்று கண்ணகி கேட்டாள்.

"நாலு அஞ்சி நாளா இதே கூத்துத்தான் நடக்குது. 'காலயில வா'னு சொல்லுவாங்க. பொழுது போனதும், 'நாளக்கிக் காலயில வா'னு சொல்லுவாங்க. இன்னவர, 'என்னா ஏது'னு ஒரு வாத்த கேக்கல. எம்மாம் பணத்தக் கொடுத்திருப்பான் கொலகாரப் பய. எம் புள்ளயக் கொன்னுப்புட்டு எப்பிடி நிக்குறான் பாரு. திருட்டுப் பய" என்று சொல்லி செல்வதுரையைத் திட்டினாள் வசந்தா.

"ஊருக்குப் போயிட்டு நாளக்கி வரலாமா?" என்று ரமணி கேட்டான். அதற்கு எந்தப் பதிலும் சொல்லாமல் இருந்தாள் வசந்தா.

முகத்தைச் சுளித்துக்கொண்டே, ''இன்னிக்கும் வேலக்கி ஆவும்னு தெரியல. விசயத்த ஆறப் போடுறாங்கன்னு நெனைக்கிறன்'' என்று சொன்னான். ரமணிக்குப் பக்கத்தில் நின்றுகொண்டிருந்த சக்திவேல், ''நம்பளுக்குப் பொழப்பு இல்லியா? தெனம்தெனம் டேசன்ல வந்து குந்தியிருக்கிறதா வேல?'' என்று சலிப்புடன் கேட்டான்.

வசந்தாவும் கண்ணகியும் உட்கார்ந்திருந்த இடத்திலேயே உட்கார்ந் திருந்தனர். ஆண்கள் எல்லாம் அரச மர நிழலுக்கு வருவதும், டீக் கடைக்கு, பெட்டிக் கடைக்குப் போவதுமாக இருந்தனர். காலையிலிருந்து ஒருவாய் தண்ணீர்கூடக் குடிக்காமல் இருந்தது வசந்தாவும் கண்ணகி யும்தான். மற்றவர்கள் எல்லாம் மதியத்திற்குப் பிரியாணிதான் வேண்டும் என்று கேட்டு சாப்பிட்டார்கள்.

நான்கு பெண்கள், ஏழெட்டு ஆண்கள் என்று கூட்டமாகக் காவல் நிலையத்தை நோக்கி வந்தார்கள். வந்த வேகத்தில் நேராக காவல் நிலையத்திற்குள் அவர்கள் போனதைப் பார்த்த கண்ணகி நாமும் போகலாமா என்று யோசித்தாள்.

மூன்று மணி வாக்கில் ஆய்வாளர் வந்தார். உடனே செல்வதுரைக் காக வந்திருந்த வக்கீல்களும் அன்புச்செல்வனும் ஆய்வாளரின் அறைக்குள் போனார்கள். சிறிது நேரம் கழித்து வக்கீல்கள் வெளியே வந்ததும், ஒரு காவலர் வந்து, ''ஐயா கூப்புடுறாரு'' என்று சொன்னதும், அவசர அவசரமாக எழுந்து வசந்தாவும் கண்ணகியும் ஆய்வாளர் அறையை நோக்கி ஓடினார்கள்.

''கேசு நடத்தப் போறியா?'' என்று முதல் கேள்வியாக ஆய்வாளர் கேட்டார். என்ன பதில் சொல்வது என்று தெரியாமல் குழம்பிப்போன வசந்தா சாமி சிலையின் முன் விழுந்து கும்பிடுவதுபோல நெடுஞ்சாண் கிடையாக விழுந்து கும்பிட்டு, ''எம் புள்ளயக் கொன்னுட்டான் சாமி'' என்று சொல்லி அழுதாள்.

''எழுந்திரு'' என்று ஆய்வாளர் சொன்னார். வசந்தாவையே கூர்ந்து பார்த்தார். ''கேசு நடத்தப் போறியா?'' என்று முன்பு கேட்ட கேள்வி யையே திரும்பவும் கேட்டார்.

''அஞ்சாவது படிச்சிக்கிட்டிருந்த பையன் சாமி'' என்று வசந்தா சொன்னதற்கு ஆய்வாளர் எதுவும் பேசாமல் இருந்தார்.

''ரெண்டு மாசத்துக்கு முன்னாலதான் எம் புருசன் செத்திட்டாரு'' என்று சொல்லும்போதே வசந்தாவின் கண்கள் நிறைந்துவிட்டன. காதில், கழுத்தில், மூக்கில் ஒரு பொட்டு தங்கம்கூட இல்லாமல்

அழுதுகொண்டிருந்த வசந்தாவையும் பக்கத்தில் நின்றுகொண்டிருந்த கண்ணகியையும் ஏற இறங்கப் பார்த்த ஆய்வாளர், "வசதி இருக்கா?" என்று கேட்டார். அதற்கு வசந்தா பதில் சொல்லவில்லை. அழ மட்டுமே செய்தாள்.

"அன்னன்னிக்கி வேலக்கிப் போனாத்தான் அடுப்பெரியும் சார்" என்று கண்ணகி சொன்னாள்.

"ஒன்னால கேசு நடத்த முடியுமின்னா இப்பவே அவன ரிமாண்ட் பண்ணிடுறன்."

"செய்ங்க சாமி" என்று வசந்தா சொன்னாள்.

"அவன் ஜெயிலுக்குப் போவணும் சார்" என்று கண்ணகி சொன்னாள்.

"கோர்ட், கேசுன்னு அலய முடியுமா?"

"நீங்கதான் எனக்கொரு நல்லது செய்யணும் சாமி" என்று சொல்லி அழுதுகொண்டே தரையில் விழுந்து கும்பிட்டாள்.

காய்ந்துபோன கருப்பங்கழி போன்றிருந்த வசந்தாவின் தோற்றத்தையும் அழுகையையும் பார்த்த ஆய்வாளருக்கு என்ன தோன்றியதோ ஒரு காவலரைக் கூப்பிட்டு செல்வதுரையை அழைத்துக்கொண்டு வரச் சொன்னார். செல்வதுரை வந்து வாசலில் நின்றதும் ஆய்வாளரின் முகம் மாறிவிட்டது.

"ஒன்னயெல்லாம் எவன்டா வாத்தியாரு வேலக்கிப் போட்டான்? ராஸ்கல். புள்ளைங்களுக்குப் பாடம் நடத்துடான்னா நீ என்னா காரியம் செஞ்சியிருக்க? நீ மனுசனா மிருகமாடா? ஒரு வாத்தியாரு செய்யுற வேலயாடா இது? இப்பவே சி.இ.ஓ.கிட்ட சொல்லி ஒன்னெ சஸ்பெண்ட் பண்ண சொல்றன். ஒன்னெ மாரி பயலுகளையெல்லாம் ரிமாண்ட் பண்ணி ஜெயிலுக்கு அனுப்புனாத்தான் சரியா இருப்பிங்க. ஆறு மாசம் வேல இல்லாம இருந்தாத்தான் புத்தி வரும். தப்பு செஞ்சதும் இல்லாம அஞ்சு வக்கீலோட வந்து நிக்குற. ராஸ்கல். ஓங்கிட்ட அவ்வளவு பணம் இருக்கா? ஒனக்கெல்லாம் சப்போட்டுக்கு வராணுவ பாரு. ஒன்னெப் பாத்தா வாத்தியாரு மாதிரி தெரியல. கஞ்சா விக்கிற பய மாதிரி தெரியுற. வெளிய இரு. ஒன்னெ அப்பறம் விசாரிக்கிறன். முன்னால நிக்காத. போ எட்ட. நாய்" என்று சொல்லிச் சத்தம்போட்டார். செல்வதுரை போன பிறகு, "சொல்லு" என்று வசந்தாவிடம் சொன்னார்.

"எம் புள்ளயக் கொன்னுட்டான் சாமி. அவன் ஜெயிலுக்குப் போவணும்" என்று சொல்லி வசந்தா முடிப்பதற்குள் குறுக்கிட்ட கண்ணகி,

''எங்க பையன வீணாக்குன மாதிரி எத்தன பசங்கள வீணாக்குனான்னு தெரியல. வெளிய சொல்ல முடியாம எத்தன பசங்க இருக்காங்கன்னு தெரியல சார். பள்ளிக்கூடத்தில வந்து விசாரிங்க. அப்பத்தான் உண்மதெரியும். அவனோட திருட்டுத்தனம் வெளிய வரும். தடி மாடு மாதிரி இருந்துகிட்டு என்னா காரியம் செஞ்சியிருக்கான்?'' என்று சொன்னாள். வசந்தாவுக்குத்தான் காவல் ஆய்வாளரின் முன் நின்றுகொண்டிருக்கிறோம் என்ற பயம் இருந்தது. வசந்தாபோல் கண்ணகி பயப்படவில்லை.

''போன மாசம் நாலாவது படிக்கிற பொண்ண ஒரு வாத்தி பய வீணாக்கிப்புட்டான்னு ஒரு கேசு வந்துச்சி. வேலக்கி வந்து ஆறு வருசம்தான் ஆவுது. அதுக்குள்ளார மூணு எடத்துக்கு மாத்திட்டாங்க. அப்பவும் அவன் திருந்தல. ஓலகம் முழுக்க சின்னப் புள்ளைகளயும் பசங்களயும் வீணாக்குற இந்த மாதிரியான திருட்டுப் பசங்க இருக்காணுவ. அதுல அவனுங்களுக்கு ஒரு இன்ட்ரஸ்ட். என்னா செய்யுறது? மனநோய்தான். ரெண்டாயிரத்து இருவதிலயும் வாத்தியாருங்க இப்பிடி இருந்தா நாடு எப்பிடி உருப்படும்?'' என்று பொறுமையாகச் சொன்னார் ஆய்வாளர்.

''ரெண்டு, மூணு மாசமா, 'நான் பள்ளிக்கூடத்துக்குப் போவ மாட்டன்'னு சொல்லிக்கிட்டு இருந்தான். நான்தான் அடிச்சி அனுப்புவன். அன்னிக்கும் அப்படித்தான், 'பள்ளிக்கூடத்துக்குப் போவல'ன்னு சொன்னான். புள்ள எதுக்குச் சொல்லுதுன்னு தெரியாம அடிச்சி இழுத்துக்கிட்டுப் போயி வுட்டன் சாமி. எம் புள்ளக்கி இவன் எமனா வந்திட்டான் சாமி'' என்று சொன்ன வசந்தா, ஆய்வாளரின் முன்பு நின்றுகொண்டிருக்கிறோம் என்பதுகூட மறந்துபோய் வீட்டில் இருப்பது போல் வாய்விட்டுக் கதறி அழுதாள். அழுகைச் சத்தம் கேட்டு இரண்டு, மூன்று காவலர்கள், மேலக்கோட்டை ஆட்கள் என்று வந்து எட்டிப் பார்த்துவிட்டுப் போனார்கள்.

வசந்தா கதறி அழுததைப் பார்த்த ஆய்வாளருக்கு என்ன தோன்றியதோ, ''வெளிய இரு கூப்புடுறன்'' என்று சொன்னார். ''சாமிதான் எனக்கு நல்லது பண்ணனும். எம் புருசன் செத்தப்ப எம் மவனத்தான் நம்பியிருந்தன். இப்ப அவனும் மண்ணுக்குள்ளாரப் போயிட்டான். எட்டு வயசிலயும் ஏழு வயசிலயும் ரெண்டு பொட்ட புள்ளய வச்சிக்கிட்டு நடுத்தெருவுல நாராயணா, கோவிந்தான்னு நிக்குறன். எனக்கும் எம் புள்ளைங்களுக்கும் ஒரு வழியக் காட்டுங்க சாமி'' அழுதுகொண்டே மனம் நொந்த நிலையில் சொன்ன வசந்தா விழுந்து கும்பிட்டாள். வசந்தாவின் இடுப்புச் சீலை நழுவியிருந்ததையும் உடல் நடுங்குவதையும் பார்த்த ஆய்வாளர், ''கூட்டிக்கிட்டுப் போ'' என்று சொன்னார்.

தரையில் கிடந்த வசந்தாவைத் தூக்கி நிறுத்தி வெளியே அழைத்துக் கொண்டு வந்தாள் கண்ணகி.

''ஏ அந்த வாத்திப் பயலக் கூப்புடு'' என்று சத்தமாகச் சொன்னார். செல்வதுரை வந்து வாசலில் நின்றதும் ஆய்வாளருக்கு எங்கிருந்து தான் அவ்வளவு கோபம் வந்ததோ, காட்டுக்கத்தலாகக் கத்தி, ''ஏண்டா தேவிடியா பயல, ஒனக்குப் பொட்டச்சியே கெடைக்கலியா? புள்ளக் காரி வந்து புள்ள வேணுமின்னு கேக்குறாளே. என்னடா சொல்லப்போற? பொறம்போக்குப் பயல. ஒன்னயெல்லாம் காயடிச்சி வுட்டாத்தான் சரியா வருவ, ராஸ்கல்'' என்று சொல்லிக் கெட்டகெட்ட வார்த்தைகளில் திட்ட ஆரம்பித்தார். உலகத்திலேயே தான்தான் நல்லவன் என்பது மாதிரி செல்வதுரை கையைக் கட்டியபடி நின்றுகொண்டிருந்தான். அவனுடைய முகத்தைப் பார்க்கப்பார்க்க வசந்தாவுக்கு மண்டை கொள்ளாத கோபம் வந்தது. நறநறவென்று பல்லைக்கடித்தாள். கெட்ட வார்த்தை சொல்லித் திட்டினாள்.

ஆய்வாளரின் அறைக்குப் பத்திருபதடி தூரம் தள்ளி நின்றுகொண் டிருந்த வசந்தாவுக்கும் கண்ணகிக்கும் ஆய்வாளர் திட்டுகிற ஒவ்வொரு வார்த்தையும் தெளிவாகக் கேட்டது. செல்வதுரையை ஆய்வாளர் திட்டு கிற விதத்தை வைத்து நிச்சயம் அவனை ஜெயிலுக்கு அனுப்பிவிடுவார் என்று வசந்தா முழுமனதாக நம்பினாள்.

''நல்லாத் திட்டட்டும்'' என்று சொன்ன கண்ணகி ஆய்வாளரின் அறைக்குச் சற்றுத் தள்ளி மூன்று நான்கு பெண் காவலர்களும், ஆண் காவலர்களும் சிரித்துப் பேசிக்கொண்டிருப்பதைப் பார்த்தாள்.

செல்வதுரைக்காக வந்திருந்த வக்கீல்கள் ஆய்வாளரின் அறைக்குள் போனார்கள். ''நீங்களும் போங்க'' என்று ரமணி, அன்புச்செல்வனை ஆய்வாளரின் அறைக்குள் அனுப்பினான். சிறிது நேரம் கழித்து செல்வ துரையுடன் வந்திருந்த ஆசிரியர்களையும் மேலக்கோட்டையிலிருந்து வசந்தாவுக்காக வந்திருந்த ஆட்களையும் கூப்பிட்டு விசாரித்தார் ஆய் வாளர். பிறகு எல்லாரையும் வெளியே அனுப்பிவிட்டு மீண்டும் வசந் தாவைக் கூப்பிட்டார்.

''கேசு நடத்தப் போறியா வாபஸ் வாங்கப் போறியா?''

''எம் புள்ளயக் கொன்னுட்டான் சாமி.''

''கொல செஞ்சான்னு கேசு போட முடியாது. சாவுக்குத் தூண்டுதலா இருந்தான்னுதான் போடலாம்.''

''அவன் ஜெயிலுக்குப் போவணும் சார்'' என்று கண்ணகி அழுத்தம் திருத்தமாகச் சொன்னாள்.

''அவன ஜெயிலுக்கு அனுப்புறது பெரிசில்ல. வக்கீல் ஆபிஸ், கோர்ட் டுன்னு நீங்களும்தான் அலயணும். வாபஸ் வாங்கினா இன்னியோட தலவலி வுட்டுடும். கேசுன்னா அலஞ்சி சாவணும். பணமும் செலவு ஆவும். எது வேணுமின்னு சொல்லு. கேசுதான் வேணுமின்னா, எனக்கு ஒரு கையெழுத்துதான். புரியுதா? ஒன்னெ அலயவுட நான் விரும்பல. ஒரு லட்சம் தர்றங்கிறான். வாங்கிக்கிறியா?''

''அவன் ஒரு நாளாச்சும் ஜெயிலுக்குப் போவணும் சாமி'' என்று சொல்லி வசந்தா கையெடுத்துக் கும்பிட்டாள்.

''கேசுன்னா நீதான் அதிகம் செலவு செய்யணும். வாபஸ்ன்னா ஒனக்கு ஒரு பைசா செலவு இல்ல. அவன் கொடுக்கிற பணத்த வாங்கிக்கிட்டுப் போயிடலாம். எது வேணுமின்னு யோசிச்சு சொல்லு. பத்து நிமிஷம் டைம் தர்றன்'' என்று சொல்லி வசந்தாவையும் கண்ணகியையும் வெளியே அனுப்பினார். ஆய்வாளரின் பேச்சு செல்வதுரை ஜெயிலுக்குப் போக மாட்டானோ என்ற சந்தேகத்தை உண்டாக்கிற்று. செல்வதுரை ஜெயிலுக்குப் போக வேண்டும் என்று குலதெய்வத்திடம் வேண்டிக் கொண்டாள் வசந்தா.

வசந்தாவும் கண்ணகியும் அரசமர நிழலுக்கு வந்தனர். பின்னா லேயே அன்புச்செல்வனும் மேலக்கோட்டை ஆட்களும் வந்தனர்.

வசந்தாவுக்குப் பக்கத்தில் உட்கார்ந்து அக்கறையுடன் பேசுவது மாதிரி தணிந்த குரலில், ''வாத்தியாரு ஒரு லட்சம் தர்றங்கிறாரு. கேசா, செக்காங்கிறத நீங்கதான் முடிவு பண்ணனும். கேசப் போட் டாலும் ரிமாண்ட் பண்ணாலும் மறுநாளே ஜாமீன்ல வெளிய வந்திடு வாரு. கேசு பல வருசம் போவும். தீர்ப்பு வந்தாலும் கீழ்கோர்ட்டு, மேல்கோர்ட்டு, ஹை கோர்ட்டுன்னு இழுத்துக்கிட்டுக் கெடக்கும். பையன அவரு அடிச்சிக் கொல்லல. பையன் தானா ஓடிப்போயித்தான் பஸ்ஸில மோதிச் செத்திருக்கான். கேசு நிக்காது. கீழ்கோர்ட், மேல் கோர்ட், ஹை கோர்ட்டுன்னு வாத்தியாரு மட்டும் போவ மாட்டாரு. நீங்களும்தான் போகணும். நீங்க வக்கீல வச்சி வாதாடவாதாடத் தான் கேசு இழுத்துக்கிட்டு இருக்கும். நீங்க ஒரு வாய்தாவுக்குப் போக லன்னாலும் கேசு அவரு பக்கம் தீர்ப்பாயிடும். பாத்துக்குங்க'' என்று சொல்லி அன்புச்செல்வன் முடிப்பதற்குள் குறுக்கிட்ட கண்ணகி, ''அதுக் காக அவன அப்படியே வுட்டுடணுமா?'' என்று கேட்டாள்.

''சும்மா வுட வேணாம். ஒரு லட்சம் பணம் வாங்கிடலாம்.''

''ஒரு லட்சமும் எம் புள்ளயும் ஒண்ணா?'' என்று ஆத்திரத்துடன் கேட்டாள் வசந்தா.

''ஒங்கிட்ட பணம் இருக்குன்னு சொல்லுங்க. கேச நடத்திடலாம். எனக்கும் பணம் வந்த மாதிரி இருக்கும்'' என்று சொன்ன அன்புச் செல்வன் லேசாகச் சிரித்தான்.

''அவன் ஜெயிலுக்குப் போனாத்தான் எம் மனசு ஆறும்'' என்று கடுமையான குரலில் சொன்னாள் வசந்தா.

''நீ பெட்டிசன் கொடுத்திட்டங்கிறதுக்காக யாரயும் புடிச்சி ஒடனே ஜெயில்ல போட மாட்டாங்க. சட்டம்ன்னு ஒண்ணு இருக்கு. நட முறன்னு ஒண்ணு இருக்கு. வாத்தியாரு எத்தன வக்கீலோட வந்திருக் காரு பாத்தில்ல'' என்று சொன்ன அன்புச்செல்வன் தன் தலைமுடியை ஒரு முறை கோதிவிட்டுக்கொண்டான். முன்பைவிடப் பக்குவமான குரலில் சொன்னான். ''நீங்க எப்பிடித்தான் கேசு கொடுத்தாலும் ஒரு நாளுதான் ஜெயிலுக்குப் போவாரு. மறுநாளே ஜாமீன்ல வெளிய வந்துடுவாரு.''

''எம் புள்ளய வீணாக்குன்னு சட்டம் அவனுக்குச் சொல்லுச்சா? பரவாயில்ல. ஒரு நாளாவது அவன் ஜெயில்ல இருக்கட்டும்'' என்று வீம்பாகச் சொன்னாள் வசந்தா.

''நான் சொல்றது ஒனக்குப் புரியல. ஸ்டேசன், கோர்ட்டு, கேசு எல் லாம் காசு உள்ளவங்களுக்குத்தான். நீ அழுவுறத ஸ்டேசனும் பாக்காது. கோர்ட்டும் பாக்காது. புரியுதா? கோர்ட்டுக்கு உண்ம, பொய்யிங்கிறது முக்கியமல்ல. சாட்சி வேணும். நிஜமா இருந்தாலும் சாட்சி வேணும். வாத்தியாரு கொடுக்கிற பணத்த வாங்கிக்கிறதுதான் நல்லது'' என்று சொல்லி முடிப்பதற்குள், ''எனக்குப் பணம் வேணாம்'' என்று ஒரே தீர்மானமாகச் சொன்னாள் வசந்தா.

''அப்படின்னா போயி இன்ஸ்பெக்டர்கிட்ட சொல்லிடு. ஸ்டேசன்ல கேக்குற பணத்தக் கொடு. கேசு போட்டுடுவாங்க'' என்று சொல்லி விட்டுச் சட்டென்று எழுந்து நின்றான்.

''எதுக்குப் பணம்?'' என்று கண்ணகி கேட்டாள்.

''நீ கொடுத்த பெட்டிசன மட்டும் வச்சி கேசப் போட்டு வாத்தியார ஜெயிலுக்கு அனுப்பிடுவாங்களா? அததுக்குன்னு ஒரு ரேட்டு இருக்கு.

அதக் கொடுத்தாத்தான் வேல நடக்கும்'' என்று கிண்டலாகச் சிரித்த அன்புச்செல்வன், ''என்னா தலைவரே. ஒங்களுக்கும் விஷயம் தெரி யாதா?'' என்று ரமணியைப் பார்த்துக் கேட்டான்.

வசந்தாவுக்கு அன்புச்செல்வன் சொன்னது புரியவில்லை. பிள்ளை யைப் பறிகொடுத்துவிட்டு நின்றாலும் பணம் கொடுத்தால்தான் வழக்கு போடுவார்கள் என்பதை அவளால் நம்ப முடியவில்லை. காசு கொடுத்து அழைத்துக்கொண்டு வந்த வக்கீலே இப்படிப் பேசுகிறானே என்று ஆச்சரியமாக இருந்தது. செல்வதுரையிடம் பணம் வாங்கிகொண்டு பேசு கிறானோ என்ற சந்தேகமும் வந்தது.

''ஒரு முடிவுக்கு வாங்க வக்கீலு'' என்று ரமணி சலிப்புடன் அன்புச் செல்வனிடம் சொன்னான்.

''ஒரு லட்சம்ங்கிறதக் கூடுதலாக் கொஞ்சம் கொடுன்னு கேக்கலாம்'' என்று அன்புச்செல்வன் சொன்னதும், ''வாங்க போயிப் பேசிப்பாக்க லாம்'' என்று சொல்லிவிட்டு அன்புச்செல்வனை அழைத்துக்கொண்டு செல்வதுரையிடம் போனான் ரமணி. அவர்களோடு ராஜவேலுவும் மற்ற நான்கு பேரும் போனார்கள்.

''யாரு வச்ச செய்வினயோ. ரெண்டு மாசத்துக்கு முன்னால எம் புருசன் செத்தான். இப்ப எம் புள்ளயும் போயிடிச்சி. நான் பெத்த மூணு புள்ளயில அவன் ஒருத்தன்தான் முகவடுத்தமாவும், செவசெவன்னும், கண்ணுக்கு லட்சணமாவும் இருந்தான். அவன் முகவாட்டம்தான் அவனச் சாவடிச்சிடிச்சி'' என்று சொல்லி வசந்தா அழ ஆரம்பித்தாள்.

''அழுதுஅழுது நீ செத்துப்புடாத. காலயிலிருந்து ஒருவாய் பச்சத் தண்ணிகூட வயித்துக்குள்ளாரப் போவல. தொண்ட அடைக்கிது பாரு'' என்று கண்ணகி சொன்னாள்.

''மண்ணுல போடவா எம் புள்ளய மாருல தூக்கி வளத்தன்? பாடயில போகவா எம் புள்ளயப் பாலூட்டி வளத்தன்? எம் புள்ள அம்மான்னு கூப்புடலியே அழுத வாயி மூடலியே.''

''விடுக்கா. அழுவறதுக்குக்கூட ஒனக்குத் தெம்பில்ல.''

''ஓடித் திரிஞ்ச கால இப்ப மண்ணு தின்னுடுச்சி. பேசி சிரிச்ச வாய இப்ப மங்கரயான் தின்னுடுச்சி.''

''வீட்டுலப் போயி அழுதுக்கலாம் பேசாம இருக்கா'' என்று கண்ணகி சொல்லி வசந்தாவை ஆறுதல்படுத்த முயன்றாள்.

> "கல்லுல நடந்தா கால் நோகிப் போகுமின்னு - எம் புள்ளயக்
> கையில வச்சி நான் வளத்தன்
> புல்லுல நடந்தா புண்ணாகிப் போகுமின்னு - எம் புள்ளய
> மாருல வச்சி நான் வளத்தன்
> வெயிலுல நடந்தா நெறம் மங்கிப் போகுமின்னு - எம் புள்ளய
> சீலயாலக் குட புடிச்சி நான் வளத்தன்
> காத்துல கரஞ்ச கற்பூரமாயிடிச்சே எம் புள்ள."

"ஒனக்குப் பேசறதுக்கே தெம்பில்ல. எப்பிடித்தான் அழுவ மட்டும் முடியுதோ" என்று சொன்ன கண்ணகி வசந்தாவுக்குப் பக்கத்தில் உட்கார்ந்துகொண்டு தன்னுடைய முந்தானையால் வசந்தாவின் முகத்தையும், கண்களிலிருந்த பீளையையும், அழுதுஅழுது நுரை தள்ளி யிருந்த வாயையும் துடைத்துவிட்டாள். வசந்தாவைப் பார்க்கப்பார்க்க கண்ணகிக்கும் அழுகை பொங்கிக்கொண்டு வந்தது. இரண்டு மாதத் திற்கு முன் பார்த்தபோது இருந்த உடம்பில் இப்போது பாதிகூட இல்லை. கை கால்களெல்லாம் குச்சிகுச்சியாக இருந்தன. மார்பகங்கள் இருந்த இடத்தில்கூட இப்போது சதை இல்லை. வயது முப்பத்து ஆறுதான். ஆனால், எழுபது, எண்பது வயதுக் கிழவிபோல் இருந்தாள்.

"அழுவாத அழுவாத" என்று சொல்லிக்கொண்டே கண்ணகியும் அழுதாள்.

ஆய்வாளரின் அறைப் பக்கமிருந்து வந்த ரமணி, "வாத்தியாரு கொடுக்கிற பணத்த வாங்கிக்கிட்டுப் போறதுதான் நல்லது. நீ என்ன சொல்ற?" என்று கேட்டதுதான், வசந்தாவிற்குத் தலை கொள்ளாத கோபம் வந்துவிட்டது. ஆத்திரத்தில், "வாத்தி பய எம்மாம் பணம் கொடுத்தான்?" என்று கேட்டாள்.

"நான் பணத்துக்காகத்தான் வந்தனா? பணம் வாங்கிக்கிட்டுத்தான் பேசுறனா?" என்று சத்தமாகக் கேட்டான் ரமணி.

"அவங்கஅவங்க புள்ள செத்துப்போனாத்தான் அவங்கஅவங்களுக்கு வலிக்கும்" என்று சொன்ன வசந்தா மூக்கிலிருந்து வழிந்த சளியை முந் தானையால் துடைத்தாள்.

"வாய் இருக்குன்னு பேசாத" என்று சொல்லி முறைத்தான். பிறகு ஆய்வாளரின் அறைக்கு வெளியே நின்றுகொண்டிருந்த செல்வதுரை யையும் அவனுடைய பொண்டாட்டியையும் பார்த்துவிட்டு, "ஒரே

சாதிக்காரனா இருக்கான். இல்லன்னா உண்டு இல்லன்னு பாத்திடுவன்'' என்று சொன்னான்.

''சாதி ஒத்துமயிலியா எம் புள்ளயக் கொன்னான்?'' ஆங்காரத்துடன் கேட்டாள் வசந்தா.

''சாதிக்காரன். பாத்துச் செய்யுங்கன்னு வாத்தியும் அவன் பொண் டாட்டியும் கால்ல விழுந்து கும்புடுறாங்க. வேல போயிடும்ன்னு சொல் றாங்க.''

''கொலகார நாயெல்லாம் எதுக்குச் சாதிய இழுக்குது? சாதி எம் புள்ளய உசுரோட கொண்டாருமா? திருட்டுத்தனம் செய்யுற நாயெல்லாம் சாதியச் சொல்லித்தான் தப்பிக்கப்பாக்குது. அவனுக்கு வேல போனா எனக்கென்னா? எம் புள்ளய வீணாக்கும்போது சாதி தெரியலியா அந்த நாயிக்கி? சாதியப் பத்தி பேசுனான்னா அவன முறத்தாலியே அடிப்பன்'' என்று ஆங்காரமாகக் கத்தினாள் வசந்தா.

''போலீஸ்காரங்க, வக்கீலுங்க என்னா பேசுறாங்கன்னு தெரியாமப் பேசாத'' என்று சொல்லி ரமணி முறைத்தான்.

''வக்கீலுவோ, போலீஸெல்லாம் கூட்டுசேந்துகிட்டுப் பேசுறாங்கன்னு எங்களுக்குத் தெரியாமியா இருக்கு?'' என்று கோபமாக கண்ணகி கேட்டாள். அப்போது ஆய்வாளரின் அறையிலிருந்து ராஜவேலு வந்தான்.

''ரெண்டு லட்சம் வாங்கித் தர்றன்னு இன்ஸ்பெக்டரு சொல்றாரு'' என்று ராஜவேலு சொல்லி முடிப்பதற்குள், ''பெத்தவன் இருந்தா இப்படி வந்து சொல்லுவானா?'' என்று வசந்தா கேட்டாள். அவன் எதுவும் பேசாமல் நின்றுகொண்டிருந்தான்.

''நீ கேச நடத்திக்க. நாங்க வீட்டுக்குப் போறம்'' என்று சொல்லி விட்டுத் தூரமாகப் போனான் ரமணி. அவனைச் சமாதானம்செய்து அழைத்துக்கொண்டுவருவது பெரும் பாடாக இருந்தது ராஜவேலுவுக்கு.

ரமணி கோபித்துக்கொண்டதும் போதையில் இருந்த முருகனும் சக்திவேலுவும் வசந்தாவிடம் சத்தம்போட்டனர். ''தெனம் டேசனுக்கு வந்துகிட்டு இருக்கிறதா எங்களுக்குப் பொழப்பு?'' என்று கேட்டு முறைத்தான் முருகன். சக்திவேல் வாய்க்குவந்தபடி பேசினான். ''கேச இன்னியோட முடிச்சிக்கணும்'' என்று எச்சரிக்கை செய்தான்.

''நீ கேச நடத்திக்க. நாங்க கௌம்புறம்'' என்று சொக்கலிங்கம் சொன் னான். அவன்தான் வசந்தாவுக்குப் பங்காளி. வழக்கை முடிக்க வேண்டும்

என்று காலையிலிருந்து அவன்தான் வாய் ஓயாமல் சொல்லிக்கொண்டிருந்தான்.

வசந்தாவுக்கு என்ன செய்வதென்றே தெரியவில்லை. உதவிக்கு வந்த ஆட்களே எதிராகப் பேசுவது அவளுக்கு வியப்பாக இருந்தது. ஆய்வாளர் சொல்வது, அன்புச்செல்வன் சொல்வதுதான் நிஜமா? கோர்ட்டுக்குப் போனால் செலவாகுமா, வழக்கு நிற்காமல் போய்விடுமா? விஜயகுமாரின் சாவுச் செலவிற்கு, செல்வதுரை வீட்டிற்குப் போனதற்கு, நான்கு நாட்களாகக் காவல் நிலையத்திற்கு வந்ததற்கு என்று முப்பதாயிரத்திற்கும் மேல் செலவாகிவிட்டது. முப்பதாயிரத்தையும் கடன் வாங்கிதான் செலவு செய்தாள். முப்பதாயிரத்தை எப்படி அடைப்பது என்று நினைத்ததுமே அவளுக்கு மயக்கம் வருவதுபோல் இருந்தது. 'காசு உள்ளவங்களுக்குத் தான் டேசன், கோர்ட்டு எல்லாம் பேசுமா?' என்று யோசித்ததுமே அவளுடைய கண்களிலிருந்து கண்ணீர் கொட்டியது. வசந்தா அழுவதைப் பார்த்த ரமணி பரிதாபமான குரலில், "ஒனக்குக் கெடுதல் செய்வமா? குடும்ப நெலவரத்தையும் யோசிக்க வேணாமா?" என்று கேட்டான்.

"ஓம் புள்ள செத்தா பணம் வாங்கிக்கிட்டுத்தான் போவியா?" என்று வசந்தா கேட்டதும், "அப்பறம் ஒன்னிஷ்டம்" என்று சொல்லிவிட்டுப் போய்ச் சற்றுத் தள்ளி நின்றுகொண்டான் ரமணி.

"கேசு கேசுங்கிறியே கேசு நடத்த ஒங்கிட்ட என்னா இருக்கு?" என்று முருகன் கேட்டது வசந்தாவுக்கு முகத்தில் செருப்பால் அடித்ததுபோல் இருந்தது.

"என்னா செய்யுறது?" என்று ராஜவேலு கேட்டான். அவனை முறைப்பதுபோல் பார்த்த வசந்தா, "பொட்டச்சிக்கிட்ட வந்து என்னா செய்யுறதின்னு கேட்டா என்னா அர்த்தம்?" என்று கேட்டு வசந்தா முறைத்தாள்.

"வாபஸ் வாங்குறதுதான் நல்லது. கேசு போட்டாலும் நிக்காது. கேசு போடலாம். ஆனா, ரிமாண்ட் பண்ண முடியாதின்னு இன்ஸ்பெக்டரு சொல்லிட்டாரு" என்று ராஜவேலு சொன்னதும், "அவன் ஜெயிலுக்குப் போவ மாட்டானா? அவன் அவ்வளவு நல்லவனா? ஒரு உசுரக் கொன்ன பாவிக்கு எல்லாரும் சப்போட் பண்றாங்களே. கடவுளே. எல்லாத்தையும் நீயும்தான் பாத்துக்கிட்டிருக்க?" என்று பரிதாபமான குரலில் கேட்டாள்.

"கேசு நடத்தி, தீர்ப்பு வந்தாதான் தெரியுமாம்."

''அட பாழும் ஓலகமே'' என்று சொன்னாள். தலையில் அடித்துக் கொண்டாள். அப்போது ஆய்வாளரின் அறைப் பக்கமிருந்து வேகமாக வந்த அன்புச்செல்வன், ''சமாதானமின்னா எழுதி வாங்கியாரச் சொல் றாரு. கேசுன்னா நாளக்கி வரச் சொல்றாரு. அஞ்சு நிமிஷத்தில பதில் சொல்லச் சொன்னாரு. பொண்டாட்டிக்காரி கள்ளக் காதலனோட சேந்து புருசன விஷம் வச்சிக் கொன்னுட்டாளாம். அந்த கேச விசாரிக் கிறதுக்கு வெளிய போறாராம்'' என்று சொன்னான்.

அன்புச்செல்வன்தான் என்றில்லை, ரமணி, முருகன் என்று எல் லாருமே வாபஸ் வாங்குவதுதான் நல்லது, வழக்கு நடத்துவது சிரமம் என்று திரும்பத்திரும்பச் சொல்லிக்கொண்டிருந்தார்கள். ராஜவேலுவும் வாபஸ் வாங்குவதுதான் நல்லது என்று சொன்னான். 'புள்ளயப் பறி கொடுத்திட்டு நிக்குறது யாரு கண்ணிலயும் படலியே' என்று வசந்தா நினைத்தாள். அப்போது செல்வதுரையுடன் வந்திருந்த இரண்டு ஆசிரியர்கள் வந்து வாபஸ் வாங்குவதுதான் நல்லது என்று சொன் னார்கள். செல்வதுரைக்காக வந்திருந்த வக்கீல் ஒருவன் வந்து பையன் தானாக ஓடிப்போய்தான் பஸ்ஸில் மோதி இருக்கிறான் வழக்கு நிற்காது என்று சொன்னான். ''கேசு போட்டா ரெண்டு லட்சமும் கெடைக்காது'' என்று அழுத்தம்திருத்தமாகச் சொன்னான். எல்லா ருடைய பேச்சையும் கேட்ட வசந்தாவுக்கு என்ன செய்வதென்றே தெரியவில்லை. குழப்பமாக இருந்தது. 'எல்லாரும் ஒரு வாயப்போல சொல்றாங்ளே எப்பிடி? என்னா சூது இருக்கும்? எல்லாரும் கூட்டு சேந்திட்டாங்களா? முண்டச்சிக்கு, காசு பணம் இல்லாதவளுக்கு யாரு பேசுவாங்க?' என்ற யோசித்ததுமே அவளுக்கு அழுகை பொங்கிக் கொண்டு வந்துவிட்டது. என்ன முடிவு எடுப்பது என்று அவளுக்குத் தெரியவில்லை. கண்ணகியும் குழம்பிப்போய்த்தான் நின்றுகொண்டிருந் தாள்.

''மணி ஆறுக்கு மேலாயிடிச்சி'' என்று ரமணி சொன்னான்.

''செத்த புள்ள திருப்பி உசுரோடவா வரப்போவுது? கையெழுத்துப் போட்டு தொலச்சிப்புட்டு எழுந்திரு. குளிச்சி முழுகிட்டுபோய் ஒரு கோவில்ல விளக்கேத்தி வச்சி மண்ண வாரி விட்டுட்டுப் போவம்க்கா. அவனும் அவன் புள்ளைங்களும் எத்தன காலத்துக்கு வாழ்ந்திடுவாங்க'' என்று அழுதுகொண்டே சொன்னதும் வசந்தா, கண்ணகியைப் பார்த் தாள். அப்போது அவளுடைய இரண்டு கண்களும் கண்ணீரால் நிறைந் திருந்தது.

"போயி எழுதிக் கொண்டாங்க. ரெண்டு லட்சமும் கையோட வந்தாவணும்" என்று கட்டளை மாதிரி கண்ணகி சொன்னதும், வசந்தா வைச் சூழ்ந்துகொண்டிருந்த மொத்தப் பேரும் ஆய்வாளரின் அறைக்குப் போனார்கள். போன வேகத்திலேயே திரும்பி வந்து வாபஸ் மனுவை நீட்டினார்கள். ஏற்கனவே எழுதித் தயாராக வைத்திருப்பார்கள்போல என்று வசந்தா நினைத்தாள்.

"சாட்சிக் கையெழுத்துப் போடுங்க" என்று அன்புச்செல்வன் சொன் னான். ஊர்ப் பஞ்சாயத்துத் தலைவர் என்ற முறையில் ரமணியும் உறவினர் என்ற முறையில் ராஜவேலுவும் கையெழுத்துப் போட்டனர். வாபஸ் மனுவை வாங்கி கையெழுத்துப் போடச் சொல்லி வசந்தா விடம் கண்ணகி கொடுத்தாள். வசந்தா தனக்கு முன்னால் நின்று கொண்டிருந்த ஆட்களைப் பார்த்தாள். "எம் புள்ளய வாத்தி மட்டும் கொல்லல. எம் புள்ளயத் தூக்கி மண்ணுல போட்ட கையாலத்தான் இப்ப கையெழுத்தும் போடுறன்" என்று சொல்லிவிட்டு அழ ஆரம்பித் தாள். அழுதுகொண்டே மனுவில் கையெழுத்தைப் போட்டு, தரையில் விட்டெறிந்தாள். "நான் எம் புள்ளயப் பறிகொடுத்திட்டு நிக்குறாப்ல அவனும் ஒரு நாளு நடுத்தெருவுல நிப்பான். நான் சொல்றதச் சாமி இருந்தா கேக்கும்" என்று சொன்னாள்.

"எந்தச் சாமி இருக்கு கேக்கிறதுக்கு?" என்று சலிப்பான குரலில் கண்ணகி சொன்னாள்.

வாபஸ் மனுவை எடுத்துக்கொண்டு ஆய்வாளரின் அறையை நோக்கிப் போனார்கள்.

"கிளம்புக்கா" என்று சொல்லி வசந்தாவை அழைத்துக்கொண்டு காவல் நிலையத்தின் வாசலுக்குச் சற்றுத் தள்ளி வந்தாள் கண்ணகி. ஆய்வாளரின் அறையிலிருந்து அன்புச்செல்வன், ரமணி, ராஜவேலு என்று எல்லோரும் வந்தனர்.

"விஷயம் முடிஞ்சிப் போச்சி. வீட்டுக்குப் போங்க" என்று ஒரே பேச் சாகச் சொல்லிவிட்டு மோட்டார் பைக்கை எடுத்துக்கொண்டு அன்புச் செல்வன் கிளம்பியதும், "நாங்களும் கிளம்புறம்" என்று சொல்லிவிட்டு முக்கியமான வேலை இருப்பதுபோல் அவசரஅவசரமாக ரமணி, முருகன் என்று மேலக்கோட்டை ஆட்கள் கிளம்பிப் போனார்கள்.

"டேசன் செலவு அம்பதாயிரம். வக்கீலுக்கு இருபதாயிரம், தலை வருக்கு அஞ்சாயிரம். மத்த நாலு பேருக்கும் தலக்கி ரெண்டாயிரம், இன்னிய சாப்பாட்டுச் செலவு ரெண்டாயிரம்னு போக மிச்சம் இதுல

இருக்கு. ஆளாளுக்குப் பங்கு பிரிச்சிக்கிட்டுத்தான் பணத்தயே கொடுத்தாங்க. வாத்திக்கிட்டயும் பணம் வாங்குவாங்கன்னு நெனைக்குறன்'' என்று சொல்லி ராஜவேலு பணத்தை வசந்தாவிடம் கொடுத்தான்.

"அந்தக் கருமத்த எதுக்கு எங்கிட்ட கொடுக்கிற? எம் புள்ள செத்த துக்குக் கொடுத்த பணத்தில அரிசி வாங்கி சோறு திங்கிறவளா நானு? அவனுவோ கிட்டயே கொடுத்திடு. இல்லன்னா எம் புள்ளயப் பொதச்ச எடத்திலியே இதயும் போட்டு மண்ணத் தள்ளி மூடிடு. நம்பி வந்தன். கண்ணு முன்னாலியே கூட்டம் கூடிக் கழுத்தறுத்திட்டானுவ. ஒத்த காகம் கத்தும்போதே நெனச்சன். சாமி இருந்தா எல்லா பயலயும் கேக்கும்'' என்று சொல்லிவிட்டு விறுவிறுவென்று பேருந்து நிறுத்தத்தை நோக்கி நடக்க ஆரம்பித்தாள். எதுவும் பேசாமல் வசந்தாவுக்குப் பின்னால் கண்ணகியும் ராஜவேலுவும் நடக்க ஆரம்பித்தனர். ●

நீலம் மாத இதழ் - பிப்ரவரி, 2021

சாரதா

அடித்துப்பிடித்துக்கொண்டு ரயிலில் ஏறிய தனவேல் உட்காரு வதற்கு இடம் இருக்குமா என்று பார்த்தார். உட்காருவதற்கு இட மில்லாமல் ஏற்கனவே நிறைய பேர் நடைபாதையில் நின்றுகொண் டிருப்பது தெரிந்தது. "ஊரு போயிச் சேறுறவர நின்னுக்கிட்டுத்தான் போவணும்போல இருக்கு" என்று தனக்குள் சொல்லிக்கொண்டார். மறுநிமிடமே, "ரிசர்வ்டு கோச்சில் எப்படி இடம் காலியாக இருக்கும்?" என்று தன்னையே கேட்டுக்கொண்டார். நிற்பதற்கு இடம் கிடைத்ததே பெரிது என்று நினைத்தார். தாம்பரத்தில் ஏறியவர்களால் கோச்சில் நின்றுகொண்டு பயணிப்பவர்களின் எண்ணிக்கை அதிகரித்தன.

'ரிசர்வ்டு கோச்சில எதுக்கு ஏறுனீங்க? அன்ரிசர்வ்டு கோச்சுக்குப் போங்க' என்று டி.டி.இ. கத்துவாரோ என்ற கவலை வந்தது. "கோச்சுல காலவச்சி நிக்கக்கூட எடம் இருக்காதே" என்று முனகலாகச் சொன் னார். பேண்ட் பாக்கெட்டிலிருந்த கர்சீப்பை எடுத்து முகத்தைத் துடைத்துக்கொண்டு எந்த இடத்தில் நிற்கலாம் என்று பார்த்தார். கோச்சுக்குள் நடைபாதை முழுவதும் ஆட்களாக நின்றுகொண்டிருந்தனர். இடதுபுறக் கதவை ஒட்டி இரண்டு பெண்களும் ஒரு ஆணும் நின்று கொண்டிருந்தனர். கை கழுவுகிற இடத்தை ஒட்டி நின்றுகொண்டு ஒரு இளம்பெண் செல்போனில் எதையோ டைப் செய்துகொண் டிருந்தாள். கிழக்குப்புறக் கதவை ஒட்டி தடிமனான ஒரு ஆள் நின்று கொண்டிருந்தார். கழிப்பறைக்குப் போகிற பாதைக்கும் கிழக்குப்புறக் கதவை ஒட்டி நின்றுகொண்டிருந்த தடிமனான ஆளுக்கும் நடுவில்தான் தனவேல் நின்றுகொண்டிருந்தார். 'கதவை ஒட்டி நிற்பதற்குப் பதிலாக உள்ளே போய் நிற்கலாமா?' என்று யோசித்தார். 'ஓயாம ஆளுங்க வந்துகிட்டே இருப்பாங்க' என்று நினைத்தார். கதவுக்கு வெளியே பார்த்தார். பிளாட்பாரத்தைவிட்டு ரயில் வெளியே வந்துகொண்டிருப்பது தெரிந்தது. காற்று லேசாக வீசியது. காற்றுக்காக முகத்தை வெளியில் நன்றாகக் காட்ட முயன்றார். காற்றை மறைத்து வாசலை ஒட்டி நின்று கொண்டிருந்த ஆளின் மீது கோபம் வந்தது. அப்போது, "பானி, வாட்டர்

பாட்டில்'' என்று சொல்லி, தண்ணீர் பாட்டிலை விற்றுக்கொண்டு வந்த ஆளைப் பார்த்ததும் தாகம் எடுப்பதுபோல் இருந்தது. தோளில் மாட்டி யிருந்த பையிலிருந்து தண்ணீர் பாட்டிலை எடுத்து ஒருவாய் குடித்து விட்டு, கதவில் லேசாகச் சாய்ந்து நின்றுகொண்டு ரயிலுக்கு வெளியே வேடிக்கை பார்க்க ஆரம்பித்தார்.

''நீங்க புல்லூர்தான?'' ஒரு பெண்ணினுடைய குரல் கேட்டுத் திரும்பிப் பார்த்தார். ஐம்பது, ஐம்பத்தைந்து வயது மதிக்கத்தக்க ஒரு பெண் தனவேலுவையே பார்த்துக்கொண்டிருப்பது தெரிந்தது. தன்னிடம்தான் அந்தப் பெண் பேசினாளா என்ற சந்தேகத்துடன் பார்த்துக்கொண் டிருந்தார். மீண்டும் அந்தப் பெண், ''நீங்க புல்லூர்தான?'' என்று கேட்டாள். முன்பின் தெரியாத ஒரு பெண் எப்படித் தன்னுடைய ஊரைப் பற்றிக் கேட்கிறாள் என்று யோசித்த தனவேல் மெதுவாக ''ஆமாங்க'' என்று சொன்னார்.

''என்னத் தெரியுதா?'' என்று அந்தப் பெண் கேட்டவுடன் இருட்டி யிருந்த வீட்டில் விளக்கு ஏற்றியதுபோல் தன்னிடம் கேள்வி கேட்ட பெண் யாரென்று சட்டென்று தனவேலுக்குத் தெரிந்துவிட்டது. தனக்கு முன்னால் நின்றுகொண்டிருக்கிற பெண் யாரென்று தெரிந்ததும் அவருக்கு ஐஸ்கட்டியில் படுக்கவைத்ததுபோல் உடம்பு சில்லிட்டுக் குளிர்ந்துபோயிற்று. எதிரில் நின்றுகொண்டிருக்கும் பெண்ணைப் பார்க்க முடியவில்லை. வாயைத் திறந்து ஒரு வார்த்தை பேச முடியவில்லை. கொஞ்ச நேரம் கழித்துச் சிரமப்பட்டுத்தான், ''நீங்க சாரதாதான?'' என்று கேட்டார். அதற்குப் பதில் சொல்லாமல் தனவேலுவை ஆராய் வதுபோல் சாரதா பார்த்துக்கொண்டிருந்தாள்.

''நீங்க பெண்ணாடம்தான?''

''ஊரு பேரெல்லாம் ஞாபகம் இருக்கா?'' சாரதா மர்மமான முறையில் சத்தம் வராதபடிக்குச் சிரித்தாள்.

''ஆச்சரியமா இருக்கு'' தனவேல் சிரிக்க முயன்றார். சுத்தமாக அவருக்குச் சிரிப்பு வரவில்லை.

''எது?''

''ஒங்களப் பாத்தது.''

''நீங்க தாம்பரத்தில் ஏறினதப் பாத்தன். பாத்ததுமே அடையாளம் தெரிஞ்சிப்போச்சி. உள்ளார வருவீங்கன்னு நெனச்சன். நீங்க இங்கியே நின்னுட்டிங்க. நாம்பளாப் போயி எப்படிப் பேசறதுன்னு யோசிச்சிக் கிட்டிருந்தன். நீங்களா என்னப் பாத்திட்டுப் பேசினாப் பாத்துக்கலாம்ன்னு

இருந்தன். ஒக்காந்திருக்க முடியல. என்னா ஆயிடப்போவது? நாம்ப ளாப் போயிப் பேசுவம்ன்னுதான் வந்தன்'' என்று சொல்லும்போது சாரதாவின் முகத்தில் அப்படியொரு மலர்ச்சியும் மகிழ்ச்சியும் தெரிந்தது.

தனவேல் சாரதாவின் முகத்தைப் பார்க்க முயன்றார். முடியவில்லை. பேச முயன்றார். முடியவில்லை. சிரிக்க முயன்றார். அதுவும் முடிய வில்லை. சிறு பையன்போல் கூச்சத்தில் நெளிந்துகொண்டிருந்தார். எவ் வளவு முயன்றும் அவரால் சாரதாவின் முகத்தை நேருக்கு நேராகப் பார்க்க முடியவில்லை.

"இங்க எங்க வந்திங்க?"

"எச்.எம். புரமோஷன் ஃபைல் கொடுக்க வந்தன்."

"வாத்தியார் வேலதான?"

"ம்."

"என்னா ஊர்ல?"

"கம்மாபுரத்தில."

சாரதா அடுத்து என்ன கேட்பது என்று தெரியாமல் நின்றுகொண் டிருந்தாள். ஓரக்கண்ணால் தனவேலுவின் தோற்றத்தைப் பார்க்க முயன்றாள். அவளுக்கும் தனவேலுவை நேராகப் பார்க்க முடியவில்லை. தனவேலுவும் சாரதாவும் பேசிக்கொண்டிருந்ததைப் பார்த்து கதவை ஒட்டி நின்றுகொண்டிருந்த தடிமனான ஆள் எதுவும் பேசாமல் சற்றுத் தள்ளி வாஷ்பேசினை ஒட்டி நின்றுகொண்டார். இடம் காலியானதும் தனவேல் ஒரு அடிக்கு நகர்ந்து நின்றார். சாரதாவும் கொஞ்சம் அசைந்து நின்றாள்.

"வேலயில இருக்கிங்களா?"

"ம்."

"என்னா ஊர்ல?"

"நல்லூர்ல."

"ஆமாம் பக்கத்திலதான்" என்று தனவேல் சொல்ல நினைத்தார். ஆனால், சொல்லவில்லை. சாரதாவின் முகத்தைப் பார்ப்பதற்கு முயன்றார். கூச்சமாக இருந்தால் இருக்கைகளில் உட்கார்ந்துகொண்டிருந்த ஆட் களைப் பார்ப்பதுபோல பாவனை செய்தார். தனவேலுவின் நாடகம் தெரிந்ததுபோல் தானாகவே, "பழய வேலயில இல்ல. புரமோஷன்ல முக்கிய சேவிகாவா ஆயிட்டன்" என்று சொன்னாள்.

''அப்படியா?'' என்று கேட்ட தனவேல் அதற்கடுத்து என்ன பேசுவது என்பதுபோல் குழப்பத்தில் நின்றுகொண்டிருந்தார். ஆனாலும், மெல்லிய குரலில், ''ஆயிரத்துத் தொள்ளாயிரத்து எண்பத்தஞ்சில பாத்த மாதிரி இல்ல'' ரகசியம்போல சொன்னார். தனவேல் எதற்காக ஆயிரத்துத் தொள்ளாயிரத்து எண்பத்தைந்தை நினைவுபடுத்துகிறார் என்பதைப் புரிந்துகொண்ட மாதிரி மர்மமாகச் சிரித்தாள் சாரதா.

''ஆச்சரியமா இருக்கு.''

''எது?''

''நிறையா வித்தியாசம் இருக்கு.''

''அப்ப நான் சின்னப் பொண்ணு. இப்ப கெழவி'' என்று சொல்லி விட்டு லேசாகச் சிரித்தாள். அப்போதுதான் சாரதா சிவப்புக் கல் மூக் குத்தி போட்டிருப்பதையும், நெற்றியில் மூன்று பொட்டுகள் வைத் திருப்பதையும் பார்த்தார். பார்த்தாலும் பார்க்காத மாதிரி நடித்தார். சாரதாவின் கூரான மூக்கும் ஏறுநெற்றியும் இளம் வயதில் இருந்தது போலதான் இப்போதும் இருப்பதாக அவருக்குத் தோன்றியது.

''பத்தாவதுவர உள்ளூர்லதான் படிச்சன். வீட்டுக்கு எதிரிலேயே பள்ளிக்கூடம். வயசுக்குவந்த பிறகு எங்க ஊரிலேயே ரெண்டு, மூணு தெருவத் தாண்டி நான் போனதில்ல. டவுனுக்குப் போனதே சினிமா பாக்கத்தான். மாட்டு வண்டி கட்டி ரெண்டுமொற எங்கப்பா கூட்டிக் கிட்டுப் போனாரு. தனியா ஒரு ஊருக்கு நான் போனன்னா, அது ஒங்க ஊர்தான். இப்ப தெனம் பஸ் ஏறாத நாளில்ல'' என்று சொன்ன சாரதா சிறிது நேரம் பேசாமல் இருந்தாள். ரயிலுக்கு வெளியே பார்த்தாள். கசப்பும் இல்லாமல், மகிழ்ச்சியுமில்லாத குரலில் சொன்னாள். ''ஒங்க ஊருக்கு ஏன்தான் வேலக்கி வந்தேனோன்னு நெனைக்காத நாளில்ல.''

இப்போதுதான் கவனமாக சாரதாவின் முகத்தைப் பார்த்தார். ''நீங்க புல்லூர்தான?'' என்று கேட்டபோது இருந்த மகிழ்ச்சி இப்போது அவளுடைய முகத்தில் இல்லை என்பது தெரிந்தது. தனவேல் தன்னையே பார்ப்பதை உணர்ந்த சாரதா தன்னுடைய மாராப்பைச் சரிசெய்தாள். காற்றில் பறந்துகொண்டிருந்த முடியைச் சரிசெய்தாள்.

வேர்க்கடலை பாக்கெட்டுகளை ஒரு அலுமினியப் பாத்திரத்தில் வைத்து விற்றுக்கொண்டு வந்தாள் ஒரு கிழவி. ''வறுத்த வேர்க்கடல. மசாலா வேர்க்கடல.'' அவள் குரலுக்கும் தோற்றத்துக்கும் சம்பந்தமில் லாமல் இருந்தது. ஒரே நேரத்தில் தனவேலுவும் சாரதாவும் வேர்க்கடலை

விற்றுக்கொண்டிருந்த கிழவியைப் பார்த்தனர். வேர்க்கடலை விற்கிற கிழவிக்கு வழிவிடுவதற்காக லேசாக ஒதுங்கி நின்றபோது சாரதாவின் கை தனவேலுவின் மீது பட்டது. ஒரு நொடி நேரம்கூட இருக்காது. அவருடைய உடம்பில் மின்னல் தாக்கியதுபோல் இருந்தது. உடல் முழுவதும் வினோதமான குளிர்ச்சி ஏற்பட்டது. அந்தக் குளிர்ச்சியை முதன்முறையாக உணர்ந்தார்.

''சாரி.''

''எதுக்கு?'' என்று சாதாரணமாகக் கேட்டாள். அதற்கு தனவேல் எந்தப் பதிலும் சொல்லவில்லை. சாரதாவின் முகத்தையும் பார்க்கவில்லை. வறட்டுத்தனமாகச் சிரித்துவிட்டு, ''தெனம் யார்யார் வண்டிலியோ போறன். வர்றன். யார்யார் கூடவோ ஜீப்பில போறன். வர்றன். ஒங்க ஊருக்கு வந்தப்ப இருந்த ஒடம்பில்ல இப்ப. காஞ்சி கொட்டிப்போன புளியமரப்பட்ட மாதிரிதான் இருக்கு'' என்று சொன்ன சாரதா தொலைத்துவிட்ட பொருளைத் தேடுவதைப்போல ரயிலுக்கு வெளியே பார்த்தாள்.

சாரதாவைப் பார்த்தார். நடுத்தரமான உயரம்தான். வெள்ளைக் கல் தோடு போட்டிருந்தாள். கிளிப்பச்சை நிறத்தில் புடவை கட்டியிருந்தாள். கழுத்தில் தாலிச் சரடு நூல்போன்று கிடந்தது. ஏதாவது பேச வேண்டுமே என்ற எண்ணத்தில், ''ஒங்க சாரு என்ன செய்யுறாரு?'' என்று கேட்டார் தனவேல்.

'''நாலு காணி நிலம் இருக்கு. வண்டி மாடு இருக்கு. ஒரு பசு மாடு இருக்கு. வீட்டுக்குள்ளாரியே கெணறு இருக்கு. ஒரு பயிர் வெள்ளாடு இருக்கு. பண்ணையாள் ஒருத்தன் இருக்கான். பையன்கூட பொறந்தது பொட்டப்புள்ள ஒண்ணுதான். பங்கு பாகம் பிரிக்கிறதுக்கு ஆளில்ல. மாமனாரு இல்ல. மாமியா மட்டும்தான். சோத்துக்கு இல்லன்னு அண்ட வீடு, அடுத்த வீடுன்னு போக வேண்டியதில்ல. இதுக்கு மேல ஒனக்கு என்னா வேணும்'ன்னு எங்கப்பா கேட்டாரு. நான் பதில் சொல்லல. பதில் சொல்லத் தெரியல. பத்தொம்போது வயசுதான? கல்யாணமாயிடிச்சி, புருஷனாச்சி, ரெண்டு புள்ளயாச்சி, இப்பக் கிழவியாவும் ஆயாச்சி'' என்று சொல்லிவிட்டு சாரதா சிரித்தாள். சிரிக்கும்போது எப்படி அவளுக்குக் கண்கள் கலங்கியது என்பதைப் புரிந்துகொள்ள முயன்றார். தவறாக நினைக்கக்கூடும் என்பதால் அவளுடைய முகத்தைப் பார்ப்பதைத் தவிர்த்தார். சாரதாவின் கணவர் வேலையில் இருக்கிறாரா, இல்லையா என்பதை தனவேலால் ஊகிக்க முடியவில்லை.

''என்னா வேல?''

''சாப்புடுற வேல. சீட்டு ஆடுற வேல. தூங்குற வேல.''

சாரதாவின் முகம்போன போக்கிலிருந்தே, அவளுக்கும் அவளுடைய கணவருக்கும் மனப்பொருத்தம் இல்லையென்பது தெரிந்தது. அவளுடைய கணவர்பற்றிக் கேட்டிருக்க வேண்டாம் என்று நினைத்தார். ஆனாலும், ''வேற பிரச்சன ஒண்ணுமில்லியே'' என்று கேட்டார். அதற்குக் கிண்டலும் கேலியும் நிறைந்த குரலில், ''குடும்பமின்னு இருந்தா பிரச்சன இருக்கத்தான செய்யும்? முப்பத்தியொரு வருஷக் கத. ஒரு வாத்தயில சொல்ல முடியுமா?'' என்று கேட்டதும் தனவேலுக்கு என்ன பதில் சொல்வது என்று தெரியவில்லை. சாரதா சரளமாகப் பேசியது தனவேலுவை ஆச்சரியப்படுத்தியது. இவ்வளவு பேசக்கூடிய ஆளா என்று எண்ண வைத்தது. அதே நேரத்தில் அவளுடைய குடும்பத்தில் நிறைய சிக்கல்கள் இருக்க வேண்டும் என்று நினைத்தார். மறுகணம் என்னுடைய குடும்பத்தில் மட்டும் என்ன வாழ்கிறது என்ற எண்ணம் அவருக்கு ஏற்பட்டது.

''தொந்தரவான ஆளில்லியே?'' என்று தனவேல் கேட்டதும் அவளுடைய முகம் சட்டென்று மாறிவிட்டது. ''வேப்பலன்னா கசக்கத்தான செய்யும்?'' என்று திருப்பி அடிப்பதுபோல் சாரதா கேட்டதும் பதில் எதுவும் சொல்லாமல் வாயை மூடிக்கொண்டார்.

சாரதா ரயிலுக்கு வெளியே பார்க்காமல் இரண்டு, மூன்று வரிசைகள் தள்ளி உட்கார்ந்திருந்த ஒரு பிள்ளையைப் பார்த்தாள். கை ஜாடையில் ஏதோ சொன்னாள். பிறகு தனவேலுவின் பக்கம் திரும்பிப் பார்த்து, ''இந்தக் காலமா இருந்தா மாப்ள என்னா படிச்சிருக்காரு, என்ன வேல பாக்குறாரு, தனியாரா, கவர்மண்ட்டா, சம்பளத்தோட பே சிலிப் கொடுங்கன்னு கேக்க முடியும். மேட்ரிமோனியில பதிவுசெஞ்சி துணிக் கடயில துணிய செலக்ட் பண்ற மாதிரி மாப்ள, பொண்ண செலக்ட் பண்ண முடியும். அந்தக் காலத்தில அப்பா அம்மா சொல்றதுதான? நிலம் எம்மாம் இருக்குன்னு பாத்துதான பொண்ணு கொடுத்தாங்க?'' என்று கேட்டதும் தனவேல் அசந்துபோனார். இவ்வளவு பேசக்கூடிய ஆளா? 'பேசவே மாட்டாளுங்க. பேச ஆரம்பிச்சா நிறுத்தவே மாட்டாளுங்க' என்று நினைத்துக்கொண்டு சாரதாவையே வெறித்துப் பார்த்தார். பக்கத்தில் நின்றுகொண்டு சாரதாதான் பேசுகிறாள் என்பதை அவரால் நம்ப முடியாமல் இருந்தது. 'நீங்க புல்லூர்தான?' என்று கேட்டது, பக்கத்தில் நின்றுகொண்டிருப்பது, ஒரு கேள்வி கேட்டால் பத்து பதில் சொல்வது, ரொம்ப நாள் பழகிய ஆளிடம்

பேசுவதுபோல் பேசுவது என்று எதையும் நம்ப முடியாமல் தவித்தார். அவளுடைய அளவுக்கு தனவேலுவால் இயல்பாக இருக்க முடியவில்லை, பேச, சிரிக்க முடியவில்லை. புதுக் கல்யாணப் பெண் மாதிரி பேசுவ தற்குத் தயக்கமாகவும் கூச்சமாகவும் இருந்தது. நேருக்கு நேராகப் பார்த்துப் பேசுவதற்கு, சிரிப்பதற்குக்கூட முடியவில்லை. சாரதாவைத் தலையிலிருந்து கால்வரை முழுமையாகப் பார்க்க வேண்டும் என்ற ஆசை இருந்தது. பார்க்கவும் முயன்றார். ஆனால், முடியவில்லை.

''வேணுமின்னா வந்து என்னோட சீட்டுல ஒக்காருங்க'' என்று சாரதா சொன்னதும் அவசரப்பட்ட மாதிரி, ''வேணா'' என்று சொன்னார். அப்போது நான்கு ஐந்து வயதுள்ள ஒரு பிள்ளை வந்து சாரதாவுக்குப் பக்கத்தில் நின்றது. ''என்னம்மா? பாட்டி இங்கதான நிக்கறன். வந்துடுறன். போயி ஒக்காரும்மா'' என்று சொன்னதை அவளுடைய பேத்தி சாதனா காதில் வாங்கிக்கொள்ளாமல் சாரதாவையும் தனவேலுவையும் ஏற இறங்கப் பார்த்தாள்.

''தெரிஞ்சவங்ககிட்ட பேசிக்கிட்டிருக்கன். வந்திடுறன். போயி ஒக் காரும்மா'' என்று சாரதா சொன்னதைக் காதில் வாங்கிக்கொள்ளாமல் கோபித்துக்கொண்டு சாதனா விர்ரென்று போய்த் தன்னுடைய இடத்தில் உட்கார்ந்துகொண்டாள். உடனே, ''இருங்க வர்றேன்'' என்று சொல்லி விட்டு சாரதா தன் பேத்தியிடம் போனாள்.

''பசிக்குதாம்மா? தண்ணி வேணுமா? பையில பிஸ்கட் இருக்கு. எடுத்துச் சாப்புடு'' என்று என்னென்னவோ சொன்னாள். எதையும் காதில் வாங்காத சாதனா வீராப்பாக உட்கார்ந்துகொண்டிருந்தாள். என்ன செய்தால் சாதனா சமாதானம் ஆவாள் என்று யோசித்தாள். தன் னுடைய செல்போனைக் கொடுத்து, ''கேம் வெளயாடிக்கிட்டு இரு, வந்திடுறன்'' என்று சொல்லிவிட்டுத் திரும்பி தனவேலுவிடம் வந்தாள்.

''யாரு?'' என்று தனவேல் கேட்டார்.

''பெரிய மகளோட ரெண்டாவது பொண்ணு. கோட லீவுக்காக அழச்சிக்கிட்டுப் போறன்'' என்று சொன்ன சாரதா, சிறிது நேர இடை வெளிக்குப் பிறகு, ''பெரியவ பெரம்பூர்லதான் இருக்கா'' என்று சொன் னாள். கழிப்பறைக்குப் போக வந்த ஒரு ஆளுக்காக ஒதுங்கி நின்றாள். அப்போதுதான் நினைவுக்கு வந்த மாதிரி, ''ஒங்க வீட்டுல வேலக்கிப் போறாங்களா? வீட்டுல இருக்காங்களா?'' என்று கேட்டாள்.

''டீச்சர்தான்.''

''எத்தன புள்ளைங்க?''

''ரெண்டு பசங்க.''

''என்னா பண்றாங்க?''

''பெரியவன் இஞ்சினியரிங் படிக்கிறான். சின்னவன் பிளஸ் டூ படிக் கிறான்.''

''லேட் மேரேஜா?''

''முப்பத்தி மூணு வயசிலதான் கல்யாணம் நடந்துச்சி.''

''மேடம் நல்லா இருப்பாங்களா?'' என்று கேட்டுவிட்டு வினோத மாகச் சிரித்தாள். மனதில் எதையோ வைத்துக்கொண்டுதான் சிரிக் கிறாள் என்பதைப் புரிந்துகொண்ட தனவேல், 'பதினெட்டு, இருபது வயசில கழுதக் குட்டிக்கூட நல்லாத்தான் இருக்கும்' என்று சொல்ல நினைத்தார். ஆனால், சொல்லவில்லை. 'ஒவ்வொரு பொம்பளைக்கும் மத்த பொம்பளைங்களப் பத்தி ஆராய்ச்சி பண்றதே பொழப்பா இருக்கும்போல' என்று நினைத்தார். தனவேல் எதுவும் பேசாமல் நின்று கொண்டிருப்பதைப் பார்த்துவிட்டு, ''கூட வேல செஞ்சவங்களா?'' என்று கேட்டதற்கு அவசரப்பட்டதுபோல, ''இல்ல, இல்ல'' என்று சொன்னார். ''சீட்டு எழுதிக் கொடுத்துப் புடிக்க வேண்டியதுதான?'' என்று குத்தலாகக் கேட்டதும் தனவேலுக்கு முகம் சுருங்கிப்போயிற்று. ஊசியால் குத்தியதுபோல் நெஞ்சில் வலித்தது. சாரதாவின் முகத்தைப் பார்ப்பதைத் தவிர்ப்பதுபோல் நின்றுகொண்டிருந்தார். ''இப்பவும் எழுது றிங்களா?'' தணிந்த குரலில் கேட்டாள்.

''இல்ல.''

''ஏன்?''

''தோண மாட்டடங்கிது.''

''சத்தியம்?''

''எங்க குலதெய்வம் செல்லியம்மன் மேல சத்தியம்.''

''என்னெப் பாத்ததும் எப்படி எழுதிக் கொடுக்கத் தோணுச்சி?'' தனவேலுவுக்கு வேர்த்து விறுவிறுத்துப் போய்விட்டது. முகம் தொங்கிப் போய்விட்டது. சிரித்து மழுப்ப முயன்றார். முடியவில்லை. இருக்கை களில் உட்கார்ந்திருந்த ஆட்களைப் பார்ப்பதுபோல் பாவ்லா செய்ய முயன்றார். அதுவும் முடியவில்லை. கூச்சத்தில் முகத்தை எங்கே வைத்துக் கொள்வது என்று தெரியாமல் தவித்தார். ஆனால், சாரதா எந்தத் தயக்கமும் இல்லாமல் தன்னுடைய முகத்தைப் பார்த்துக்கொண்டிருந்தது

தெரிந்ததும் ரயிலுக்கு வெளியே பார்த்தார். ரயில் செங்கல்பட்டு ரயில்வே ஸ்டேசனில் நின்றுகொண்டிருப்பது தெரிந்தது.

"அப்பறமா யாருக்குமே நீங்க சீட்டு எழுதலியா?" தனவேலுவைச் சீண்டுவது மாதிரி கேட்டாள்.

"இல்ல."

"பொய்யி."

"சத்தியமா இல்ல."

"எனக்கு மட்டும் எதுக்கு எழுதுனீங்களாம்?" சாரதா சிரித்தாள். அவள் சிரித்தது புதுக் கல்யாணப் பெண் சிரித்ததுபோல் இருந்தது.

சாரதா கேட்ட கேள்விக்கு தனவேலுவால் உடனடியாகப் பதில் சொல்ல முடியவில்லை. கேள்விமேல் கேள்வி கேட்டு எதற்குச் சங்கடப் படுத்துகிறாள் என்று நினைத்தார். சிறுபிள்ளை மாதிரி குறும்பாகச் சிரித்துக்கொண்டே தனவேலுவை மேலும் சீண்டும் விதமாக, "சொல்லுங்க" என்று கேட்டாள்.

"சீட்டுக் கொடுத்தப்பவே கேட்டிருக்கலாம். இப்ப கேட்டா எப்பிடி?" என்று சாரதாவை மடக்குவதுபோல் தனவேலு கேட்டார்.

"எப்ப கேட்டா என்ன?"

குசுகுசுப்பதுபோல் தனவேல் சொன்னார், "தெரியல".

"நெஜமாவா?" பத்து வயதுப் பிள்ளையினுடைய குரல்போன்று இருந்தது சாரதாவின் குரல்.

சாரதாவின் கேள்விக்கு எப்படிப் பதில் சொல்வது என்று தெரிய வில்லை. 'பொம்பளன்னா என்னான்னு தெரியாமத்தான் எழுதினன்' என்று சொல்ல நினைத்தார். ஆனால், சொல்லவில்லை. இப்போது நினைத்துப்பார்க்கும்போது அவருக்கே ஆச்சரியமாக இருந்தது. வியப் பாக இருந்தது. எப்படித்தான் அப்போது அப்படி நடந்துகொண்டோமா என்று இருந்தது. ஒருபக்கம் சிரிப்பாகவும் மறுபக்கம் வெட்கமாகவும் இருந்தது.

'பதில் சொல்லுங்க' என்பதுபோல் சாரதா, தனவேலுவையே பார்த்துக்கொண்டிருந்தாள். அவளுடைய முகத்தை நேருக்கு நேராகப் பார்க்க முடியாமல் தவித்தார்.

1985இல் திருச்சி பெரியார் கல்லூரியில் பி.எஸ்சி. முதலாம் ஆண்டு சேர்ந்திருந்தார். கல்லூரியில் சேர்ந்தது முதல் இலங்கையில் நடந்த

இனக் கலவரத்துக்கு எதிராகத் தினம்தினம் மாணவர்கள் கல்லூரி யைப் புறக்கணித்துவிட்டுப் போராடிக்கொண்டிருந்தனர். பிரேம தாசாவின் உருவ பொம்மையை எரித்துக்கொண்டிருந்தனர். அதனால், திருச்சியில் இருந்த மொத்தக் கல்லூரிகளும் காலவரையறையற்று விடு முறை அளித்தன. கல்லூரி விடுமுறை என்பதால் ஊருக்கு வந்திருந்தார். அவருடைய வீட்டுக்கு எதிரில் இருந்த அங்கன்வாடிக்கு டீச்சராக ஒரு பெண் வந்தாள். ஊர் தெரியாது. பேர் தெரியாது. ஆள் எப்படி என்று தெரியாது. ஏற்கனவே யாரையாவது காதலித்துக்கொண்டிருக் கிறாளா, கோபக்காரியா, சாதுவான ஆளா, முகவடுத்தமான பெண்ணா, மாநிறமா, சிகப்பா, மூக்கு நன்றாக இருக்குமா என்று எதுவும் தெரியாது. அருகில் நின்று பார்த்ததும் கிடையாது. தூரத்தில் இருந்து ஆளைப் பார்த்ததுமே காதல் கடிதம் எழுத வேண்டும் என்று தோன்றிவிட்டது. அந்த எண்ணம் தோன்றிய பிறகுதான் ஜாடைமாடையாகப் பார்த் தார். பிறகு தன்னுடைய வீட்டுத் திண்ணையில் உட்கார்ந்துகொண்டு அங்கன்வாடியைப் பார்ப்பதுதான் அவருடைய வேலையாயிற்று. இரண்டு, மூன்று நாள் கழிந்ததும் எப்போது வருகிறாள், எப்போது திரும்பி ஊருக்குப் போகிறாள் என்பதைக் கவனித்தார். காலையில் ஒன்பதரை மணி பழனியப்பா பஸ்ஸில் வருவாள். மதியம் இரண்டு மணி பழனியப்பா பஸ்ஸில் போய்விடுவாள். திண்ணையில் காவல் காத்துக்கொண்டிருப்பதோடு பழனியப்பா பஸ்ஸுக்காகவும் காத்திருக்க ஆரம்பித்தார்.

அங்கன்வாடியில் சமையலராக இருந்த தனலட்சுமி, தனவேலுவுக்கு உறவுக்காரப் பெண். அவளிடம் விசாரித்தபோதுதான் வந்திருக்கிற புது டீச்சரின் பெயர் சாரதா என்றும், ஊர் பெண்ணாடம் என்றும், பிரச வத்துக்குச் சென்ற சுசீலாவுக்குப் பதிலாக ஒரு மாதத்துக்கு மட்டும் வேலைக்குப் போட்டிருப்பதாகவும் தெரிந்தது. ஊர், பெயர் தெரிந்த பிறகு தனவேலுவால் சும்மா இருக்க முடியவில்லை. வெயிலில் நிற்ப வனுக்கு வியர்த்து ஒழுகுவதுபோல அவருக்குக் கவிதை வந்தது. அதுவும் ஓயாமல் வந்துகொண்டிருந்தது. சரிவருமா, வராதா? எழுதிக் கொடுக் கிற சீட்டை வாங்குவாளா, மாட்டாளா என்கிற சிந்தனையெல்லாம் சீட்டு எழுதும்போது வரவில்லை, எழுதி முடித்த பிறகுதான் வந்தது. தனலட்சுமியிடம் கொடுத்து, சாரதாவிடம் கொடுக்கச் சொல்லலாம் என்றால், சொந்தக்காரி, உள்ளூர்காரி, வீட்டில் சொல்வதோடு ஊருக் குள்ளும் சொல்லிவிட்டால் அசிங்கமாகிவிடும் என்ற கவலை வந்தது.

கவலை வரவர எழுதுகிற கவிதைகளின் எண்ணிக்கை பெருகிக் கொண்டே போனது. ஒரு பெரிய கட்டுரைநோட்டு முழுவதும் கவிதை நிறைந்துவிட்டது. ஆனாலும், கவிதை வந்துகொண்டேதான் இருந்தது. நின்றால், நடந்தால், படுத்தால், தூங்கினால் என்று எல்லா நேரமும் கவிதையைப் பற்றித்தான் யோசித்துக்கொண்டிருந்தார். காலை, மதியம், இரவு சாப்பிடுவதுகூட மறந்துபோய்விட்டது. சாரதாவும் கவிதையும் தான் நினைப்பாக இருந்தது.

கவிதையை எப்படி சாரதாவிடம் கொடுப்பது என்று யோசித்து யோசித்து தனவேலுவுக்குக் காய்ச்சலே வந்துவிட்டது. தனலட்சுமியிடம் கொடுத்து, கொடுக்கச் சொல்லலாமா? அல்லது தானே நேரில்போய்க் கொடுக்கலாமா? சீட்டைக் கொடுத்த மறுநிமிடம் சாரதா நேராக வீட் டுக்கு வந்து அப்பா அம்மாவிடம் சொல்லிவிடுவாளா? தனலட்சுமி யிடமும் சுசீலாவிடமும் சொல்லிவிடுவாளா? என்று யோசித்தாலும் சீட்டைக் கொடுக்க வேண்டும் என்ற எண்ணமும் இருந்துகொண்டே தான் இருந்தது.

தனவேலுவின் அறையில் விடியவிடிய விளக்கு எரிந்துகொண்டிருப் பதைப் பார்த்து அவருடைய அப்பா, பையன் கடுமையாகப் படித்துக் கொண்டிருப்பதாக நினைத்தார். அவருடைய அம்மா, ''படிக்கிறதப் பகல்ல படிச்சா என்னப்பா? ராத்திரியில படிச்சா கரண்ட்டு சார்ஜ் கூடாதா?'' என்று கேட்டாள். அதற்கு தனவேல் எந்தப் பதிலும் சொல்ல வில்லை. ஆனால், அவருடைய அப்பா, ''படிக்கிறது முக்கியமா, கரண்ட்டு சார்ஜ் முக்கியமா? ஆனா ஆவன்னா தெரியாதவன் மகளக் கட்டினது என்னோட தப்பு'' என்று சொல்லி அம்மாவைத் திட்டுவதைக் கவனித் தார்.

கரண்ட்டு சார்ஜிக்காக அவருடைய அப்பா அம்மாவுக்கு நடந்த சண்டையைப் பற்றியெல்லாம் கவலைப்படாமல் விடியவிடிய மின்சார விளக்கை எரியவிட்டுக் கவிதை எழுதிகொண்டிருந்தார். எழுதியதெல் லாம் சாரதா என்ற கவிதையைத்தான்.

பத்து நாள் ஓடியிருக்கும். தனவேல் எழுதியிருந்த கவிதைகள் ஆறு கட்டுரைநோட்டுகளை முழுமையாக நிறைத்திருந்தன. ஒரு நாள் முழுவதும் திண்ணையில் உட்கார்ந்து சாரதா வெளியே வருகிறாளா என்று பார்த்துக்கொண்டிருந்தார். காலையில் ஒன்பதரை மணிக்கு அங்கன்வாடிக்குள் நுழைந்தால் இரண்டு மணிக்குத்தான் வெளியே வருவாள் என்பது தெரிந்தது.

ஒருநாள் பதினொரு மணி இருக்கும். எதற்காகவோ தனலட்சுமி, செட்டியார் கடைப்பக்கம் போவது தெரிந்தது. பித்துப்பிடித்த பையன் மாதிரி விடுவிடுவென்று அங்கன்வாடிக்குள் நுழைந்தார். சட்டைப் பையில் எழுதிவைத்திருந்த சீட்டை சாரதாவின் மேசைமீது வைத்தார். சீட்டை வைத்த வேகத்தில் வெளியே ஓடிவந்துவிட்டார். அங்கன் வாடிக்குள் நுழைந்தது, மேசைமீது சீட்டை வைத்தது, வெளியே மின்னல் வேகத்தில் ஓடிவந்தது என்று எல்லாமும் ஒரு நிமிடத்துக்குள் முடிந்துவிட்டது. வீட்டுக்கு வந்த தனவேலுவுக்கு உட்கார்ந்திருக்க முடிய வில்லை. சீட்டைக் கொண்டுபோய் வைக்கும்வரை எப்படியாவது சீட்டைக் கொண்டுபோய் வைத்துவிட வேண்டும் என்ற பரபரப்பு இருந்தது. சீட்டை வைத்துவிட்டு வந்த பிறகு ஏன்தான் சீட்டைக் கொண்டுபோய் வைத்தோமோ என்று கவலையாகிவிட்டது. அவசரப் பட்டுவிட்டோமா என்று பயந்து நடுங்கினார். சீட்டைக் கொண்டு போய் வைத்திருக்க வேண்டாம் என்று நினைத்தார். தன்னுடைய அவசரப்பட்ட புத்தியை நினைத்து தானே நொந்துகொண்டார். வீட்டில் உட்கார்ந்திருக்க பயமாக இருந்தது. சீட்டை எடுத்துக்கொண்டு வந்து, ‘‘எதுக்குச் சீட்டு கொடுத்திங்க?’’ என்று கேட்டால் என்ன செய்வது என்ற பயத்தில் வீட்டைவிட்டுக் கிளம்பி காட்டுக்கு ஓடிவிட்டார். காட்டுக்குப் போன பிறகுதான் தெரிந்தது, வீட்டில் இருந்த தைரியத்தில் பாதிகூட இல்லை என்பது.

சாரதா என்ன செய்திருப்பாள்? சீட்டைப் பிரித்துப் படித்துவிட்டு தனலட்சுமியிடம் சொல்லியிருப்பாளா? தன்னுடைய வீட்டுக்கு வந்து, ‘‘ஒங்க பையன் எனக்குச் சீட்டுக் கொடுத்திருக்கிறதப் படிச்சிப்பாருங்க’’ என்று சொல்லியிருப்பாளா, சுசீலாவிடம் விஷயத்தைச் சொல்லியிருப் பாளா என்று யோசித்துயோசித்து மண்டைகாய்ந்துபோனார். என்ன நடந்திருக்கும் என்ற யோசனையிலேயே இருட்டும்வரை மோட்டார் கொட்டகையிலேயே படுத்துக்கொண்டிருந்தார். நன்றாக இருட்டிய பிறகுதான் வீட்டுக்கு வந்தார். அவருடைய அப்பா, அம்மாவினுடைய முகங்களையும் செய்கைகளையும் கவனித்தார். எந்த வேறுபாட்டையும் அவரால் கண்டுபிடிக்க முடியவில்லை. வீட்டுக்கு வந்து அரை மணி நேரம், ஒரு மணிநேரம் கழித்த பிறகுதான் அவரால் இயல்பாக மூச்சு விடவே முடிந்தது. வீட்டில் பிரச்சினை இல்லையென்று தெரிந்தாலும் தனலட்சுமிக்கு விஷயம் தெரிந்திருக்குமோ என்ற கவலை அவரை நெருப்பாகச் சுட்டுப் பொசுக்கிக்கொண்டிருந்தது. விஷயத்தை அறிந்து கொள்வதற்காக தனலட்சுமியின் வீட்டுப் பக்கம் மூன்று, நான்கு

முறை குறுக்கும் நெடுக்குமாக நடந்தார். பெருமாள் கோயில் கிணற்றி லிருந்து தண்ணீர் எடுத்துக்கொண்டு வந்த தனலட்சுமி, ''என்னா தம்பி ராத்திரி நேரத்தில இந்தப் பக்கம்?'' என்று கேட்டாள். ''சும்மாதான்'' என்று சொல்லி மழுப்பினார். தனலட்சுமி விசாரித்த விதம் எப்போதும் விசாரிப்பதுபோல்தான் இருந்தது. வித்தியாசம் இருந்த மாதிரி தெரிய வில்லை. ஆனால், விசாரிக்கும்போது ஒரு தினுசாகச் சிரித்த மாதிரி தெரிந்தது. விஷயம் தெரிந்து சிரித்தாளா, சாதாரணமாகச் சிரித்தாளா என்பது தெரியாமல் குழம்பிப்போனார். குழப்பத்துடனேயே சுசீலா வீட்டுப் பக்கம் போனார். வாசலில் உட்கார்ந்து பேசிக்கொண்டிருந்த சுசீலா, ''என்னப்பா எங்க தெருப் பக்கம் வந்திருக்க?'' என்று கேட்டாள். ''சும்மாதான்'' என்று சொல்லி மழுப்பினார்.

''ராத்திரி நேரத்தில பூச்சிபொட்டு இருக்கும். பாத்து போப்பா'' என்று சுசீலா சொன்னதைக் கேட்ட பிறகுதான் தனவேலுவுக்குக் கொஞ்சம் நிம்மதி வந்தது. சுசீலாவுக்கு விஷயம் தெரியவில்லை என்று நம்பினார். சாரதா யாரிடமும் சீட்டு கொடுத்த விஷயத்தைச் சொல்லவில்லைபோல என்று தன்னையே சமாதானம் செய்துகொண்டு வீட்டுக்கு வந்தார்.

''சாப்புடுப்பா'' என்று அவருடைய அம்மா பலமுறை சொல்லியும், ''வயித்து வலி'' என்று பொய் சொல்லிவிட்டுப் படுத்துக்கொண்டார். தன்னுடைய வீட்டில் வந்தும் சொல்லவில்லை. தனலட்சுமி, சுசீலா விடமும் சொல்லவில்லை. சீட்டைக் கொடுத்துவிட்டு, காட்டுக்கு ஓடி விட்டதால் நேரில் பேசிக்கொள்ளலாம் என்று போய்விட்டாளோ, நாளை காலை நேரில் பார்த்துச் சண்டைபிடிப்பாளோ என்ற கவலையில் தூங்காமல் கிடந்தார். விடிந்து ஒன்பதேகால் மணிக்கு பழனியப்பா பஸ் வந்தது. சாரதா வந்து அங்கன்வாடிக்குள் நுழைந்து ஒரு மணிநேரம் கழித்தும் வெளியே வரவில்லை. தன்னிடம் வந்து எதுவும் கேட்கவில்லை என்ற பிறகுதான் தனவேலுவுக்கு எப்போதும்போல மூச்சுவிடவே முடிந்தது. அப்படியும் சாரதா தன்னுடைய வீட்டுப் பக்கம் பார்க்கிறாளா என்று அவருடைய கண்கள் ஆராய்ந்துகொண்டுதான் இருந்தன. சிறுநீர் கழிப்பதற்காகக்கூட அவள் வெளியே வரவில்லை.

இரண்டு நாள் பேசாமல் இருந்த தனவேலுவுக்கு மூன்றாம் நாள் புதியதாக ஒரு குழப்பம் உண்டாயிற்று. ஒரே ஒரு சீட்டு மட்டும் கொடுத்து விட்டுவிட்டால் தவறாக நினைப்பாளோ? யோசித்துயோசித்து பித்துப் பிடித்துவிடும்போல் இருந்தது. உயிர்போனாலும் பரவாயில்லை என்று நினைத்து நான்காம் நாள் காலை பத்து மணிக்கே ஓட்டமாக

ஓடிப்போய் ஒரு சீட்டை மேசைமீது வைத்துவிட்டு வந்தார். அன்றும் சாரதாவிடமிருந்து எந்தப் பதிலும் வரவில்லை. அதனால், அடுத் தடுத்த நாட்களில் குறிப்பிட்ட நேரத்தில் ஒரே ஓட்டமாக ஓடிப்போய் மேசைமீது சீட்டை வைத்துவிட்டு ஓடி வந்துவிடுவார். மொத்தமாகச் சேர்த்து எட்டு சீட்டுகள்தான் கொடுத்திருந்தார். அதற்குள் ஒரு மாதம் முடிந்துவிட்டது. சுசீலா மீண்டும் வேலைக்கு வந்துவிட்டாள். சாரதாவும் மாறுதலாகிப் போன மறுநாள்தான் கல்லூரி திறப்பதாகத் தகவல் வந்தது. தனவேல் திருச்சிக்குப் போய்விட்டார்.

தீபாவளி விடுமுறைக்கு வந்து தனலட்சுமியிடம் விசாரித்தபோது சாரதா வாகையூரில் வேலைசெய்துகொண்டிருப்பதாகச் சொன்னாள். தீபாவளிக்கு முதல் நாள் வாகையூருக்குப் போனார். அங்கன்வாடிக்கு முன் ஒரு மணிநேரத்துக்கு மேல் நின்று சாரதா வெளியே வருகிறாளா என்று பார்த்தார். ஆள் வெளியே வராத காரணத்தால் துணிந்து அங்கன் வாடிக்குள் போனார். தனவேலுவைப் பார்த்த சாரதா பயந்துபோய் நாற்காலியை விட்டு எழுந்து நின்றாள். எதுவும் பேசாமல் தன்னுடைய கையில் வைத்திருந்த சீட்டை வைத்துவிட்டு வெளியே வந்து இரண்டு மணி நேரத்துக்கு மேலாக அங்கன்வாடிக்கு எதிரில் இருந்த புளிய மர நிழலில் உட்கார்ந்திருந்தார். கடைசிவரை ஆள் வெளியே வராததால் பஸ் பிடித்து ஊருக்கு வந்துசேர்ந்தார். வாகையூரில் கொடுத்த சீட்டில் தன்னுடைய கல்லூரி விடுதியின் முகவரியை எழுதியிருந்தார். தீபாவளி விடுமுறை முடிந்து கல்லூரிக்குப் போன பிறகு ஒவ்வொரு நாளும் சாரதா விடமிருந்து கடிதம் வருகிறதா என்று பார்த்தார். கடைசிவரை ஒரு கடிதம்கூட வரவில்லை. அதற்கடுத்து பொங்கல் விடுமுறைக்கு வந்த போது வாகையூருக்குச் சென்றுபார்த்தார். சாரதாவுக்குத் திருமணம் நடந்துவிட்டது என்றும் சொந்த ஊருக்கே மாறுதல் வாங்கிக்கொண்டு போய்விட்டதாகவும் சொன்னார்கள். அதன் பிறகு சாரதா பற்றி அவர் விசாரிக்கவுமில்லை, அவளைப் பற்றி எந்தச் செய்தியும் அவருக்கு வரவுமில்லை. வாகையூரில் பார்த்த பிறகு இன்றுதான் சாரதாவைப் பார்க்கிறார்.

‘‘திடுதிப்புன்னு ஓடியாந்து நீங்க பாட்டுக்கும் என் டேபிள்மேல சீட்ட வச்சிட்டு ஓடிப்போனப்ப எனக்கு எப்பிடி இருந்திச்சி தெரியுமா? தொடக்கூட வேர்த்துப்போச்சி’’ என்று சொல்லிவிட்டு சிறிது நேரம் மௌனமாக இருந்தாள். ‘‘நீங்க வச்சிட்டுப்போன சீட்ட என்னா செய்யுற தின்னு தெரியாம சுசீலாக்கிட்ட கொடுத்திட்டன்.’’

''அவங்கக்கிட்டயா கொடுத்திங்க?''

ஒன்றுக்கு இரண்டு முறை கேட்டார். சுசீலா தன்னைப் பற்றி என்ன நினைத்திருப்பாளோ என்ற கவலை உண்டானது. ''நிஜமாத்தான் சொல்றிங்களா?'' என்று மீண்டும் கேட்டார். அவருடைய மனநிலையைப் புரிந்துகொள்ளாத சாரதா, ''ஒங்க ஊர்ல எனக்கு அவங்கள மட்டும் தான தெரியும்? நான் வேற யார்கிட்டப்போயி விஷயத்தச் சொல்ல முடியும்?'' என்று எதிர்கேள்வி கேட்டாள்.

''படிச்சிப் பாத்தாங்களாமா?''

''படிச்சிப் பாக்காமா எப்பிடி இருந்திருப்பாங்க?''

சாரதா சிரித்த விதமும் விஷயத்தைச் சொன்ன விதமும் தன வேலுக்குப் பிடிக்கவில்லை. சுசீலாவுக்கு விஷயம் தெரியும் என்பதையே அவரால் தாங்கிக்கொள்ள முடியவில்லை. அவள் ஊருக்குள் யார் யாரிட மெல்லாம் விஷயத்தைச் சொல்லியிருப்பாளோ, தன்னுடைய அப்பா அம்மாவிடம் விஷயத்தைச் சொல்லி அசிங்கப்படுத்தியிருப்பாளோ என்ற சந்தேகம் வந்ததும், சாரதாவைப் பார்க்காமல் ரயிலுக்கு வெளியே பார்த்தார். ரயில் மேல்மருவத்தூர் பிளாட்பாரத்தில் நின்றுகொண் டிருப்பது தெரிந்தது.

ரயில் நின்றதும் ஒரே ஒரு ஆள் மட்டும்தான் இறங்கினார். ஆனால், சிவப்பு நிற உடையணிந்திருந்த மூன்று பெண்களும் இரண்டு பிள்ளை களும் ஒரு ஆணும் எறினார்கள். ஏறியவர்கள் உள்ளே போகாமல் கை கழுவுகிற இடத்தை ஒட்டியே நின்றுகொண்டிருந்தனர். புதிதாக ஆட்கள் ஏறியிருந்ததால் இட நெருக்கடியாக இருந்தது. தனவேல் படியை ஒட்டி நகர்ந்து நின்றுகொண்டார். சாரதாவும் சற்று முன்னே வந்து தனவேலுவை ஒட்டி நின்றுகொண்டாள்.

''ஒரு சீட்டத்தான் கொடுத்திங்களா, எல்லாச் சீட்டுகளயும் கொடுத் துட்டிங்களா?''

காற்றில் பறந்த முந்தானையை இழுத்துச் செருகிக்கொண்ட சாரதா சாதாரணமாகச் சொன்னாள், ''எல்லாத்தயும்தான்''.

''போச்சிடா'' என்று தனவேல் அதிர்ச்சியடைந்த குரலில் சொன்னார்.

''நீங்க வந்து சீட்ட வச்சிட்டுப் போனதுமே எனக்கு வேர்த்துப்போவும். தொண்ட அடச்சிப்போவும். டேபிள்மேல இருக்கிற சீட்டப் பாத்தா பாம்பு படுத்திருக்கிற மாதிரி தெரியும். படிக்கவும் முடியாது. கிழிச்சிப் போடவும் முடியாது. சீட்டப் பாக்குறப்ப தீ மிதிக்கப் போற ஆளுக்கு

நெஞ்சு துடிக்கிற மாதிரிதான் எனக்கு நெஞ்சு துடிக்கும். எட்டு சீட்டயும் சுசீலாக்கிட்ட கொண்டுபோய்க் கொடுத்ததுதான் தப்பாயிடிச்சி'' அப் போது ரயில் ஒரு பாலத்தில் செல்கிற சத்தம் கேட்டது. சாதாரணமாக ஏற்படுகிற சத்தத்தைவிட, பாலத்தின் மீது ஓடுகிறபோது கூடுதல் சத்தம் கேட்டது. சத்தம் குறையட்டும் என்று காத்திருந்ததுபோல், ''நான் நெனச்ச அளவுக்கு சுசீலா நல்ல பொம்பள இல்ல'' என்று சொன்னாள். ரயிலின் சத்தத்தில் தனவேலுவின் காதில், ''நல்ல பொம்பள'' என்பது மட்டும்தான் விழுந்தது. அதனால், விஷயத்தைக் கேட்கப் பிடிக்காத குரலில், ''அப்படியா?'' என்று மட்டும் கேட்டார்.

''நான் ஒங்க ஊரவிட்டுப் போற அன்னிக்கி எங்கப்பா வந்தாரு. அவர் கையில எல்லாச் சீட்டுகளயும் சுசீலா கொடுத்திட்டாங்க'' என்று சொல்லும்போது அவளுடைய தொண்டை அடைத்துக்கொண்டது. கண்களும் லேசாகக் கலங்கிவிட்டன. தன்னுடைய கண்கள் கலங்கியது தனவேலுவுக்குத் தெரியக் கூடாது என்ற எண்ணத்தில் தலைகுனிந்து கொண்டாள். முகத்தைத் துடைத்துக்கொள்வதுபோல் கண்களைத் துடைத்துக்கொண்டாள்.

''நான் வீட்டுக்குப் போறவரைக்கும் விஷயமே எனக்குத் தெரியாது. வீட்டுக்குப் போனதுக்கு அப்பறம்தான் சுசீலா எங்கப்பாகிட்ட சீட்டு களக் கொடுத்த விஷயமே எனக்குத் தெரிஞ்சிது.''

முன்பைவிட இப்போதுதான் அவளுடைய கண்கள் அதிகமாகக் கலங்கின. இந்த முறை தலைகுனிந்துகொண்டு கண்களைத் துடைத்துக் கொள்ளாமல் நேரிடையாகத் துடைத்துக்கொண்டாள். இரண்டு முறை பலமாக மூக்கை உறிஞ்சினாள். கண்கலங்கியதுமே அவளுடைய முகம் சிவந்துவிட்டது. மூக்கு விடைத்துக்கொண்டிருந்தது. முந்தானையால் மூக்கைத் துடைத்தாள். சின்னப் பிள்ளை மாதிரி கண்கலங்க விஷயத்தைச் சொன்னாள்:

''வீட்டுக்குப் போயி முகத்தக் கழுவிக்கிட்டு வந்து ஒக்காந்ததுதான், பையிலிருந்த சீட்டுகள எடுத்து முகத்தில் வீசியடிக்கிற மாதிரி எம் முன்னால போட்டுட்டு, 'ஒன்ன வேலக்கித்தான அனுப்புனன். காதல் சீட்டு வாங்கவா அனுப்புனன்'னு கேட்டாரு. 'நான் ஒரு சீட்டக்கூடக் கையால வாங்கல. ஒரு சீட்டக்கூடப் படிக்கல. நானும் சீட்டுத் தரல'ன்னு எம்மானோ சொன்னன். நான் சொன்ன எதயும் எங்கப்பா கேக்கல. வீடே எரிஞ்சிட்ட மாதிரி லபோலபோன்னு கத்திக்கிட்டிருந்தாரு. அடுத்த வாரத்திலேயே எனக்கு மாப்ள பாத்திட்டாரு.''

இந்த முறை சாரதாவின் கண்கள் கலங்கவில்லை. மூக்கு விடைக்க வில்லை. மூக்கையும் பலமாக உறிஞ்சவில்லை. மனதில் இருப்பதை மறைப்பது மாதிரி அங்கே இங்கே என்று பார்க்காமல் மரத்துப்போனது மாதிரி நின்றுகொண்டிருந்தாள். அடுத்து என்ன நடந்தது என்று தனவேல் கேட்க நினைத்தார். ஆனால், அதைக் கேட்காமல், ''அந்தச் சீட்டுகள என்னா செஞ்சிங்க?'' என்று கேட்டார்.

''எதுவும் செய்யல.'' மொட்டையாகச் சொன்னாள்.

''கிழிச்சிப் போடலியா?''

''இல்ல'' சாரதா சொன்ன விதம் பதில் சொல்ல விருப்பமில்லாமல் சொன்னதுபோல் இருந்தது.

''என்னா செஞ்சிங்க அந்தச் சீட்டுகள?''

''வச்சிருக்கன்.''

''இப்பவுமா?''

''ஆமாம்.''

சாரதா சொன்னதை தனவேல் நம்பவில்லை. பொய் சொல்கிறாள் என்றுதான் நினைத்தார். பொய் சொல்கிறாய் என்று நேரிடையாகச் சொல்லத் தயங்கிக்கொண்டு பட்டும்படாமல், ''கிழிச்சிப் போட்டிருக்க வேண்டியதுதான?'' என்று கேட்டார்.

''படிச்சிருந்தா கிழிச்சிருப்பன்'' என்று சாரதா சொன்னதை தனவேலுவால் நம்ப முடியவில்லை. அடுக்கடுக்காகப் பொய் சொல்வதாக நினைத்தார். ஆர்வமற்ற குரலில், ''என்னா சொல்றிங்க?'' என்று கேட்டார்.

''கோபத்தில் எங்கப்பா தூக்கிக் கெடாசின சீட்டுகளயெல்லாம் ஆத்திரத்தில எங்கியோ அப்ப தள்ளி வுட்டுட்டன். அப்பறம் மறந்தும் போயிட்டன். அப்பறம் ரெண்டு வருஷம் கழிச்சித்தான் திருப்பியும் பாத்தன்'' என்று சொல்லிவிட்டு கால்களை ஏதோ இடிப்பதுபோல் இருக்கவே கீழே பார்த்தாள். மேல்மருவத்தூரில் ஏறியவர்கள் ஒவ்வொரு ஆளாகத் தரையில் உட்கார்ந்துகொண்டது தெரிந்தது. 'நிக்கவே முடியல. இதுல எப்பிடி ஒக்காந்திங்க? எல்லாரும் நடபாதயில ஒக்காந்திட்டா ஆளுங்க எப்பிடி நின்னுக்கிட்டு வர முடியும்?' என்று கேட்டுச் சத்தம் போடத் தோன்றியது. ஆனால், எதுவும் சொல்லாமல் கொஞ்சம் நகர்ந்து நின்றுகொண்டு விட்ட கதையைத் தொடர்வதுபோல், ''எங்கப்பா செத்து, பொணம் வீட்டவிட்டுப் போன பின்னால நான்தான் வீட்டக் கழுவுனன்.

கூட்டும்போது மர பீரோவுக்கு அடியில கெடந்த சீட்டுகளப் பாத்தன்'' என்று சொல்லிப் பேச்சை நிறுத்தினாள். எதைச் சொன்னாலும் ஒரேயடியாகச் சொல்லாமல் எதற்காகத் துண்டுதுண்டாகச் சொல்கிறாள் என்று நினைத்த தனவேல், ''பாத்ததுமே கிழிச்சிப் போட்டுட வேண்டியதுதான?'' என்று கேட்டார். அதற்கு அசட்டையாகக் கொட்டாவி விட்டபடியே, ''வீட்டுல எம்மானோ குப்பக் கெடக்குது அதுவும் கெடந்துட்டுப் போவட்டுமேன்னு வுட்டுட்டன்'' என்று சொன்னதைக் கேட்டதும் தனவேலுவுக்குச் சங்கடமாக இருந்தது. சலிப்பான குரலில், ''இப்பவும் இருக்கா?'' என்று கேட்டார்.

''இருக்கு, இருக்கு'' என்று பொறுப்பற்ற குரலில் சாரதா சொன்னதைக் கேட்டதும் தனவேலுவுக்கு என்ன சொல்வதென்றே தெரியவில்லை. தாம்பரத்தில் அவள் வந்து பேசியபோது ஏற்பட்ட உற்சாகத்தில் இப்போது பாதிகூட அவரிடம் இல்லை. பள்ளிக்கூடத்தில் பிள்ளைகளுக்குப் புத்திமதி சொல்வதுபோல், ''கல்யாணமாயி, குழந்த பிறந்து, அதுகளுக்கும் கல்யாணமாயி, குழந்த பிறந்த பின்னாலயும் அந்தச் சீட்டுகள வச்சிருக்கிறது தப்பில்லயா?'' என்று கேட்டு முடிப்பதற்குள்ளாகவே முகத்திலடிப்பதுபோல், ''முன்னப்பின்ன தெரியாத பிள்ளக்கிச் சீட்டு எழுதித் தர்றது மட்டும் சரியா?'' என்று சாரதா கேட்டதும் தனவேலுவால் பதில் சொல்ல முடியவில்லை.

சாரதாவுக்கு இவ்வளவு கோபம் வரும் என்பது இப்போதுதான் அவருக்குத் தெரிந்தது. ரொம்பவும் தணிந்த குரலில் தனக்குத் தானே சொல்லிக்கொள்வதுபோல், ''தப்புதான்'' என்று சொன்னார். சிறிது நேரம் பேசாமல் இருந்துவிட்டு சாரதாவைச் சமாதானப்படுத்துகிற மாதிரி, ''பிரச்சன வரக் கூடாதின்னுதான் சொன்னன்'' என்று சொன்னார்.

''வர வேண்டிய பிரச்சனதான் சாவு மாதிரி பத்தொம்பது வயசிலியே வந்துடுச்சே. இனிமே என்னா வரப்போவுது?'' தலைக்குக் கோபம் ஏறியதுபோல் சாரதா கேட்டதும் ஏன் இவ்வளவு கோபப்படுகிறாள் என்று யோசித்தார். இவ்வளவு உரிமை எங்கிருந்து வந்தது?

''நீங்க கொடுத்த சீட்டுகளாலதான எனக்குப் பத்தொம்பது வயசிலியே கல்யாணமாச்சி. இருவது வயசிலியே புள்ளப் பொறந்துச்சி. ஒங்களால தான முப்பத்திரெண்டு வருஷமாக் குடிகாரன்கூட குடும்பம் நடத்துறன். என் வாழ்க்க நாசமாப்போனது அந்தச் சீட்டுகளாலதான?'' என்று ஆத்திரத்துடன் கேட்டதும் தனவேலுவின் வாய் மூடிக்கொண்டது.

அவளுக்குச் சகாயம் செய்வதுபோல், ‘‘பிரச்சனைய உண்டாக்குன சீட்டுகள இன்னம் வச்சிருக்கலாமா?’’ என்று கேட்டதற்கு எதிரிக்குப் பதில் சொல்வதுபோல் முகத்தைத் திருப்பிக்கொண்டு, ‘‘படிச்சிருந்தா கிழிச்சி யிருப்பன்’’ என்று சொன்னாள்.

‘‘இன்னம் படிக்கலியா?’’

‘‘எதுக்குப் படிக்கணும், என் வாழ்க்கய நாசமாக்கினத நான் படிச்சி வேற பாக்கணுமா?’’

‘‘என்னதான் எழுதியிருக்குன்னு பாக்கலியா?’’

‘‘என்னெ வர்ணிச்சிவர்ணிச்சி எழுதியிருப்பிங்க. அதான? அதப் போயி எதுக்குப் படிக்கணும்?’’ வீம்பாகக் கேட்டாள்.

சிறிது நேரம் எதுவும் பேசாமல் இருந்த தனவேல், ‘‘யார் கையிலி யாவது கெடச்சா என்னாவறது?’’ என்று கேட்டார்.

‘‘அதுலதான் ஊரும் இருக்காது, பேரும் இருக்காதே’’ முரட்டுத்தன மான குரலில் சாரதா சொன்னதும் ஆச்சரியத்துடன் பார்த்தார். ‘என்ன பெண் இவள்’ என்று யோசித்தார். ‘ரொம்பவும் ரஃப் அண்ட் டஃப்பான ஆளா இருப்பாளோ’ என்று நினைத்தார். ‘ரஃப் அண்ட் டஃப்பாக இருந்ததால்தான் ஒரு வார்த்தைக்கூடப் பேசவில்லையா, கடிதம் போட வில்லையா’ என்று யோசித்தார். சீட்டுக் கொடுத்தபோது திட்டக் கூடச் செய்யவில்லையே என்று நினைத்தார். இன்று பார்த்து ரயிலில் வந்தோமே என்றும், போயும்போயும் வந்து இந்த கோச்சிலா ஏற வேண்டும் என்றும் தன்னையே நொந்துகொண்டார். சாரதாவைப் பார்த்த மகிழ்ச்சியெல்லாம் சுத்தமாக வடிந்துவிட்டிருந்தது. கேள்வி கேட்டுத் தலைகுனியவைக்கிற ஆள் என்று தெரியாமல் போய்விட்டதே என்று வருத்தப்பட்டார். இப்போதுதான் அவருக்குக் கால் வலியே தெரிந்தது. கால்களை மாற்றி வைக்கலாம் என்றால் அதற்குக்கூட வழியில்லை. பக்கத்திலேயே சாரதா நின்றுகொண்டிருந்தாள். அவளுடைய கால்களை ஒட்டி மேல்மருவத்தூரில் ஏறியவர்கள் உட்கார்ந்துகொண்டிருந்தனர். எவ்வளவு நேரம்தான் ஒருவருக்கொருவர் பார்த்துக்கொள்ளாத மாதிரி நின்றுகொண்டிருக்க முடியும் என்று யோசித்த தனவேல், சாரதாவை அங்கிருந்து போகச் சொல்லும் எண்ணத்தில், ‘‘நீங்க போயி ஒக்காருங்க. பாவம் என்னால நின்னுக்கிட்டே வர்றிங்க’’ என்று சாதாரணமாகத் தான் சொன்னார். அதற்கே சாரதாவுக்குக் கோபம் வந்துவிட்டது.

''இன்னிக்கி மட்டுமா ஒங்களால கஷ்டத்த அனுபவிக்கிறன்? ஒங்க ஊருக்கு வந்ததிலிருந்துதான் அனுபவிக்கிறன்.'' தனவேலுவுக்கு வாயடைத்துப்போயிற்று. ''என்னடா இது பெரிய தலயெழுத்தா இருக்கு?'' என்று நினைத்தார். பிறகு பணிவான குரலில், ''வேணுமின்னு செய்யல'' என்று சொன்னார்.

''அது எனக்கும் தெரியும்'' வெடுக்கென்று சொன்னாள்.

எதைப் பேசினாலும் குற்றமாகிவிடுகிறதே என்று நினைத்த தனவேல் வேலைசெய்து களைத்துவிட்டதுபோல் தோள்பையிலிருந்த தண்ணீர் பாட்டிலை எடுத்துக் குடித்தார். ஒரு பேச்சுக்கு, ''தண்ணி குடிக்கிறிங் களா?'' என்று கேட்டார்.

''முப்பத்திரெண்டு வருஷத்துக்கு முன்னால வாயில ஊத்தின விஷத் துக்கு இப்ப வந்து தண்ணி கொடுத்தா விஷம் முறியுமா?''

தனவேல் எதுவும் பேசவில்லை. பேசாமல் இருப்பதுதான் உத்தமம் என்று முடிவெடுத்தார். ஒவ்வொரு வார்த்தைக்கும் தேள் மாதிரி கொட்டிக்கொண்டே இருந்தால் எப்படிப் பேச முடியும்? சாரதா ஒரு மாதிரியாக தனவேலுவைப் பார்த்தாள். பிறகு தன்னுடைய பேத்தி உட்கார்ந்திருந்த இடத்தைப் பார்த்தாள். கால்கள் வலிப்பதுபோல் இருக்கவே கால்களை மாற்றி நின்றாள்.

''என்னால பாவம் நீங்களும் நின்னுக்கிட்டு வர்றிங்க. போயி ஒக் காருங்க. எடம் காலியாத்தான இருக்கு.''

சாரதா எதுவும் பேசவில்லை. தனவேலுவையும் பார்க்கவில்லை.

''வீட்டுக்குப் போனதும் அந்தச் சீட்டுகள அடுப்புல போட்டுடுங்க'' என்று சொல்லி முடிப்பதற்குள்ளாகவே குறுக்கிட்ட சாரதா, ''எனக்காக எழுதிக் கொடுத்த முத சீட்டுகளும் அதுதான், கடசி சீட்டுகளும் அதுதான். அதப் போயி எதுக்கு அடுப்புல போடணும்?'' என்று கேட்டாள். அதற்கு எப்படிப் பதில் சொல்வது என்று தெரியாமல் விழித்துக்கொண்டிருந்தார். 'இந்த மாடு முன்னால போனாலும் ஒதைக்குது. பின்னால போனாலும் ஒதைக்குது' என்று நினைத்தார்.

''ஒங்க பொண்ணுங்களுக்குத் தெரிஞ்சா அசிங்கமாயிடும்ல்ல?''

''அவளுங்க ரெண்டு பேருக்கும் விஷயம் தெரியும். இந்தச் சீட்டு களாலதான்டி நான் ஒங்கப்பனுக்குக் கழுத்த நீட்டுனன். இல்லாட்டி கவர்மண்ட் வேலயில உள்ள மாப்ளயக் கட்டியிருப்பன்னு சொல்லி யிருக்கன். அவளுங்களும் குடிகார ஆள ஏம்மா கட்டிக்கிட்ட? ஒன்

வாழ்க்கயும் போயி, எங்க வாழ்க்கயும் போயிடிச்சேன்னு திட்டுறாளுங்க'' என்று சொன்னாள். தனவேலுவுக்குக் குழப்பமாகிவிட்டது. அவளுடைய மனதில் என்ன இருக்கிறது என்பதை அவரால் ஊகிக்க முடியவில்லை. எந்தப் பக்கம் போனாலும் சூறைக்காற்று மாதிரி சுழன்று அடிக்கிறாளே என்று ஆதங்கப்பட்டார். கெஞ்சுகிற மாதிரி, ''இன்னிக்கி ஊருக்குப்போன பிறகாவது அந்தச் சீட்டுகளக் கிழிச்சிப் போட்டுடுங்க'' என்று சொன்னதும் சாரதாவுக்கு எங்கிருந்துதான் அவ்வளவு ஆத்திரம் வந்ததோ, வீறாப்பான குரலில், ''நான் சாவுறவரைக்கும் கிழிக்கவும் மாட்டன். படிக்கவும் மாட்டன். என்னோட வாழ்க்கய நாசமாக்குன சீட்டுவோதான? நான் சாவுறவரைக்கும் அப்படியே இருக்கட்டும். என்னோட சந்தோஷம் அந்தச் சீட்டுவோதான். என்னோட நரகமும் அந்தச் சீட்டுவோதான்'' என்று சொல்லிவிட்டு சிறிது நேரம் மௌனமாக இருந்தாள். பிறகு கோபம் வந்த மாதிரி, ''நீங்கல்லாம் கவர்மண்ட் வேலயில உள்ள ஆளக் கல்யாணம் கட்டிக்கிட்டு சௌரியமா இருப்பிங்க. நான் என்னா பாவம் செஞ்சன்? விவசாயியக் கட்டிக்கிட்டுச் சாவறதுக்கு? இன்னிக்கி கவர்மண்ட் வேலயில உள்ள வாத்தியாருக்கு மாசத்துக்கு ஒரு லட்சம் சம்பளம் வருது. ஊர்ல இருவது காணி நெலம் வச்சிருக்கிறவங்களுக்கு வருசத் துக்கு ஒரு லட்சம் வருமா? ஊட்ட நம்பி, நெலத்த நம்பி பொண்ணு கொடுத்த காலமெல்லாம் செத்துப்போச்சி. வேலயில உள்ள மாப்ளயக் கட்டியிருந்தா எம் பொண்ணுங்கள நல்லாப் படிக்க வச்சியிருப்பன். வேலயில உள்ளவனுங்களுக்குக் கட்டிக்கொடுத்திருப்பன். இன்னிக்கி எம் புள்ளைங்க சாதா வேலைக்கிப் போயிதான சோறு திங்குதுங்க?'' என்று கேட்டாள். அப்போது அவளுடைய கண்கள் லேசாகக் கலங்கியது மாதிரி தெரிந்தது.

சாரதா மூச்சு விடாமல் பேசியதைப் பார்த்து தனவேல் அசந்துபோனார். 'ஏ அப்பா, இவ்வளவு வாயா' என்று நினைத்துக்கொண்டார். இந்த வாய்தான் முப்பத்திரெண்டு வருஷத்துக்கு முன்பு பூட்டிவைத்த கதவு மாதிரி அடைத்துக்கொண்டு கிடந்ததா? சட்டென்று அவருடைய மனைவியின் நினைவு வந்தது. நொந்துபோனது மாதிரி, 'ஒலகத்தில உள்ள பொட்டச்சியெல்லாம் ஒரே மாதிரியாதான் இருக்காளுங்க' என்று நினைத்துக்கொண்டார்.

சாரதாவைச் சீண்டுவதுபோல், ''அப்ப ஒரு வார்த்தகூடப் பேசல'' என்று சொல்லி முடிப்பதற்குள் கோபம் வந்த மாதிரி, ''நீங்களும்தான் பேசல'' என்று திருப்பி அடித்தாள்.

''என்னா பேசறதின்னே தெரியல.''

''எனக்கு மட்டும் தெரியுமா?'' வெடுக்கென்று கேட்டாள். ரயிலில் நின்றுகொண்டு பேசுகிறோம் என்பதுகூட இருவருக்கும் மறந்து போயிருந்தது. சிறிது நேரம்வரை அவரும் பேசவில்லை. அவளும் பேசவில்லை. ரயில் ஓடுகிற சத்தத்தைக் கேட்பதுபோல் இருவரும் நின்றுகொண்டிருந்தனர். பிறகு குற்றம்சாட்டுகிற தொனியில், ''குரங்கு ஓடியார மாதிரி சட்சட்டுன்னு ஓடியாந்து மேசமேல ஒரு சீட்ட வச்சிட்டு ஓடிடுவிங்க. ஆயாம்மா என்ன நெனைப்பாங்க, தெருவுல உள்ள சனங்க என்ன நெனைப்பாங்கன்னு நான் அழுதுக்கிட்டுக் குந்தியிருந்தது ஒங்களுக்குத் தெரியுமா?'' சுசிலாவ நம்புனதுக்கு ஆயாம்மாவயே நம்பி யிருக்கலாம். 'நல்ல பையன்'னு அந்தப் பொம்பளதான் சொல்லிச்சி. அப்ப எதுவும் தெரியல'' என்று சொல்லிவிட்டு சிறிது நேரம் பேசாமல் இருந்தாள். தனவேலுவைக் கூர்ந்து பார்த்துவிட்டு ரகசியம் சொல்வது போல, ''நான் ஒங்க ஊரவுட்டுப் போற அன்னிக்கி நானும் எங்கப்பாவும் பஸ் ஸ்டாண்டுகிட்ட நின்னப்ப நீங்க புளிய மரத்துக்கிட்ட மறஞ்சிக் கிட்டு நின்னதப் பாத்தன். நான் ஏறுற பஸ்ஸில நீங்களும் ஏறுவிங்கன்னு நெனச்சன்'' என்று சொன்னாள்.

''ஏறலாம்ன்னுதான் இருந்தன். ஒங்கப்பா கூட இருந்ததாலதான் ஏறல.''

''அன்னிக்கி எங்கூட பஸ்ஸில நீங்க ஏறியிருந்தா என்னோட வாழ்க்க மாறியிருக்கும். கடசி நாள் சொல்லிட்டுப் போவம்னு சுசீலா வீட்டுக்குப் போகாம இருந்திருந்தாலும் என்னோட வாழ்க்க மாறியிருக்கும். வீட் டுக்குப் போனதாலதான் சுசீலா சீட்டுகள எங்கப்பாக்கிட்ட கொடுத் திட்டாங்க. போகலன்னா கொடுத்திருக்க மாட்டாங்க. அன்னிக்கி நான் பஸ்ஸில அழுதுக்கிட்டேதான் போனன் தெரியுமா?''

தனவேல் எதுவும் பேசவில்லை. அவருடைய பார்வை ரயிலுக்கு வெளியே இருந்தது.

திண்டிவனத்தில் ரயில் நின்றதும் மேல்மருவத்தூரில் ஏறிய ஆட்கள் இறங்கினார்கள். புதியதாக ஆட்கள் ஏறவில்லை என்பதே பெரிய ஆறுத லாக இருந்தது தனவேலுவுக்கு. கை கால்களை இப்படியும் அப்படியுமாக அசைத்து ஆட்டிக்கொண்டார். ரயில் புறப்படும்போது சாரதாவின் பேத்தி சாதனா வந்து ஒருவிதமாகப் பார்த்தாள். ''என்னம்மா வேணும்? பிஸ்கட் சாப்புடுறியா? தண்ணி குடிக்கிறியா?'' என்று கேட்ட எந்தக் கேள்விக்கும் அவள் பதில் சொல்லவில்லை. விரைத்துக்கொண்டு நின் றிருந்த சாதனாவிடம், ''பேரு என்னம்மா?'' என்று தனவேல் கேட்டார். சாதனா பதில் சொல்லவில்லை. தன்னுடைய கால்களுக்கு அருகில்

சாதனாவை அழைத்துப் பிடித்துக்கொண்டு, ‘‘கேக்கறாங்கல்ல பேரச் சொல்லும்மா’’ என்று சாரதா பலமுறை சொல்லிப் பார்த்தாள். அப் போதும் வாயைத் திறந்து தன்னுடைய பெயரைச் சொல்லவில்லை. ‘‘அவங்க தாத்தாக்கிட்டன்னா நல்லா பேசுவா’’ என்று சாரதா சொன் னாள். தனவேலுவையும் சாரதாவையும் மாறிமாறி பார்த்த சாதனா எதுவும் பேசாமல் வேகமாகச் சென்று தன்னுடைய இடத்தில் உட் கார்ந்துகொண்டதைப் பார்த்ததும் கோபித்துக்கொண்டு போய்விட் டாளோ என்ற எண்ணத்தில், ‘‘இருங்க வர்றன்’’ என்று தனவேலுவிடம் சொல்லிவிட்டு சாதனாவிடம் போனாள்.

சாரதா பக்கத்தில் இருந்தவரை வெயில் தெரியவில்லை. வியர்த்துக் கொட்டுவது தெரியவில்லை. அவள் போன பிறகுதான் அனல் காற்று தெரிந்தது. தாகமாக இருப்பது தெரிந்தது. வியர்வையைத் துடைக்கும் போதுதான் இன்று பார்த்து நல்ல பேண்ட், சட்டைக்கூடப் போட்டுக் கொண்டு வரவில்லை என்பது தெரிந்தது. காற்றில் பறந்துகொண்டிருந்த முடியை ஒதுக்கிவிடும்போதுதான் தெரிந்தது தலையில் பாதி முடிகூட இல்லை என்பது. கர்சிப்பை எடுத்து முகத்தை அழுத்திஅழுத்தித் துடைத்தார். அப்போது அவருடைய செல்போன் மணி அடித்தது. அவருடைய மனைவிதான் அழைத்திருந்தார். போனை எடுத்துப் பேசிய தனவேல், ‘‘ஆமாம், ஆமாம். ஒரே கூட்டம்தான். நின்னுக்கிட்டுத்தான் வர்றன். விழுப்புரம் வரப்போவுது. ஒரே சத்தமா இருக்கு’’ என்று சொல்லிக் கொண்டிருக்கும்போது சாரதா வருவது தெரிந்ததும், ‘‘அப்பறமாப் பேசுறன்’’ என்று சொல்லி அவசரமாக போனை வைத்தார்.

‘‘யார் பேசினது? வீட்டிலியா?’’ என்று சாரதா கேட்டாள். அதற்கு எந்தப் பதிலையும் தனவேல் சொல்லவில்லை. ரயில் மெதுவாக ஓடிக் கொண்டிருப்பது தெரிந்ததும் லேசாக எட்டிப்பார்த்தார். விழுப்புரம் ரயில்வே ஸ்டேசனுக்குள் ரயில் நுழைந்துகொண்டிருப்பது தெரிந்தது. சாரதாவும் வெளியே பார்த்தாள். விழுப்புரம் சந்திப்பு என்ற போர்டைப் பார்த்து ஆச்சரியப்பட்டதுபோல், ‘‘அதுக்குள்ளார விழுப்புரம் வந்துடுச்சா? நேரம் போனதே தெரியல’’ என்று சொன்னாள். அதற்கு, ‘ஆமாம்’ என்பதுபோல் தலையை மட்டுமே ஆட்டினார். ரயில் பிளாட்பாரத்தில் நின்ற வேகத்தில் தபதபவென்று பத்துக்கும் அதிகமானவர்கள் ஏற முயன்றனர். தனவேலுவும் சாரதாவும் ஒதுங்கி நின்றுகொண்டனர். ஐந்தாறு பேர் இறங்கினார்கள். குறுக்கும் நெடுக்குமாக ஆட்கள் நடந்து கொண்டிருந்தனர். ஓடிக்கொண்டிருக்கும்போது தெரிந்ததைவிட ரயில்

நின்றுகொண்டிருக்கும்போதுதான் அதிக வெக்கை தெரிந்தது. ஐந்து நிமிடத்துக்குள்ளாகவே உடம்பு முழுவதும் வியர்த்துவிட்டது. கர்சிப் பால் முகத்தைத் துடைப்பதும் விசிறிக்கொள்வதுமாக இருந்தார். ரயில் புறப்பட்டால் போதும் என்றிருந்தது. ரயில் நின்ற பிறகுதான் மூத்திர வாடை அதிகமாக அடித்தது. கழிப்பறைப் பக்கம் பார்த்தார். ஒரு கதவு திறந்து கிடந்தது தெரிந்தது. ''போறவங்க கதவ மூடிட்டுப் போனா என்ன?'' என்று முனகினார்.

தாம்பரத்தில் ரயிலில் ஏறியபோது மேற்குப்புறக் கதவை ஒட்டி செல்போனில் டைப் செய்துகொண்டிருந்த இளம்பெண் இப்போதும் அதே இடத்தில் நின்றுகொண்டு செல்போனில் டைப் செய்துகொண் டிருப்பதைப் பார்த்து அதிசயத்துப்போனார்.

கொய்யாப் பழக்கூடையுடன் ஒரு இளம்பெண் வண்டிக்குள் ஏறினாள். தனவேல் ஒதுங்கி நின்றுகொண்டார். ''எப்பத்தான் வண்டிய எடுப் பானோ'' என்று சொன்ன சாரதா முந்தானையால் கழுத்தில் இருந்த வியர்வையைத் துடைத்தாள்.

ரயில் நகர ஆரம்பித்தது.

''அப்ப பாத்ததுக்கு இப்ப ரெண்டாளப் பாக்குற மாதிரி இருக்கு.''

'பொம்பளைங்களுக்கு வயசானா அப்பிடித்தான்.''

''நீங்க ஊரவிட்டுப் போற அன்னிக்கி கத்திரிப்பூ நிறப் புடவ கட்டி யிருந்திங்க.''

''அப்படியா?'' என்று கேட்டாள். கொஞ்ச நேரம் எதையோ யோசிப்பதுபோல் இருந்தாள். பிறகு தனவேலுவை நேருக்கு நேராகப் பார்த்து, ''புடவ எப்பிடி இருந்துச்சி, இடுப்பு எப்பிடி இருந்திச்சிங்கிற தெல்லாம் ஞாபகம் இருக்கு. ஆனா, என்னெ பாக்கணும்ங்கிற நெனப்பு மட்டும் இல்ல'' குத்திக்காட்டுவது மாதிரி சாரதா சொன்னாள்.

''எங்க ஊர்லதான் பேசல. வாகையூருக்கு வந்தப்பவும் பேசல. வாகை யூர்ல கொடுத்த சீட்டுல ஹாஸ்டல் அட்ரஸ் எழுதியிருந்தன். லெட்டரும் போடல'' என்று சொன்னார். தனவேலுவின் மனதில் சாரதாவை மரண அடி அடித்துவிட்டதாக நினைத்தார்.

''நீங்க பேசினா என்னா? நீங்க ஆம்பளதான? எந்த நாட்டுல பொம் பள தானா வந்து பேசியிருக்கா?'' முறைப்பதுபோல் கேட்ட சாரதாவின் கேள்விக்கு தனவேலுவிடம் பதிலில்லாமல் போனது. சாதனா பக்கம் பார்த்துவிட்டு, திரும்பி நின்றுகொண்டு, ''நீங்க வாகையூர் வர்றதுக்கு

முதல் நாள்தான் எனக்கு நிச்சயமாச்சி. அதனாலதான் பேசல'' என்று சொல்லி முகத்தைச் சுளித்தாள்.

''கல்யாணமாயிடிச்சின்னு சொன்னதாலதான் அடுத்து நான் பாக்க வல்ல.''

''கல்யாணமாயிட்டா பாக்கக் கூடாதின்னு சட்டமா? நான் எங்க இருக்கன்னாவது விசாரிச்சிருக்கலாம். ஒங்க ஊருக்கும் எங்க ஊருக்கும் இருவது கிலோமீட்டர் தூரம்கூட இருக்காது.''

''நீங்க விசாரிச்சிருக்கலாம்'' என்று சொல்லி தனவேல் வாயை மூடுவதற்குள், ''ஆம்பளயப் போயி பொம்பள விசாரிப்பாங்களா?'' என்று முறைப்பதுபோல் கேட்டாள். சாரதா ஏன் இவ்வளவு கோபப்படுகிறாள் என்று யோசித்தார். எப்போதோ கொடுத்த சீட்டுகளுக்காகவா இவ்வளவு பெரிய தண்டனை என்று நினைத்தார்.

திடீரென்று நினைவுக்கு வந்த மாதிரி, ''சீட்ட நீங்க கொடுத்தீங்களா, நான் கொடுத்தனா?'' என்று கேட்டாள். சட்டென்று கோபம் வந்து விட்ட மாதிரி, ''ரெண்டு, மூணு வருசம் கழிச்சியிருந்தா நானும் ஒரு வேலையில உள்ள மாப்ளயக் கட்டியிருப்பனில்ல?'' என்று கேட்டாள். அப்போது சாரதாவின் கண்கள் நிறைய கண்ணீர் நிறைந்திருந்தது.

''எதுக்கு நெனச்சதுக்கெல்லாம் அழுவுறிங்க?''

''நெனச்சதுக்கெல்லாம் அழுவல. வாழ்க்க போச்சேன்னு அழுவுறன்'' வெடுக்கென்று முகத்தைத் திருப்பிக்கொண்டாள். அப்போதுதான் தனவேல், சாரதாவின் பின்பக்கத்தைப் பார்த்தார். 'முதமுத பாத்தப்ப இடுப்பு எங்க இருக்குன்னே தெரியாது' என்று முனகலாகத்தான், அதுவும் தனக்குத் தானே சொல்லிக்கொள்வது மாதிரிதான் சொன்னார். ரயிலின் தடதட சத்தத்தையும் மீறி எப்படித்தான் அவளுடைய காதில் விழுந்ததோ.

''என் முகத்தப் பாத்து நீங்க சீட்டு எழுதல. அப்படித்தான?'' என்று கேட்ட சாரதாவுக்கு லேசாகச் சிரிப்பு வந்துவிட்டது. சாரதா கேட்ட கேள்விக்கு தனவேலுவிடம் பதில் இல்லாததால் ரயிலுக்கு வெளியே பார்ப்பதுபோல் நடித்தார்.

''ரயிலுக்கு வெளிய எந்தப் பிள்ள நிக்குது சீட்டு எழுதித் தரலாம்னு பாக்குறிங்களா?'' சீண்டுவது மாதிரி கேட்டாள்.

தனவேலுவின் முகம் தொங்கிப்போயிற்று. ரயில் ஓடுகிற வேகத்தில் சாரதாவின் தலைமுடி அதிகமாகப் பறந்ததால் சடையை எடுத்துக் கொண்டையாகப் போட்டுக்கொண்டாள்.

''ஒரு முடிகூட நரைக்கல'' என்று தனவேல் ஒரு தினுசாகச் சொன்னதும் பொய்க் கோபத்துடன் முறைப்பதுபோல், ''அது ஒண்ணுதான் எனக்குன்னு இருக்கு. அது ஒங்களுக்குப் பொறுக்கலியா?'' என்று கேட்டாள். பிறகு தானாகவே, ''ரெண்டு வருஷத்துக்கு முன்னாடி எம் பெரிய பொண்ணுதான் 'முக்கிய சேவகியாவா ஆயிட்ட. இனி நாலு ஊருக்கு, நாலு எடத்துக்குப் போய்வர மாதிரி இருக்கும். டை அடிச் சிக்க'ன்னு அடிச்சிவுட்டா. பழகிடிச்சி. இப்ப நானே அடிச்சிக்கிறன்'' என்று சொல்லிக் குறும்பாகச் சிரித்தாள். பிறகு தனவேலுவின் தலையைப் பார்த்து, ''தலயெல்லாம் ஒரே வெள்ளையா இருக்கே, ஒரு டைய்யகிய்ய அடிச்சா என்ன?'' என்று கேட்டாள்.

''அடிக்கணும்'' என்று தனவேல் சொல்லி முடிப்பதற்குள், ''டை அடிக் கிறதுக்குத் தலயில முடி வேணாமா? அதுதான் கழுவி வச்ச வெங்கலப் பான மாதிரி சுத்தமா இருக்கே'' என்று சொல்லிவிட்டுக் கடகடவென்று வாய்விட்டுச் சிரித்தாள். தனவேலுவுக்குக் கொஞ்சம் வெட்கமாகத்தான் இருந்தது. வளைந்து நெளிந்து ஒருமாதிரி வெட்கத்தைச் சமாளித்தார். தொடர்ந்து தன்னுடைய தலையைப் பற்றிப் பேசிவிடப் போகிறாள் என்ற கவலையில் பேச்சை மாற்ற முயன்றார்.

''ஒங்க பொண்ணு ரெண்டு பேருக்கும் ஒங்கள மாதிரி இடுப்புக்குக் கீழ தொங்குற அளவுக்கு முடி இருக்குமா?''

''ரெண்டு சனியனும் அப்பன் வீட்டுப் பரம்பரயாட்டம்தான் இருக்கும். ரெண்டு நாயிக்கும் எலிவாலு மாதிரிதான் முடி இருக்கும். அவளுங்க அப்பன் தலயில எத்தன முடி இருக்குன்னு எண்ணிடலாம்.'' பெரிய நகைச்சுவையைச் சொல்லிவிட்ட மாதிரி வாய்விட்டுச் சிரித்தாள்.

''ஒங்க பொண்ணுங்க ரெண்டு பேரும் என்னா வேலையில இருக் காங்க?''

''இருந்த நாலு காணி நெலத்தயும் குடிச்சே அழிச்சிப்புட்டாரு. என்னோட வேல ஒண்ணுதான். அங்கன்வாடி அரிசிதான் எங்கள இது வர உசுரோட வச்சியிருக்கு. நான் வேலைக்கு வந்தப்ப நூறு ரூபா தான சம்பளம். வசதி வாய்ப்பு இல்லாததால ரெண்டு புள்ளைங்களையும் நர்சுக்குத்தான் படிக்க வச்சன். கவர்மண்ட்ல வேல கெடைக்கல. தனியார் ஆஸ்பத்திரியிலதான் வேல செய்றாளுவோ. பெரிய படிப்பு படிக்க வச்சியிருந்தா படிச்ச மாப்ளயா, பெரிய வேலயில உள்ள மாப் ளயா பாத்திருக்கலாம். இதுவர அவரு சம்பாரிச்சி ஒரு ரூவாக்கூடக் கொடுத்ததே இல்ல'' என்று சொல்லும்போதே அவளுக்குக் கடகட வென்று கண்ணீர் இறங்கியது.

தனவேல் எதுவுமே பேசாமல் நின்றுகொண்டிருந்தார்.

சாரதா அழுதுகொண்டிருந்தாள்.

ரயிலில் நல்ல கூட்டமாக இருந்தது. சிறுநீர் கழிப்பதற்காகப் பெண்களும் ஆண்களும் வருவதும் போவதுமாக இருந்தனர். ‘‘ஆண்டவன் யாரையும் விட்டதில்ல. வாழ்க்கையின் வட்டத்தில’’ என்ற சினிமா பாடலைப் பாடிக்கொண்டே கண் தெரியாத ஒரு ஆள் பிச்சையெடுத்துக் கொண்டே போனார். ‘‘மசால் வட’’ என்று கூவி ஒரு ஆள் விற்றுக் கொண்டே வந்தார்.

அழுது முடித்து ஓய்ந்த மாதிரி முகத்தைத் துடைத்துக்கொண்ட சாரதா, ‘‘கூப்பிட்டீங்களா?’’ என்று கேட்டாள்.

‘‘இல்ல.’’

‘‘கூப்பிட்ட மாதிரி இருந்துச்சி.’’

‘‘ஒங்கள எப்பிடிக் கூப்பிடுறது தெரியல. மேடம்னு சொல்றதா, வாங்க போங்கன்னு சொல்றதான்னு தெரியல’’ என்று சொல்லிவிட்டுக் கொஞ்சம் வெட்கப்பட்ட மாதிரி சிரித்தார்.

‘‘மேடம்னு எதுக்குக் கூப்பிடணும்?’’ உரிமையுடன் கேட்டாள்.

தனவேல், சாரதாவின் முகத்தையே ஆராய்வதுபோல் பார்த்தார். அவளை எப்படிப் புரிந்துகொள்வது என்று யோசித்தார். தனவேல் தன்னையே வைத்த கண் வாங்காமல் பார்க்கிறார் என்று நினைத்த சாரதா மிகவும் அடங்கின குரலில், ‘‘காது, மூக்கு, வாய் மாதிரி மனசும் இருந்தா எந்தத் தொந்தரவும் இருக்காது. மனசுக்கு மட்டும் தான திருப்பி நெனச்சிப்பாக்குற புத்தி இருக்கு’’ என்று சொன்னாள். அவள் அழவில்லை. ஆனால், அவளுடைய கண்களிலிருந்து கண்ணீர் இறங்கியது. மூக்கை உறிஞ்சிக்கொண்டே, ‘‘ஒங்களப் பாத்ததில ஒரு கடல் அளவுக்குச் சந்தோஷமின்னா ரெண்டு கடல் அளவுக்குக் கஷ்டம்’’ என்று சொன்னாள்.

‘ஏன் அப்பிடிச் சொல்றிங்க?’ என்று கேட்க நினைத்த தனவேல் எதுவும் பேசாமல் நின்றுகொண்டிருந்தார்.

‘‘திருநங்கைக்குக் காசு கொடுங்க’’ என்று கேட்டுக்கொண்டும் ஒவ்வொரு ஆளிடமும் காசு வாங்கிக்கொண்டும் ஒரு திருநங்கை வந்தார். திருநங்கையைப் பார்த்ததும் வெடுக்கென்று முகத்தைத் திருப்பிக்கொண்டு வெளியே பார்க்க ஆரம்பித்தார் தனவேல். திருநங்கை ‘காசு கொடுங்க’ என்று கேட்பதற்கு முன்பாகவே காசைக் கொடுத்துவிட்டாள் சாரதா. திருநங்கை தூரமாகப் போன பிறகுதான் தனவேல் ரயிலுக்குள் பார்த்தார்.

‘‘அப்பறம்?’’ என்று தனவேல் கேட்டார். அதற்கு சாரதா எதுவும் பேசாமல் நின்றுகொண்டிருந்தாள். சந்தேகப்பட்டது மாதிரி சாதனா பக்கம் பார்த்தாள்.

‘‘ஒங்க பள்ளிக்கூடத்தில பசங்கயெல்லாம் பிள்ளைங்களுக்குச் சீட்டு தருவானுங்களா?’’

‘‘தருவானுங்கன்னுதான் நெனைக்கிறன். எங்கிட்ட இதுவர அந்த மாதிரி எந்தப் பிரச்சனயும் வந்ததில்ல. வந்தா ஓடனே டி.சி.யக் கிழிச்சிக் கொடுத்திடுவன்.’’

‘‘வாத்தியாரு எழுதினா?’’ என்று கேட்டுவிட்டுக் குறும்பாகச் சிரித் தாள். தனவேலுவின் முகம் தொங்கிப்போயிற்று.

‘‘கால்மணி நேரத்தில விருத்தாசலம் வந்துடும். இறங்கிடுவன்.’’

‘‘அடுத்த கால் மணிநேரத்தில பெண்ணாடம் வந்துடும். நானும் இறங்கி டுவன்.’’ மிஷின் பதில் சொல்வது மாதிரி சாரதா சொன்னாள்.

‘‘செல்போன் இருக்கா?’’

‘‘இந்தக் காலத்தில செல்போன் இல்லாம யாராவது இருப்பாங்களா?’’ கிண்டலடித்தாள்.

‘‘அந்தக் காலத்தில செல்போன் இருந்திருந்தா எப்பிடி இருந் திருக்கும்?’’ தனவேல் சொல்லி முடிப்பதற்குள் குறுக்கிட்ட சாரதா, “இருந்திருந்தா பேசி இருப்பிங்களாக்கும்? ஓங்கள மாதிரி இந்தக் காலத்துப் புள்ளைங்க சீட்டு எழுதிக்கிட்டுக் கிடக்கிறதில்ல. போன்ல எஸ்.எம்.எஸ். அனுப்பித்தான் காதல் பண்றாங்க. வீடியோ கால்லியே பேசிக்கிறாங்க தெரியுமா. இது ஆயிரத்துத் தொள்ளாயிரத்து எண்பத்தஞ்சி இல்ல. ரெண்டாயிரத்து பத்தொம்போது. புரிஞ்சிதா?’’ திமிர்த்தனமாகக் கேட் டாள். நேரடியாக நெஞ்சில் குத்து வாங்கியதுபோல் பேசாமலிருந்தார். ‘தொட்டாசிணுங்கியாவும் இருக்கா. சுடுற நெருப்பாவும் இருக்காளே’ என்று ஆச்சரியப்பட்டார். தயக்கத்துடனும் வெட்கத்துடனும், ‘‘ஒங்க செல்போன் நெம்பரச் சொல்றிங்களா?’’ என்று கேட்டார்.

‘‘எதுக்கு?’’

‘‘சும்மாதான்.’’ சிரித்து மழுப்பினார்.

‘‘கெழவிக்கிட்ட பேசப்போறிங்களாக்கும்?’’ குறும்பாகச் சிரித்தாள். புதுக் கல்யாணப் பெண் மாதிரி புடவையைச் சரிசெய்துகொண்டாள்.

‘‘எப்பப் பாக்கலாம்?’’

"எதுக்குப் பாக்கணும்? இப்பியே ஏண்டாப்பா பாத்தமின்னுதான் இருக்கு. இதுவே கனவா இருந்தா நல்லா இருந்திருக்கும்.'' சட்டென்று முகத்தைத் திருப்பிக்கொண்டாள். கொஞ்ச நேரம் கழித்துத்தான் தன வேலுவைப் பார்த்தாள்.

"செல்போன் நெம்பரத் தாங்க. இல்லனா எப்ப பாக்கலாமின்னாவது சொல்லுங்க.''

"குமரியா இருக்கும்போதே பாக்கல. கெழவியான பெறுகு பாத்து என்னா செய்யப்போறிங்க?''

"---''

"விருத்தாசலம் வந்துடுச்சின்னு நெனைக்கிறன். இறங்கிடுங்க'' என்று சாரதா சொல்லிக்கொண்டிருக்கும்போதே ரயில் விருத்தாசலம் ரயில்வே நிலையத்துக்குள் நுழைந்துவிட்டது.

"நெம்பரச் சொல்லுங்க.''

"வண்டி நின்னுடுச்சி. இறங்கிக்கங்க. ஒங்க சுடுகாடு ஒங்களுக்காகக் காத்திருக்கு. என்னோட சுடுகாடு எனக்காகக் காத்திருக்கு. சட்டியா பானையா மாத்திக்கிறதுக்கு?'' முகத்தைத் திருப்பிக்கொண்டு சாரதா அழுதாள்.

தனவேல் ரயிலை விட்டு இறங்கி பிளாட்பாரத்தில் நின்றுகொண்டு சாரதாவைப் பார்த்தார். சாரதா தன்னுடைய பேத்தியிடம் சென்று கொண்டிருப்பது தெரிந்தது. அடுத்து எந்த இடத்தில் உட்கார்ந்திருக் கிறாள் என்று பார்ப்பதற்கு முயன்றார். அதற்குள் ரயில் புறப்பட்டு விட்டது. கண்மூடித் திறப்பதற்குள்ளாகவே அடுத்த கோச் வந்து விட்டது. பிறகு அடுத்தடுத்த கோச்சுகள் வந்தபடியே இருந்தன. கடைசி யாக கார்டு இருக்கிற கோச்சும் வந்துவிட்டது. அவர் இருந்த இடத்தை விட்டு ரயில் கடந்தபோது கார்டு இருந்த பெட்டியின் பின்புறம் சிவப்பு மையால் ரெட்கிராஸ் குறி இருந்ததைப் பார்த்தார். ரெட்கிராஸ் குறியும் கண் பார்வையிலிருந்து மறைந்துவிட்டது.

தனவேல் ரயில்போன திசையை வெறித்துப்பார்த்தபடி நின்றுகொண் டிருந்தார். ●

உயிர்மை - நவம்பர், 2019

காணாமல் போனவர்கள்

பேருந்து நிலையத்தை நோக்கி வேகமாக நடந்துகொண்டிருந்தான் கொளஞ்சிநாதன். அவன் வருவதற்காகவே காத்துக்கொண்டிருந்த மாதிரி பேருந்து ஒன்று புறப்படுவதற்குத் தயாராக இருந்தது. பேருந்தில் ஏறி உட்கார்ந்துகொண்டான். அதிகக் கூட்டமில்லாமல் இருந்தது. நடத்துநரிடம், "கடலூருக்கு ஒரு டிக்கெட்" என்று சொல்லி பணத்தைக் கொடுத்து பயணச் சீட்டை வாங்கிக்கொண்டான். ஏறி உட்கார்ந்ததும் பேருந்து புறப்பட்டதெல்லாம் நல்ல சகுனமாகத் தெரிந்தது. 'போகிற காரியம் ஜெய மாகும்' என்று நினைத்தான்.

"இன்னிக்கு ரெண்டு மணிக்கு கடலூர்ல இருக்கிற எஸ்.பி. ஆபிஸுக்குப் பின்னால இருக்கிற கல்யாண மண்டபத்துக்கு வாங்க" என்று கருவேப்பிலங்குறிச்சி காவல் நிலையத்திலிருந்து போன் வந்தது. முதல் கேள்வியாக, "எங்க அப்பாவப் பத்தித் தகவல் தெரிஞ்சிடிச்சா?" என்று கேட்டான். அவனுடைய அவசரத்தையும் பதற்றத்தையும் புரிந்துகொள்ளாத காவலர், "கடலூருக்கு வாங்க பேசிக்கலாம்" என்று மொட்டையாகச் சொன்னதும், "தயவுசெஞ்சி சொல்லுங்க சார்" என்று கெஞ்சினான். "கடலூர் போனாத்தான் தெரியும். ஓங்களோட ஐ.டி. புரூஃப், காணாம போனவரோட ஐ.டி. புரூஃப் எடுத்துக்கிட்டு வரணும். கரக்ட்டா ரெண்டு மணிக்கு ஆஜராகணும்" என்று எச்சரிக்கை செய்வதுபோல் சொல்லி விட்டு போனை வைத்துவிட்டார். காவலர்மீது கோபம் வந்தது.

கருவேப்பிலங்குறிச்சி காவல் நிலையத்திற்கு வரச் சொல்லாமல் எதற்காக கடலூருக்கு வரச் சொல்லி இருக்கிறார்கள்? காணாமல் போன தன்னுடைய அப்பா கலியமூர்த்திபற்றித் தகவல் தெரிந்துவிட்டதா? உயிருடன் இருக்கிறாரா? எங்கு இருக்கிறார்? என்று கேட்க வேண்டும் போல மனது துடித்தது. அதே நேரத்தில் பயமாகவும் இருந்தது. "விஷயத்தைச் சொல்லியாச்சி. அப்புறம் எதுக்கு போன் போட்ட?" என்று கேட்டால் என்ன செய்வது? குழம்பிப்போனான். கலியமூர்த்தி உயிரோடு இருக்கிறார் என்று தெரிந்தால் போதும். அவன் அமைதியாகிவிடுவான்.

திட்டினால் திட்டட்டும் என்ற எண்ணத்தில் காவலருக்கு போன் போட்டான். போன் எடுக்கவில்லை. மீண்டும் போட்டான், எடுக்கவில்லை. ''உசுரோடதான் இருக்கார்னு ஒரு வார்த்த சொல்றதில என்ன நஷ்டம் வந்திடும்? போலீஸுங்கிற திமிரு'' என்று சொன்னான்.

காவலரிடமிருந்து போன் வந்ததிலிருந்து கொளஞ்சிநாதனால் ஒரு இடத்தில் உட்கார முடியவில்லை. ஒரு இடத்தில் நிற்க முடியவில்லை. வீட்டிற்கும் வாசலுக்குமாக நடந்தான். வீட்டிற்குள்ளேயே சுற்றிச்சுற்றி வந்தான். ''நிதானமா இருங்க'' என்று சொன்ன சுமதியின் மீது எரிந்து விழுந்தான். மணி என்ன, மணி என்ன என்று கடிகாரத்தைப் பார்த்துக் கொண்டிருந்தான். உடனே கடலூருக்குப் போய்விட வேண்டும் என்று துடித்தான். என்ன செய்வது, யாரிடம் விஷயத்தைச் சொல்வது என்று தெரியாமல் தவித்தான். தன்னுடைய அக்கா பார்வதிக்கு போன் போட்டு காவலர் கடலூருக்கு வரச் சொன்ன செய்தியைச் சொன்னான். ''நானும் வர்றன்'' என்று சொன்ன பார்வதியிடம், ''விஷயம் இப்பிடியா, அப்பிடியான்னு தெரியல. போலீஸும் விஷயத்தை ஓடச்சிச் சொல்லல. நான் போயிப் பாத்திட்டுச் சொல்றன். நீ அலைய வேணாம்'' என்று விரைவாகச் சொல்லிவிட்டு போனை வைத்தான்.

கலியமூர்த்தி காணாமல் போய்விட்டார் என்று காவல் நிலையத்தில் புகார் மனு கொடுத்து மூன்று மாதத்திற்கு மேலாகிவிட்டது. நடையாய் நடந்து பார்த்தான். எந்தப் பதிலும் கிடைக்கவில்லை. இன்று தானாகவே கூப்பிட்டு வரச் சொல்லியிருக்கிறார்கள். காரணம் இல்லாமலா வரச் சொல்வார்கள்? தகவல் தெரிந்திருக்கும். அதனால்தான் வரச் சொல்லி இருக்கிறார்கள் என்று தன்னையே சமாதானம் செய்துகொண்டான். அவசரஅவசரமாகக் குளித்தான். பெயருக்குச் சாப்பிட்டான். என்ன சாப்பிட்டான் என்றுகூட அவனுக்குத் தெரியவில்லை. பதினொரு மணிக்குப் பேருந்தில் ஏறினால் ஒரு மணிக்கு கடலூர் போய்விடலாம். காவலரிடமிருந்து எட்டு மணிக்கு போன் வந்தது. கொளஞ்சிநாதன் ஒன்பது மணிக்கே பேருந்தில் ஏறிவிட்டான். பேருந்தில் ஏறி உட்கார்ந்த பிறகு தான் அவனுக்கு நிதானமே வந்தது. அதே நேரத்தில் கடலூரில் என்ன சொல்வார்களோ என்ற கவலையும் இருந்தது. காவலரிடமிருந்து போன் வந்ததிலிருந்து 'கிடைத்துவிடுவார்' என்ற நம்பிக்கை உண்டாகியிருந்தது. அதே நேரத்தில் கலியமூர்த்தி இறந்துபோய் அதைச் சொல்லாமல் காவலர் மறைக்கிறாரோ என்ற எண்ணமும் மனதில் உண்டானது. அப்பிடி நடந்திருக்கக் கூடாது. ''உசுரோட இருக்கணும்டா கொளஞ்சி

யப்பரே'' என்று வேண்டிக்கொண்டான். உயிருடன் கிடைப்பாரா, பிணமாகக் கிடைப்பாரா என்ற இரண்டு கேள்விகளையும் யோசித்து யோசித்து அவனுக்கு மண்டைகாய்ந்துபோனது.

தீபாவளிக்கு மறுநாள் காலையில் வயலுக்குப் போய்விட்டு வருகிறேன் என்று சொல்லிவிட்டுப் போன கலியமூர்த்தி காலைச் சாப்பாட்டுக்கும் வரவில்லை. மதியச் சாப்பாட்டுக்கும் வரவில்லை. இரவுச் சாப்பாட்டுக்கும் ஆள் வரவில்லை என்று தெரிந்த பிறகுதான் அவரைப் பற்றிய சிந்தனையே கொளஞ்சிநாதனுக்கும் அவனுடைய மனைவி சுமதிக்கும் வந்தது. உடனே தன்னுடைய அக்காவுக்கும் இரண்டு தங்கைகளுக்கும் போன் போட்டு விசாரித்தான். 'வரவில்லை' என்று சொன்னதும் உறவினர்களுக்கு வரிசையாக போன் போட்டுக் கேட்டான். எல்லாருமே ஒருவாய் போல 'வரவில்லை' என்றுதான் சொன்னார்கள். ஊருக்குள் பலரிடமும் கேட்ட பிறகுதான் பயம் உண்டானது. வீடுவீடாக, தெருத்தெருவாகப் போய் விசாரித்தான். எந்தத் தகவலும் கிடைக்கவில்லை. ''எதனா சொன்னியா?'' என்று திரும்பத்திரும்ப சுமதியிடம் கேட்டான். தவறாக ஏதாவது பேசியிருப்பாளோ என்கிற சந்தேகம் அவனுக்கு இருந்தது. இரவு என்றுகூடப் பார்க்காமல் ஊரிலிருந்த ஏரி, குளம், ஓடை, புதர்க்காடு என்று ஒவ்வொரு இடமாகத் தேடிப்பார்த்தான். எங்கு தேடியும் ஆள் கிடைக்கவில்லை. காணாமல் போன முதல் நாள் எங்காவது உறவினர் வீட்டில் இருப்பார் என்ற நம்பிக்கை இருந்தது. இரண்டு, மூன்று நாட்கள் கழிந்த பிறகு அந்த எண்ணம் போய்விட்டது. ஊர்ஊராகப் போய்த் தேடினான். கோவில்கோவிலாகப் போய்த் தேடினான். போஸ்டர் அடித்து ஒட்டினான். விளம்பரம் கொடுத்தான். காவல் நிலையத்தில் புகார் மனு கொடுத்தான். காலையில் எழுந்து போனால், இருட்டுகிற வரை ஒவ்வொரு ஊராக, தெருத்தெருவாகத் தேடி அலைவதுதான் அவனுடைய வேலை. கலியமூர்த்தி காணாமல் போய் இன்றோடு மூன்று மாதம் இருபது நாட்களாகிவிட்டது. மூன்று மாதத்தில் அவனுக்கு நம்பிக்கையான ஒரு வார்த்தைகூடக் கிடைக்கவில்லை. இன்றுதான் முதல் தகவலாக காவல் துறையிலிருந்து வரச் சொல்லி இருக்கிறார்கள்.

பொதுவாக, கலியமூர்த்தி வெளியூர்களுக்கு அதிகம் போக மாட்டார். உறவினர்களுடைய விசேஷத்திற்குப் போனால்கூடப் போன வேகத்தில் திரும்பி வந்துவிடுவார். மூன்று மகள்கள் இருந்தாலும் தேவையில்லாமல் அவர்களுடைய வீட்டிற்கும் போக மாட்டார். அப்படிப்பட்ட ஆள் எங்கு போயிருப்பார் என்ற கேள்விக்கான பதில் கொளஞ்சிநாதனுடைய குடும்பத்தாருக்குத்தான் என்றில்லை ஊர்க்காரர்களுக்கும் தெரியவில்லை.

கலியமூர்த்தி காணாமல் போனது புதிராக இருந்தது. அதைவிடப் பெரிய புதிர் அவரைப் பற்றி எந்தத் தகவலும் இதுவரை தெரியவில்லை என்பது.

மாமனார் மருமகள் சண்டை அதனால் கோபித்துக்கொண்டு வீட்டை விட்டுப் போய்விட்டார் என்றும் சொல்ல முடியாது. கொளஞ்சிநாத னுடைய மனைவி சுமதி, கலியமூர்த்தியின் தங்கை மகள்தான். சுமதி கோபித்துக்கொண்டாலும் சண்டைபோட்டாலும் கொளஞ்சிநாதனோடு மட்டுமே. கலியமூர்த்தியிடம் மரியாதையாகத்தான் நடந்துகொள்வாள். அவர்களுக்கிடையே ஒருநாளும் சண்டை வந்ததில்லை. அவளுடைய இரண்டு பிள்ளைகளும் அவரிடம் பிரியமாகத்தான் இருப்பார்கள். அவருக்கும் பேரப்பிள்ளைகள் என்றால் உயிர். கொளஞ்சிநாதன் வேலைக்குப் போய்விட்டு வந்தாலும் வெளியூருக்குப் போய்விட்டு வந்தாலும் சுமதியிடம் கேட்கிற முதல் கேள்வி, 'அப்பா சாப்பிட்டாரா?' என்பதுதான். அவனுக்குக் கல்யாணமாகி பதின்மூன்று வருஷமாகிறது இத்தனை வருஷத்தில் மாமனார் மருமகள் சண்டை, மகனுடன் சண்டை என்று ஒருநாளும் வீட்டில் நடந்ததில்லை. சண்டைபோட்டுக்கொண்டு மகள் களுடைய வீட்டிற்கென்று ஒருநாளும் போனதில்லை. வீணாக ஊர் சுற்றுகிற ஆளுமில்லை. அநாவசியமாக டீக் கடை, பெட்டிக்கடை, இட்லிக் கடை, கோவில் திண்ணையில் உட்காருவது என்ற பழக்கமே அவரிடம் இருந்ததில்லை. கூட்டத்திற்குப் போனால் சண்டை சச்சரவு வரும் என்று கூட்டமாக இருக்கிற இடத்திற்குக்கூடப் போக மாட்டார். காட்டுக்குப் போவார், வீட்டுக்கு வருவார். வேறெங்கேயும் போக மாட்டார். அப்படிப்பட்ட ஆள்தான் காணாமல் போய்விட்டார்.

நரசிங்கமங்கலத்திற்கு அருகிலிருந்த கிராமங்கள், அதை ஒட்டிய நகரங்கள் என்று எல்லா இடத்திலும் தேடியும் ஆள் கிடைக்கவில்லை என்பதால் ஜோசியம் பார்த்தான். கிளி ஜோசியம் கேட்டான். வைத்தீஸ் வரன் கோவிலுக்குப் போய் காண்ட ஜோசியம்கூடக் கேட்டான். எல்லா ஜோசியக்காரர்களுமே, 'வீட்டுக்குப் போங்க. தேடி அலைய வேணாம். எண்ணிப் பத்து நாளில தானா வீடு தேடி வந்திடுவார்' என்று சத்தியம் செய்து சொன்னார்கள். ஜோசியக்காரர்கள் சொன்னது பலிக்கவில்லை. குலதெய்வம் கோவிலுக்குப் போய், 'கோழியக் காவுகொடுக்கிறன். நூறு சிதறு தேங்கா ஒடைக்கிறன். ஆள கொண்டாந்து வீட்டுல விடு' என்று வேண்டிக்கொண்டான். அந்தப் பிரார்த்தனைக்கும் எதுவும் நடக்க வில்லை. 'உண்டியல்ல காசு போடுறன், மொட்டப் போட்டுக்கிறன்' என்று திருப்பதிக்கு வேண்டிக்கொண்டான். எந்த வேண்டுதலும் பலன் தரவில்லை என்று நொந்துபோயிருந்த நேரத்தில்தான் இன்று காலை

காவலர் ஒருவர் கடலூர் வரச் சொல்லி போன் செய்தார். இன்றாவது நல்ல பலன் கிடைக்குமா?

கொஞ்சம் சத்தம் அதிகரித்த மாதிரி இருந்ததால் கொளஞ்சிநாதனுடைய கவனம் சிதறியது. அக்கம்பக்கம் பார்த்தான். பேருந்து நெய்வேலிக்கு வந்துவிட்டது தெரிந்தது. கருவேப்பிலங்குறிச்சியில் கிளம்பிய பேருந்து வேகமாக வந்ததா? மெதுவாக வந்ததா? எதுவும் அவனுக்குத் தெரியவில்லை. பொதுவாக பேருந்தில் ஏறி உட்கார்ந்த சிறிது நேரத்திலேயே தூங்கிவிடுவான். எப்படித்தான் தூக்கம் வருமோ தெரியாது. தூங்கக் கூடாது என்றுதான் நினைப்பான். ஆனால், தூங்கிவிடுவான். போய்ச்சேர வேண்டிய ஊர் வரும்வரை தூங்கிக்கொண்டேதான் போவான். இன்று தூங்க வேண்டும் என்று நினைத்தான். ஆனால், சுத்தமாகக் கண்கள் மூட வில்லை. அவனுக்கே இது ஆச்சரியமாக இருந்தது.

பேருந்திற்குள் பத்துக்கும் அதிகமான ஆட்கள் ஏறினார்கள். ஏழெட்டுப் பேர் இறங்கினார்கள். யார் ஏறுகிறார்கள், யார் இறங்குகிறார்கள் என்று பார்ப்பதற்குக்கூட கொளஞ்சிநாதனுக்கு மனமில்லை. அவனுக்குப் பக்கத்தில் ஒரு ஆள் வந்து உட்கார்ந்தார். முதல் பார்வைக்கு அவனுடைய அப்பாவைப் போலவே இருந்தார். கலியமூர்த்தி நல்ல கறுப்பு, குள்ளம், வழுக்கைத் தலையாக இருக்கும். பக்கத்தில் உட்கார்ந்திருந்தவருக்கு வெள்ளையாக இருந்தாலும் தலை நிறைய முடி இருந்தது.

கொளஞ்சிநாதனுக்கு இப்போதெல்லாம் கொஞ்சம் வயதான ஆட்களைப் பார்த்தாலே தன்னுடைய அப்பாவாக இருக்குமோ என்ற எண்ணம்தான் வரும். தூரத்திலிருந்து பார்க்கும்போது அவரைப் போலவே தோன்றும். பக்கத்தில் சென்று பார்க்கும்போதுதான் வேறு ஆள் என்று தெரியும். இந்த மூன்று மாதத்தில் நம்பி ஏமாந்தது நூறு முறைக்குமேல் இருக்கும்.

பேருந்து நகராமல் நின்றுகொண்டிருந்தது கொளஞ்சிநாதனுக்கு எரிச்சலை உண்டாக்கியது. அவனுக்குச் சீக்கிரத்தில் கடலூருக்குப் போக வேண்டும் என்றும் இருந்தது. போகக் கூடாது என்றும் இருந்தது. போகிற இடத்தில் நல்ல செய்தி கிடைக்குமா? கெட்ட செய்தி கிடைக்குமா? என்ற கேள்விகளுக்கிடையேதான் அவனுடைய மனம் நங்கூரமிட்டுக் கொண்டிருந்தது. அவனுடைய உடம்பு ஒரே நேரத்தில் சூடாகவும் இருந்தது, குளிர்ச்சியாகவும் இருந்தது. கடலூரில் என்ன சொல்வார்கள் என்று யோசித்துக்கொண்டே பேருந்துக்கு வெளியே பார்த்தான். அவனுக்கு முன்இருக்கையில் உட்கார்ந்துகொண்டிருந்த ஆளிடம் வயதான

ஒரு பெண், ''ஐயா, சாமி தர்மம் பண்ணுங்க'' என்று சொல்லிக் கையெடுத்துக் கும்பிட்டுக்கொண்டிருப்பது தெரிந்தது. அந்த ஆள் காசு கொடுக்காமல் முகத்தைத் திருப்பிக்கொண்டான். அந்தப் பெண் நகர்ந்து அடுத்த ஆளிடம் போகவில்லை. தன்னிடம் வந்து கேட்டால் உடனே காசு தந்துவிட வேண்டும் என்று நினைத்தான். பையில் சில்லறை இருக் கிறதா என்று பார்த்தான். இரண்டு ரூபாய்க் காசு ஒன்றும், ஐந்து ரூபாய்க் காசு ஒன்றும் இருந்தது. இரண்டு ரூபாய் போடுவதா, ஐந்து ரூபாய் போடுவதா? இரண்டு ரூபாய் போட்டால் போதும் என்று நினைத் தான். தன்னுடைய அப்பாவும் இப்படி எங்கேயாவது பிச்சையெடுத்துக் கொண்டிருப்பாரோ என்ற எண்ணம் வந்ததும் ஐந்து ரூபாய் போடலாம் என்று நினைத்தான். அவளைக் கூப்பிட்டுப் போடலாமா? அந்தப் பெண் வரட்டும் என்று நினைத்துக்கொண்டிருக்கும்போது பேருந்து நகர ஆரம் பித்தது. ஐந்து ரூபாய்க் காசை எடுத்து அந்தப் பெண்ணின் கையில் வைப்பதற்கு முயன்றான். காசு தவறிக் கீழே விழுந்துவிட்டது. அந்தக் காசை அந்தப் பெண் எடுத்தாளா, இல்லையா என்று பார்ப்பதற்கு முயன்றான். அதற்குள் பேருந்து வேகமெடுத்துவிட்டது.

கொளஞ்சிநாதனுக்கு லேசாகத் தூக்கம் வருவதுபோல இருந்தது. கண்களை மூடிக்கொண்டான். அவன் கண்களை மூடி இரண்டு, மூன்று நிமிடங்கள்கூட ஆகியிருக்காது. ''ஐயா, சாமி தர்மம் பண்ணுங்க'' என்ற குரல் கேட்டதுபோல் இருந்தது. கண்களைத் திறந்து பார்த்தான். பேருந்து, நெய்வேலி பேருந்து நிலையத்தைவிட்டு வெகு தூரம் வந்துவிட்டது தெரிந்தது. ஆனாலும், ''ஐயா, சாமி தர்மம் பண்ணுங்க'' என்று பிச்சை கேட்ட அந்தப் பெண்ணின் குரல் மீண்டும் எப்படிக் கேட்டது என்பது தான் அவனுக்குப் புரியவில்லை. பிச்சை கேட்ட பெண் பற்றி யோசித் ததும் வயிற்றில் சுரீர் என்று ஏதோ சுட்டதுபோல் வலித்தது. பிச்சை கேட்ட பெண்ணின் முகம் அவனுக்கு ஞாபகத்திற்கு வந்ததும், தான் போட்ட ஐந்து ரூபாய்க் காசை அந்தப் பெண் எடுத்திருப்பாளா என்று நினைத்தான்.

அடுத்ததாக கலியமூர்த்தியின் முகம் ஞாபகத்துக்கு வந்ததும், பிச்சை யெடுத்துக்கொண்டிருந்தால்கூடப் பரவாயில்லை. லாரி, பேருந்து, ரயில் என வண்டியில் அடிபட்டுச் சாகாமல் இருந்தால் போதும் என்று கொளஞ்சிநாதன் நினைத்தான். அப்போது, தெருவில் நடந்து போன போது, கோவிலுக்குப் போனபோது தன்னிடம் பிச்சை கேட்டவர்களை எல்லாம் நினைத்துப் பார்க்க முயன்றான். ஒரு முகம்கூட நினைவுக்கு வரவில்லை. இதுவரை தானாக போய் யாருக்கும் பிச்சை போட்ட

தில்லை என்பது ஞாபகத்திற்கு வந்தது. பிச்சை கேட்டதும் போட்டிருக்கிறோமா, இரண்டு, மூன்று முறை கேட்ட பிறகு போட்டிருக்கிறோமா என்று யோசித்துப் பார்த்தான். 'சில்லர இல்ல எட்டப் போ' என்று சொன்னது, 'இதெல்லாம் ஒரு பொழப்பா' என்று கேட்டது, 'வெளிய போற நேரத்தில வழிய மறிச்சிக் கேக்கிறது என்ன பழக்கமோ?' என்று கேட்டு முறைத்ததெல்லாம் நினைவுக்கு வந்தது. தனக்குத் தானே, "சீ" என்று சொல்லிக்கொண்டான். "இனிமே யார் வந்து கேட்டாலும் ஒடனே போட்டுடணும்." சாமி கோயிலில் சத்தியம் செய்வதுபோல் தனக்குள் சொல்லிக்கொண்டான்.

கொளஞ்சிநாதனுக்கு வலது பக்கமாக உட்கார்ந்துகொண்டிருந்த ஆள் தூங்கி அவனுடைய தோளில் சாய்ந்தார். சாய்ந்ததோடு அப்படியே தூங்கவும் செய்தார். அந்த ஆள் தோளில் சாய்ந்ததுமே சட்டென்று கோபம் வந்தது. கோபத்துடன் அந்த ஆளைப் பார்த்தான். அந்த ஆளினுடைய கையில் தட்டினான். அந்த ஆள் உடனே விழித்துக்கொண்டு நேராக உட்கார்ந்துகொண்டார். சில நொடிகள்தான், மீண்டும் அந்த ஆள் தூங்கிக்கொண்டே அவனுடைய தோளில் சாய்ந்தார். கோபம் வந்தது. திட்ட வேண்டும் என்ற எண்ணம் வந்தது. அந்த ஆள் தன்னுடைய தோளில் சாய்ந்து தூங்கிக்கொண்டிருப்பதை மறப்பதற்காகவும் கோபத்தைக் குறைப்பதற்காகவும் வெளியே பார்த்தான். பேருந்து வடலூரைத் தாண்டி குறிஞ்சிப்பாடியை நெருங்கிக்கொண்டிருப்பது தெரிந்தது. "அதுக்குள்ளாரவா வந்துடுச்சி!" என்று ஆச்சரியப்பட்டான்.

இன்னும் அரைமணி நேரத்தில் கடலூருக்குப் போய்விடுவோம் என்ற எண்ணமே அவனைப் பதற்றமடைய வைத்தது. உடம்பில் சூட்டை அதிகரித்தது. "நல்ல சேதி கெடைக்கணும் கடவுளே" என்று வேண்டிக்கொண்டான். ஆள் மட்டும் கிடைத்தால் போதும், எங்கிருந்தாலும் எவ்வளவு செலவானாலும் அழைத்துக்கொண்டு வந்துவிட வேண்டும், காட்டிற்குப் போகாமல், வீட்டைவிட்டு வெளியே போகாமல் பார்த்துக்கொள்ள வேண்டும் என்று பலவாறு திட்டம் போட்டான். அவனுடைய மனது ஓயாமல் யோசித்தபடியும் தனக்குத் தானே பேசியபடியும் இருந்தது. கலியமூர்த்தி திரும்பி வீட்டுக்கு வந்துவிட வேண்டும் என்பதைத் தவிர அவனுடைய மனதில் வேறு வேண்டுதல் இல்லை. திரும்பிவந்துவிடுவார் என்பதற்கு இதுவரை நம்பிக்கையான ஒரு சிறு விஷயம்கூட நடக்கவில்லை. 'அங்க பாத்தன், இங்க பாத்தன்' என்ற வார்த்தைகூடக் காதில் விழவில்லை.

குறிஞ்சிப்பாடியில் நின்ற வேகத்தில் பேருந்து புறப்பட்டது. குறிஞ்சிப் பாடியைத் தாண்டினால் குள்ளஞ்சாவடி. அடுத்ததாகத் தம்பிப்பேட்டை. கடைசியாகக் கடலூர் வந்துவிடும். நேரத்தில் போவது நல்லதா? கெட்டதா? அவனுக்குத் தெரியவில்லை. நேரத்தில் போக வேண்டும் என்ற எண்ணமும் இருந்தது. நேரத்தில் போக வேண்டாம் என்ற எண்ணமும் இருந்தது. கலியமூர்த்தி காணாமல் போவதற்கு முன்பு இந்த மாதிரி குழப்பமெல்லாம் அவனுக்கு வந்ததே கிடையாது. மாவட்டக் காவல்துறைக் கண்காணிப்பாளர் அலுவலகத்திற்கு ஆட்டோவில் போவதா, நகரப் பேருந்தில் போவதா என்று யோசித்தான். அதற்குக்கூட அவனால் சட்டென்று முடிவெடுக்க முடியவில்லை. 'பெரிய தலவலியா இருக்கு' என்று நினைத்துக்கொண்டே பேருந்திற்கு வெளியே பார்த்தான். குறிஞ்சிப் பாடியைத் தாண்டிக்கொண்டிருந்தது பேருந்து. ஊர் கடைசியில் மேற்குப் பக்கமாக இருந்த மாட்டிறைச்சிக் கடை கண்ணில் பட்டது. உடனே கலியமூர்த்தி கறி சமைத்துப்போட்டது நினைவுக்கு வந்தது.

கலியமூர்த்தி சாதாரண நாட்களில் கறி எடுக்க மாட்டார். தீபாவளி, பொங்கல், ஆடிப் பதினெட்டுக்குத்தான் கறி வாங்குவார். கறி வாங்கு கிற அன்று அவரேதான் சமைப்பார். சமைத்து முடித்ததும், கறிக் குண்டானையும், சோற்றுக் குண்டானையும் நடுவில் வைத்து பார்வதி, கொளஞ்சிநாதன், கொளஞ்சியம்மாள், தெய்வநாயகி என்று நான்கு பிள்ளைகளையும் சுற்றி உட்கார வைத்துவிடுவார். ஒவ்வொருவருடைய தட்டிலும் சோறு ஒரு கரண்டி போடுவார். கறியை இரண்டு கரண்டி போடுவார். கறியும் சோறும் சூடாக இருக்கும். சூட்டில் சாப்பிட முடியாது. காரமாகவும் இருக்கும். சூட்டைப் பொறுத்துக்கொண்டாலும் காரத்தைத் தாங்கிக்கொள்ள முடியாது. காரத்தால் கண்களில் கண்ணீர் வரும். 'ஒரைக்குது அப்புறம் சாப்புடுறேன்' என்று சொன்னாலும் விட மாட்டார். 'காரத்துக்கு நாக்குப் பழகட்டும்' என்று சொல்வார். கறியைத் தின்று முடித்த பிறகுதான் எழுந்திருக்கவே விடுவார். கறியை எவ்வளவு காரத்துடன் சமைப்பாரோ அந்த அளவு காரத்துடன்தான் கத்திரிக்காயை யும் சமைப்பார்.

நெல்லை விற்பதற்காக விருத்தாசலம் போகும்போதெல்லாம் மூன்று, நான்கு கிலோ கத்திரிக்காயை வாங்கிக்கொண்டு வருவார். காயை வாங்கிக் கொண்டு வந்த அன்று ஒரே நேரத்தில் இரண்டு கிலோ அளவுக்கு வெட்டிப் போட்டு குழம்பு வைக்க மாட்டார். பொரியல் மாதிரி நிறைய பூண்டுகளைச் சேர்த்து வதக்கி எடுப்பார். கறியை எப்படிச் சாப்பிட வைப்பாரோ அதே மாதிரிதான் கத்திரிக்காயையும் சாப்பிட வைப்பார்.

'காரமா இருக்கு வேணாம்' என்று சொன்னாலும் விட மாட்டார். 'ஒடம்பு ஒரமாவணும் தின்னு' என்று சொல்லிக் கட்டாயப்படுத்துவார். வெளியூர் போனாலும், உள்ளூரில் விற்கிற காயாக இருந்தாலும் அவர் வாங்குகிற ஒரே காய் கத்திரிக்காய்தான். அதுதான் விலையும் குறைவாக இருக்கும். நிறையவும் இருக்கும். கத்திரிக்காயை விட்டால் அவருக்குத் தெரிந்த காய்கள் பூசணி, பறங்கிக்காய் மட்டும்தான். கீரை என்றால் முருங்கை, புளிச்சக்கீரை.

சுமதி கறியை நன்றாகத்தான் சமைப்பாள். விதவிதமாகப் பொரியல் செய்வாள். ஆனாலும், ஒவ்வொரு முறை கறி சாப்பிடும்போதும் கத்திரிக் காய் பொரியல் சாப்பிடும்போதும் கலியமூர்த்தி சமைத்துப் போட்ட கறி யும் கத்திரிக்காயும்தான் ஞாபகத்திற்கு வரும். பெரியபெரிய ஹோட்டல் களில் எல்லாம் பலமுறை சாப்பிட்டிருக்கிறான். எங்கு சாப்பிட்டாலும் யார் சமைத்திருந்தாலும் கலியமூர்த்தி சமைத்ததுபோல் இருக்காது.

கலியமூர்த்தி சமைத்துப் போட்டது, பார்வதி சமைத்துப் போட்ட தெல்லாம் நன்றாக நினைவில் இருக்கிறது. ஆனால், அவனுடைய அம்மா சமைத்துப் போட்டது மட்டும் நினைவில் இல்லை. நல்லம்மாள் சாகும் போது கொளஞ்சிநாதனுக்கு ஏழு வயது. பள்ளிக்கூடத்தில் இருந்தவனை யாரோ ஒரு ஆள் வந்து, 'ஒங்கம்மா செத்துப் போச்சி வா' என்று சொல்லி கையைப் பிடித்து அழைத்துக்கொண்டு வந்தது மட்டும்தான் நினைவில் இருக்கிறது. 'வயலிலிருந்து வரும்போது பாம்பு கடித்து செத்துப் போனாள்' என்று ஊர்க்காரர்கள் சொல்லித்தான் அவனுக்கு விஷயமே தெரியும். நல்லம்மாளின் முகம்கூட அவனுக்கு ஞாபகத்தில் இல்லை. பார்வதியும் கொளஞ்சியம்மாளும் நல்ல சிவப்பு. நல்ல உயரம், நல்ல அழகு. அவர்கள் இருவரையும் பார்ப்பவர்கள் எல்லாம் நல்லம்மாள் மாதிரியே இருப்ப தாகச் சொல்வார்கள். கொளஞ்சிநாதனும் தெய்வநாயகியும் கலியமூர்த்தி மாதிரி குள்ளமாக இருப்பார்கள். நல்ல கறுப்பு நிறத்தில் இருப்பார்கள். கலியமூர்த்தியின் தலையில் இருப்பது மாதிரியேதான் கொளஞ்சிநாதனின் தலையிலும் கால்வாசி முடிதான் இருக்கும்.

நல்லம்மாள் இறந்தபோது பார்வதிக்குப் பத்து வயது. கொளஞ்சியம் மாளுக்கு ஐந்து, தெய்வநாயகிக்கு மூன்று. 'அம்மா இல்லாத புள்ளைங் களை எப்பிடி வளத்து ஆளாக்கி இருக்கான் பாரு' என்று ஊர்க்காரர்கள் சொல்லும் விதமாகத்தான் நான்கு பிள்ளைகளையும் வளர்த்தார். கொளஞ்சிநாதனை மட்டும்தான் படிக்க வைத்தார். வயதுக்கு வரவர ஒவ்வொரு பெண் பிள்ளையையும் கட்டிக்கொடுத்துவிட்டார். 'ஒனக்கு வேல வந்த பின்னாலதான் கண்ணாலம்' என்று சொல்லிவிட்டார். படித்து

முடித்துவிட்டு வீட்டிலிருந்த மூன்றாண்டுகள்வரையிலும் கலியமூர்த்தி தான் சமைத்துப் போட்டார். வேலை கிடைத்த பிறகுதான் அவனுக்குக் கல்யாணமே கட்டிவைத்தார்.

கலியமூர்த்தியுடன் எங்கெல்லாம் போனோம் என்று நினைத்துப் பார்த்தான். எந்த ஊருக்கும் அவனை அவர் அழைத்துக்கொண்டு போனதே இல்லை. விருத்தாசலத்தில் நடக்கும் மகம் திருவிழாவிற்கு மட்டும்தான் வருஷாவருஷம் அழைத்துக்கொண்டு போயிருக்கிறார். அதுகூடத் திருவிழாவைப் பார்ப்பதற்காக அல்ல. நல்லம்மாளுக்குத் திதி கொடுப்பதற்காக. வேலைக்குப் போன பிறகு, 'செலவுக்குப் பணம் வேணுமா?' என்று கேட்டால், 'எனக்கு என்னா செலவு இருக்கு' என்று கேட்பார். பணம் கொடுத்தால் வாங்கவே மாட்டார். மீறிக் கொடுத்தாலும், 'அக்காகிட்ட கொடுத்திடு. அத மட்டும் கைவுட்டுடாத. பெத்தவ மாதிரி ஒன்னெ வளத்த புள்ள' என்று சொல்வார். புது வேட்டி, சட்டை எடுத்துக் கொடுத்தால் கூட, 'காச எதுக்குக் கரியாக்குற' என்றுதான் கேட்பார். வயலுக்கு வேலைக்குப் போனால், 'பேனா புடிக்கிற கையால மம்பட்டியப் புடிக்க வேணா, வீட்டுக்குப் போ' என்று சொல்லி அனுப்பிவிடுவார்.

சுமதியுடன் பேசிக்கொண்டிருக்கும்போதும் பிள்ளைகளிடம் பேசிக்கொண்டிருக்கும்போதும் கொளஞ்சிநாதன் அடிக்கடி சொல்கிற வார்த்தை, 'எங்கப்பா எப்பிடிக் கஷ்டப்பட்டு எங்கள வளத்தாரு தெரியுமா?' என்பதுதான். கலியமூர்த்தி பட்ட கஷ்டங்களையெல்லாம் சொல்வான். அப்படிச் சொல்லும்போது அவனுக்குக் கண்கள் கலங்கிவிடும்.

அவன் பிளஸ் டூ படிக்கும்வரைதான் பெயர் சொல்லிக் கூப்பிட்டார். காலேஜுக்குப் படிக்கப் போனப் பிறகு, 'தம்பி' என்றுகூடச் சொன்னதில்லை. 'வாப்பா, போப்பா' என்றுதான் சொல்வார். அதிகமாகப் பேச மாட்டார். கேட்பதற்கு மட்டும்தான் பதில் சொல்வார். 'இங்கியே இரு' என்று சொல்லிவிட்டுப் போனால், போட்ட இடத்திலேயே இருக்கும் கல்போல அதே இடத்திலேயே இருப்பார். 'குணபேதமான ஆளு மாதிரி ஒரு நாளும் நடந்துகிட்டது கெடயாதே. அப்பறம் எப்படிப் போயிருப்பாரு?' என்று யோசித்தான். வீட்டில் சண்டை நடந்து கோபித்துக் கொண்டு போயிருந்தால்கூடப் பரவாயில்லையே என்று நினைத்தான். அவர் அடிக்கடிச் சொல்கிற, 'அச்சாணி இல்லாத தேரு முச்சாணும் ஓடாது' என்ற பழமொழி அவனுக்கு நினைவுக்கு வந்தது.

கலியமூர்த்தியைப் பற்றியே யோசித்துக்கொண்டிருந்த கொளஞ்சிநாதன், ''பெத்த அம்மாகூட இப்படிப் பாத்திருக்காது, வளத்திருக்காது. ஒரு சண்ட இல்ல. சச்சரவில்ல. வாய்த்தகராறுகூட இல்ல. எப்படிக்

காணாம போயிட்டாரு?'' என்று தன்னிடமே கேட்டுக்கொண்டான். அவனுக்குக் கண்கள் கலங்கின. கண்ணீரை மறைப்பதற்காகப் பேருந் திற்கு வெளியே பார்த்தான். பேருந்து கடலூர் பேருந்து நிலையத் திற்குள் நுழைந்துகொண்டிருப்பது தெரிந்தது. அப்போது அவனுடைய செல்போன் மணி அடித்தது. யார் கூப்பிடுவது என்று போனை எடுத்துப் பார்த்தான். அவனுடைய அக்கா பார்வதிதான் என்று தெரிந்ததுமே, ''கடலூர் வந்திட்டேன். எஸ்.பி. ஆபிஸுக்குப் போயிட்டுப் பேசறேன். நீ பதட்டமில்லாம இரு. விஷயம் தெரிஞ்சதும் ஒடனே கூப்புடுறன். நல்ல சேதி கெடைக்கும்னுதான் நெனைக்கிறன்'' என்று சொல்லிவிட்டு போனை வைத்தான்.

பேருந்தைவிட்டு இறங்கியதுமே கைக்கடிகாரத்தைப் பார்த்தான். மணி பன்னிரண்டுகூட ஆகவில்லை என்பது தெரிந்தது. டீ குடித்துவிட்டுப் போகலாம் என்று டீக் கடையை நோக்கிப் பத்து தப்படித் தூரம்தான் நடந்திருப்பான். என்ன தோன்றியதோ திரும்பி ஆட்டோக்கள் நிறுத்தப் பட்டிருந்த இடத்தை நோக்கி நடக்க ஆரம்பித்தான்.

''எஸ்.பி. ஆபிஸுக்குப் போகணும் வர்றிங்களா'' என்று முதலில் நின்று கொண்டிருந்த ஆட்டோக்காரரிடம் கேட்டான். ''அங்கதான் போவுது. ஏற்கனவே ஒரு ஆள் இருக்காரு. நீங்களும் வரதின்னா வாங்க'' என்று ஆட்டோக்காரர் சொன்னார்.

''சேந்து போறதில எனக்கொண்ணுமில்லெ. எஸ்.பி. ஆபிஸ் போகணும் அவ்வளவுதான்.''

''ஏறுங்க'' என்று ஆட்டோக்காரர் சொன்னார். கொளஞ்சிநாதன் ஏறியதும் ஆட்டோ புறப்பட்டது.

தனக்குப் பக்கத்தில் உட்கார்ந்துகொண்டிருந்தவரைப் பார்த்தான் கொளஞ்சிநாதன். பார்ப்பதற்கு நாகரிகமாக இருந்தார். அதிகாரியாக இருக்கலாம் என்று நினைத்தான். அவருடைய தோற்றம் அப்படித்தான் இருந்தது. ''சார், எஸ்.பி. ஆபிஸுக்கா போறிங்க?'' என்று கேட்டான். அதற்கு அவர் 'ஆமாம்' என்பதுபோல் தலையை மட்டும் ஆட்டினார். அடுத்த கேள்வியாக, ''எஸ்.பி. ஆபிஸுக்குப் பின்னால போலீஸுக்கான கல்யாண மண்டபம் இருக்காம். தெரியுமா சார்?'' என்று கேட்டான். அதற்கும் அவர், 'தெரியும்' என்பதுபோல் தலையை மட்டுமே ஆட்டினார்.

''நீங்களும் அங்கதான் போறிங்களா?'' என்று கேட்டதற்குப் பதில் சொல்லாமல் ஆட்டோவுக்கு வெளியே பார்த்தார். அவர் பேசவில்லை என்பதற்காக கொளஞ்சிநாதன் பேசாமல் இருக்கவில்லை.

‘‘எம் பேரு கொளஞ்சிநாதன். கவர்மண்ட் ஸ்கூல்ல டீச்சரா இருக்கன்’’ என்று தானாகவே சொன்னான். ‘அப்படியா?’ என்றுகூட அவர் கேட்க வில்லை. பேசாமலேயே இருந்தார். மாவட்டக் காவல்துறைக் கண்காணிப் பாளர் அலுவலகத்திற்குப் பின்னால் இருக்கிற கல்யாண மண்டபம் தெரியுமா என்று கேட்க நினைத்து, ‘‘சார்’’ என்று சொன்னான். இவன் ‘சார்’ என்று எதற்காகச் சொன்னான் என்பதைப் புரிந்துகொண்டது போல், ‘‘என் பேரு ராமலிங்கம். என்.எல்.சி. எம்ப்ளாயி’’ என்று மட்டும் அவர் சொன்னார். அவர் சொன்ன இரண்டு வார்த்தைகளே போதும் என்பதுபோல், ‘‘சார் தப்பா நெனைச்சிக்காதிங்க எங்கப்பா காணாம போயிட்டாரு. அதுக்காக ஸ்டேசன்ல கம்பளயிண்ட் கொடுத்தன். மூணு மாசம் கழிச்சி இன்னிக்கி வரச் சொல்லி இருக்காங்க. அதுக்குத்தான் போறன். சாரும் மண்டபத்துக்குத்தான் போறிங்களா?’’ என்று கேட்டான். அதற்கு அவர் பதில் சொல்லவில்லை. அதிகம் பேசாத ஆளாக இருக்கலாம் என்று நினைத்துக்கொண்டான்.

காவலர்களுக்கான கல்யாண மண்டபத்தில் என்ன நடக்கும் என்று யோசித்துக்கொண்டிருக்கும்போதே ஆட்டோ மாவட்டக் காவல்துறைக் கண்காணிப்பாளர் அலுவலகத்தின் முன் வந்து நின்றது. முதலில் கொளஞ்சி நாதன் இறங்கினான். இரண்டாவதாக ராமலிங்கம் இறங்கினார். ‘‘எப்படி சார் போறது?’’ என்று கேட்டதற்கு, ‘‘வாங்க’’ என்று சொல்லிவிட்டு நடக்க ஆரம்பித்தார் ராமலிங்கம். அவரோடு இணைந்து நடக்க ஆரம் பித்த கொளஞ்சிநாதன் மாவட்டக் காவல்துறைக் கண்காணிப்பாளர் அலு வலகத்தைப் பார்த்தான். அலுவலகத்திற்குப் பின்னால் பெரிய மைதானம் இருந்தது. மைதானம் சுத்தமாக இருந்தது. முப்பது, நாப்பது ஏக்கர் பரப் பளவில் இருக்கும். மைதானத்தின் பிரம்மாண்டத்தைப் பார்த்து வியந்து போனான். ‘‘ஏற்கனவே வந்து இருக்கிங்களா சார்?’’ என்று கேட்டான்.

‘‘நாலு வருசமா அலயுறன்’’ என்று ராமலிங்கம் சொன்னார். நான்கு வருஷமாக எதற்காக வந்துகொண்டிருக்கிறார் என்று கேட்க வேண்டும் என்று தோன்றியது. அப்போது அவனுடைய செல்போன் மணி அடித்தது. போனை எடுத்துப் பேசினான். காலையில் பேசிய காவலர்தான் பேசினார்.

‘‘கடலூர் வந்திட்டிங்களா? சரியா ஒண்ணர மணிக்கெல்லாம் மண்ட பத்தில இருக்கணும்’’ என்று சொன்ன காவலரிடம், ‘‘வந்திட்டன் சார். மண்டபத்துக்குத்தான் போய்க்கிட்டிருக்கன்’’ என்று சொன்னான். ‘‘அங்கியே இருங்க. வேற எங்கியும் போயிடாதிங்க. நான் அங்க வந்திட்டுக் கூப்புடுறன்’’ என்று சொல்லிவிட்டு போனை வைத்துவிட்டார்.

காவலர் இரண்டாவது முறையாக போன் பேசியது கொளஞ்சி நாதனுக்குத் திகிலை உண்டாக்கியது. மோசமான செய்தி கிடைத்து அதை போனில் சொல்ல வேண்டாம் என்று மறைக்கிறார்களோ? ''கெட்ட சேதி கெடைக்கக் கூடாதுடா ஆண்டவனே. நல்ல சேதிதான் கெடைக் கணும்'' என்று கொளஞ்சியப்பரிடம் வேண்டிக்கொண்டான்.

''முத தடவயா வர்றிங்களா?'' என்று ராமலிங்கம் கேட்டார். ''ஆமாம் சார்'' என்று சொன்னான். பிறகு மைதானத்தைப் பார்த்தான். கிழக்கி லிருந்த ஒரு கட்டடத்தை நோக்கி ஆட்கள் சென்றுகொண்டிருப்பது தெரிந்தது. தூரத்திலிருக்கிற கட்டடம்தான் கல்யாண மண்டபமாக இருக்க வேண்டும் என்று ஊகித்துக்கொண்டான். திரும்பிப் பார்த்தான், பின்னாலும் ஆட்கள் வந்துகொண்டிருப்பது தெரிந்தது.

''போலீஸுக்குத் தகவல் தெரிஞ்சிருக்குமா சார்?''

''தெரியல.''

''தீபாவளிக்கு மறுநாளு காட்டுக்குப் போறன்னு போன ஆளு மூணு நாலு மாசமாக் காணும் சார்'' என்று கொளஞ்சிநாதன் தானாகவே விஷயத்தைச் சொன்னான். பத்திருபது தப்படி தூரம் வரும்வரை எதுவும் பேசாமல் இருந்த ராமலிங்கம், ''வீட்டுல சண்டையா?'' என்று கேட்டார். ''அப்படியெல்லாம் ஒண்ணும் இல்ல சார். தீபாவளி அன்னிக்கி ராத்திரி நல்லாதான் சாப்ட்டுட்டுப் படுத்தாரு.''

''பிரச்சன ஏதாவது இருந்துச்சா? ட்ரீட்மண்ட் எதுவும் எடுத்திங்களா?'' என்று ராமலிங்கம் கேட்டார். அவர் எதற்காக அப்படிக் கேட்கிறார் என்பதைப் புரிந்துகொண்ட மாதிரி, ''மெண்டல் மாதிரியெல்லாம் இல்ல சார். சரியாக் காது கேக்காது. சில நேரம் ஒக்காந்த எடத்திலியே ஒக்காந் திருப்பாரு. மத்தப்படி நல்லாத்தான் இருந்தாரு.''

''வயசு?''

''எழுபது சார்.''

''அடிக்கடி காணாம போவாரா?''

''இதான் மொத முற'' என்று சொல்லி முடிப்பதற்குள் கொளஞ்சி நாதனுக்கு அழுகை வந்துவிட்டது. ''இன்னிக்கி நான் ஒரு வேலயில இருக்குறன்னா, மெத்த வீட்டுல படுக்கிறன்னா, மூணு வேளயும் சாப்புடு றன்னா அதுக்கெல்லாம் காரணம் எங்கப்பாதான் சார். என்னிக்கி அவரு காணாம போயிட்டார்னு தெரிஞ்சிதோ அன்னியிலிருந்து எப்ப சாப்பாட்டு முன்னால ஒக்காந்தாலும் வாந்தி வர மாதிரி இருக்கு. ஒரு

கை சோத்த அள்ளி வாயில போட முடியல. எங்கப்பா இல்லாத வீட்டுல படுக்க முடியல. தூங்க முடியல சார். கதவில்லாத வீட்டுல படுத்திருக்கிற மாதிரி இருக்கு. பணமில்லாம, சோத்துக்கு இல்லாம, படிக்க முடியாம, அம்மா இல்லாமன்னு எத்தனயோ கஷ்டத்த அனுபவிச்சி யிருக்கன். இந்த மாதிரி கஷ்டத்த அனுபவிச்சதில்ல. ஒரு நாள்கூடப் பட்டினி போட்டதில்ல. சோத்துக்காக எங்கள அடுத்தவங்க வீட்டுல நிக்கவிட்டதில்ல. கடுமையான உழைப்பாளி சார். வீட்டுல நெருப்ப வச்சிட்டுப் போயிட்டாரு. வந்துடுவாரு வந்துடுவாருன்னு காவ காத்துக் கிட்டே மூணு மாசம் ஓடிப்போச்சி. இடி விழுந்த வீடா ஆயிடிச்சி சார்.''

கொளஞ்சிநாதன் அழுகையை மறைப்பதற்காகச் சுற்றும்முற்றும் பார்த் தான். தன்னைக் கடந்து போகிற ஆட்களையும், ஒன்றிரண்டு கார் களையும், இருசக்கர வாகனங்களையும் பார்த்தான். நடக்காமல் அப்படியே நின்றான். ராமலிங்கமும் நின்றுவிட்டார். ''அவர் காணாம போனதுக்குச் செத்துப்போயிருக்கலாம். அப்படி நடந்திருந்தா அவருக்கும் நல்லதா இருந்திருக்கும். எனக்கும் நல்லதா இருந்திருக்கும். காணாம போனதுதான் பெரிய பிரச்சனயாயிடிச்சி. லாரியில, பஸ்ஸில, ரயிலில அடிபட்டுச் செத்திட்டாரு, ஏரியில, குளத்தில, ஆத்தில விழுந்து செத் திட்டார்னு தெரிஞ்சாக்கூடப் போதும் சார். எந்தத் தகவலும் இல்லாம எப்படி இருக்கிறது? செத்திட்டார்னு எப்பிடி நானா நெனச்சிக் கிறது?'' என்று கேட்டுவிட்டுத் தலையைக் கவிழ்த்துக்கொண்டு அழுதான். முன்பின் தெரியாத ஆளின் முன் அழுதுகொண்டிருக்கிறோம் என்ற எண்ணம்கூட அவனுடைய மனதில் இல்லை. அடி வாங்கிய குழந்தை யைப்போல அழுதுகொண்டிருந்தான். அவன் அழுவதைப் பார்த்து 'கவலப்படாதிங்க ஓங்கப்பா சீக்கிரம் கெடச்சிடுவாரு' என்று சொல் லாமல், ''நாளானா பழகிக்கும்'' என்று ராமலிங்கம் சொன்னார். அவர் என்ன சொன்னார் என்பதைக்கூடக் கவனிக்காமல் பலமாக இரண்டு, மூன்று முறை மூக்கை உறிஞ்சினான். பேண்ட் பாக்கெட்டிலிருந்து கர்சிப்பை எடுத்து கண்களையும், முகத்தையும் துடைத்துக்கொண்டான். வழி தெரிந்த மாதிரி தானாக நடக்க ஆரம்பித்தான். அவனுடன் இணைந்து நடக்க ஆரம்பித்த ராமலிங்கம் மிகவும் மெதுவாகக் கேட்டார், ''ஓங்கப்பாவுக்கு நீங்க மட்டும்தானா?''

''மொத்தம் நாலு புள்ளைங்க சார்'' என்று சொன்ன கொளஞ்சி நாதன், ராமலிங்கம் கேட்கிறாரா இல்லையா என்றுகூடப் பார்க்காமல் தன்னுடைய போக்கில், ''எங்கப்பாவுக்கு ஆறு காணி நெலம் இருந்துச்சி சார். ஒரு கூர வீடு. அவ்வளவுதான் சொத்து. 'எங்ககூட ரெண்டு நாள்

இரு'ன்னு எங்க அக்கா கூப்பிட்டாலும், போவ மாட்டாரு. என்னோட கடசி தங்கச்சி தெய்வநாயகியோட புருசன் கொஞ்சம் தண்ணி போடுற ஆளு. அதனால் சுத்தமா அவங்க வீட்டுக்குப் போவ மாட்டாரு. எங்க அக்கா வீட்டுக்கும் முத தங்கச்சி வீட்டுக்கும் போனாலும் ராத்திரி தங்க மாட்டாரு. எங்கப்பா காணாம போன நாளிலிருந்து எங்க அக்கா படுற பாடு இருக்கே, வாத்தயால சொல்ல முடியாது சார். என்னவிட நாலு மடங்கு அலஞ்சி இருக்கும். எங்க அக்கா எங்கம்மா மாதிரி. பத்து வயசிலியே பெரிய பொம்பள மாதிரி சோறு ஆக்குச்சி. குழம்பு வச்சிச்சி. எங்கம்மா இருந்தாக்கூட எங்க அக்கா மாதிரி பாத்திருக்காது சார்'' என்று சொல்லிவிட்டு அழுதான். தொடர்ந்து நடக்க முடியாமல் அதே இடத்திலேயே நின்றான். தொலைந்து போன பொருளைத் தேடுவதைப் போல மைதானத்தையே பார்த்தான். ராமலிங்கமும் நின்றுவிட்டார்.

‘‘சில பேரு காணாம போனவங்களத் தேடிக்கிட்டு இருக்கம். சில பேரு வயசானவங்கயெல்லாம் வீட்டவிட்டுப் போனா போதும்ன்னு நெனைக்கிறாங்க'' என்று சொன்னார். அவர் சொன்ன விதம் தனக்குத் தானே சொல்லிக்கொண்டதுபோல் இருந்தது. ‘‘ஒங்கப்பா அவராவே காணாம போயிட்டாரு. ஆனா, எங்கம்மா நெலம வேற'' என்று தானாகவே சொன்னார் ராமலிங்கம். அவர் என்ன சொன்னார் என்று புரிந்து கொள்வதற்கு அவனுக்குச் சிறிது நேரமாயிற்று. தன்னுடைய முகத்தையும் கண்களையும் துடைத்துக்கொண்டு ரகசியத்தைக் கேட்பதுபோல, ‘‘என்ன சார் ஆச்சி?'' என்று கேட்டான். 'சொல்வதா வேண்டாமா' என்று யோசிப்பதுபோல் நின்றுகொண்டிருந்தார் ராமலிங்கம். அவருடைய முகத்தையே பார்த்துக்கொண்டிருந்தான் கொளஞ்சிநாதன்.

‘‘‘வா திருப்பதிக்கிப் போயிட்டு வரலாம்'னு என் தம்பி எங்கம்மாவக் கூட்டிக்கிட்டுப் போயிருக்கான். ஏதோ ஒரு ஸ்டேசன்ல, 'தண்ணிப் புடிச்சிக்கிட்டு வர்றன்'னு சொல்லிவிட்டு ரயிலவிட்டு எறங்குனவன் திரும்பி ஏறல. ரயிலு போயிடிச்சி. ரயிலோட எங்கம்மாவும் போயிடிச்சி. தமிழ் நாட்டு ரயிலா, வட நாட்டு ரயிலான்னுகூட அவன் எங்கிட்ட சொல்லல'' என்று சொன்ன ராமலிங்கத்தின் குரல் எப்போதும்போல்தான் இருந்தது. முகத்தில்கூட மாற்றமில்லை. அவர் சொன்னவிதம்கூடப் புத்தகத்தில் படித்த கதையைச் சொன்னதுபோல்தான் இருந்தது. கொளஞ்சிநாதனுக்குத்தான் முகம் மாறிவிட்டது. சற்றுமுன் தன்னுடைய அப்பாவுக்காக அழுததைக்கூட மறந்துவிட்டான். அதிர்ச்சியில் அவனுக்குப் பேசக்கூட வரவில்லை. சிரமப்பட்டுத்தான், ‘‘என்ன சார் சொல்றிங்க?'' என்று கேட்டான்.

''விஷத்த வச்சிக் கொன்னுருக்கலாம். அப்பிடிச் செஞ்சிருந்தாக்கூடக் கோவத்தில செஞ்சிட்டான்னு போயிடலாம். ஒலகத்தில நடக்குறதுதான். ஏண்டா இப்பிடிச் செஞ்சன்னு கேட்டதுக்கு, 'நான் எம் பொண்டாட்டி புள்ளையப் பாக்க வேணாமா'ன்னு கேக்கறான். என்ன சொல்றது? எழு பத்தி நாலு வயசு. சுகர் இருக்கு, பிபி இருக்கு. சின்ன வயசா இருந்தாகூட எங்கியாச்சும் வேல செஞ்சி பொழச்சிக்கும்னு இருக்கலாம். அதுக்கும் வழியில்ல. நாலு வருஷமா அலஞ்சிக்கிட்டிருக்கன்'' என்று ராமலிங்கம் சொல்லி முடிப்பதற்குள் அவசரப்பட்ட மாதிரி, ''இப்பிடியும் இருப்பாங் களா சார்?'' என்று கோபத்துடன் கொளஞ்சிநாதன் கேட்டான்.

''ஒலகத்தில எல்லா விதமாகவும் இருப்பாங்க'' என்று சொன்ன ராம லிங்கம் மெல்ல நடக்க ஆரம்பித்தார். கொளஞ்சிநாதனும் நடக்க ஆரம் பித்தான். ''ஒங்கம்மா எதுக்காக அவர்கிட்ட போனாங்க?'' என்று கேட் டான்.

''எங்கிட்டதான் பத்து, பதினஞ்சி வருசமா இருந்தாங்க. என் தம்பிக்கு நாலு பசங்க. வேலயில்ல. எங்கம்மா அவன்கிட்ட இருந்தா அதக் காரணமா வச்சி மாசாமாசம் கொஞ்சம் பணம் தரலாம்னுதான் அனுப்புனன். இப்பிடிச் செஞ்சிட்டான்.''

''பயங்கரமா இருக்கு சார்.''

''பெத்த அம்மாவ ரயிலில விட்டுட்டு வந்து எப்பிடி அவனால சாப் பிட முடியுதின்னுதான் எனக்குத் தெரியில. திருப்பி எங்கிட்டயே கொண்டாந்து விட்டிருக்கலாம். என்னெவிட எங்கம்மாவுக்கு அவனத் தான் அதிகமாப் புடிக்கும். கஷ்டப்படுறான்னு சொல்லிக்கிட்டே இருக் கும்'' என்று சொன்னார். அப்போது அவர்களைக் கடந்து இரண்டு, மூன்று கார்கள் சென்றன. காவல்துறையைச் சேர்ந்த காரும் சென்றது. ''கொடும சார்'' என்று கொளஞ்சிநாதன் சொன்னான். அவன் சொன்ன தற்கு உடனே ராமலிங்கம் எதுவும் பேசவில்லை. இருபது, முப்பதடி தூரம் வந்த பிறகுதான் சொல்ல மறந்து போன விஷயத்தைச் சொல்வதுபோல் சொன்னார்.

''எங்கூட ஒருத்தரு வேல பாக்குறாரு. பேரு செல்வராஜ். அவரோட அம்மா வீட்டுல சண்டபோட்டுக்கிட்டுப் போயிட்டாங்க. எங்க போனாங் கன்னு தெரியல. மூணு, நாலு வருசம் தேடிப்பாத்தாங்க. எங்கயாவது அநாதப் பொணமாச் செத்துப்போயிருக்கலாமின்னு கருமகாரியம் பண்ணிட்டாங்க. அமாவாச விரதமும் இருக்க ஆரம்பிச்சிட்டாங்க. நாலு, அஞ்சி மாசத்துக்கு முன்னால அந்தம்மா மெட்ராஸில அநாத ஆசிரமத்தில

இருக்கிறது தெரிஞ்சிது. போயிக் கூப்பிட்டாங்க. அந்தம்மா வரலன்னு சொல்லிடிச்சி. அப்பிடிச் சொன்னதே போதுமின்னு வந்திட்டாங்க. கரும காரியம் செஞ்சிட்டு அமாவாச விரதமும் இருந்திட்ட பின்னால எப்பிடி ஆள வீட்டுக்குக் கூட்டிக்கிட்டு வர்றதுன்னு அப்படியே விட்டுட்டாங்க. மாசாமாசம் பணமும் அனுப்புறதில்ல. அதயே காரணமா வச்சி வீட்டுக்கு வந்திட்டா என்னா செய்யுறதின்னு.''

ராமலிங்கம் சொன்ன விஷயம் கொளஞ்சிநாதனை நடுங்க வைத்தது. ''எதயும் நம்ப முடியல சார்'' என்று சொன்னான்.

''மொத தடவயா வந்திருக்கிங்க. மண்டபத்துக்குள்ளாரப் போனதும் இது மாதிரி ஆயிரம் கதெ தெரிய வரும்.''

காவலர்களுக்கான கல்யாண மண்டபத்தின் வாசலுக்கு இருபக்கமும் குறைந்தது இருநூறு, முந்நூறு கார்கள் நிறுத்தப்பட்டிருந்தன. நூறுக்கும் அதிகமான இருசக்கர வாகனங்கள் நிறுத்தப்பட்டிருந்தன. கார்களையும், இருசக்கர வாகனங்களையும் பார்த்து அசந்துபோய்விட்டான் கொளஞ்சி நாதன். பதற்றத்துடனும் பயத்துடனும் மண்டபத்தின் படிகளில் ஏற ஆரம்பித்தான்.

மண்டபத்திற்குள் நுழைவதற்கு முன் இருந்த கதவை ஒட்டி டேபிள் போட்டு நான்கு காவலர்கள் நின்றுகொண்டிருந்தனர். காவலர்களில் வயதானவராக இருந்தவர், ''இங்க வாங்க சார்'' என்று கூப்பிட்டார். ''எந்த ஸ்டேசன் லிமிட்டில இருந்து வர்றிங்க?'' என்று கேட்டார். பதில் சொன்னதும், ''காணாம போனவங்க பேரு, வயசு, அட்ரஸ் எழுதுங்க. அப்புறம் ஒங்க பேரு, அட்ரஸ், மொபைல் நெம்பர எழுதிக் கையெழுத்துப் போடுங்க'' என்று சொல்லி ஒரு பதிவேட்டைக் கொடுத்தார். முதலில் ராமலிங்கம் விவரங்களை எழுதிக் கையெழுத்துப் போட்டார். அடுத்த தாக கொளஞ்சிநாதன் விவரங்களை எழுதிக் கையெழுத்துப் போட் டான். ''நீங்க உள்ளாரப் போகலாம் சார்'' என்று காவலர் சொன்னதும் இருவரும் மண்டபத்திற்குள் வந்தனர். அவர்கள் வருவதற்காகவே காத்துக் கொண்டிருந்த மாதிரி இரண்டு காவலர்கள் வந்து டீயும், பிஸ்கட்டும் கொடுத்தனர். ஒரே வார்த்தையாக, ''வேணா'' என்று கொளஞ்சிநாதன் சொல்லிவிட்டான். 'நாம இருக்கிற கவலயில டீயா கேக்குது' என்று நினைத்துக்கொண்டான். ஆனால், ராமலிங்கம் டீயையும், பிஸ்கட் டையும் வாங்கிக்கொண்டார். அதோடு கொளஞ்சிநாதனிடம், ''எடுத்துக் குங்க'' என்று சொன்னார். ''வேணா சார்'' என்று மறுத்துவிட்டான்.

கொளஞ்சிநாதன் மண்டபத்தைப் பார்த்தான். இரண்டாயிரம் பேர் உட்காரக்கூடிய அளவுக்குப் பெரியதாக இருந்தது. இருநூறு, முந்நூறு பேருக்கு மேல் ஆட்கள் உட்கார்ந்திருந்தனர். மேடையில் ஐந்தாறு காவலர்கள் தீவிரமாக ஏதோ வேலை செய்துகொண்டிருந்தனர். பத்திருபது காவலர்கள் உட்கார்ந்திருந்த ஆட்களுக்கு டீ, பிஸ்கட் கொடுத்துக் கொண்டிருப்பது தெரிந்தது. ஒவ்வொன்றாகப் பார்த்த கொளஞ்சிநாதன், ‘‘என்ன சார் இவ்வளவு கூட்டம்’’ என்று கேட்டான். ‘‘இன்னும் வரும் பாருங்க’’ என்று ராமலிங்கம் சொன்னார். ‘‘இவ்வளவு பேருமா ஆளுவுளக் காணுமின்னு தேடிக்கிட்டு இருக்காங்க?’’ என்று சிறு பையன் மாதிரி கேட்டான். அதற்கு அவர், ‘ஆமாம்’ என்பதுபோல் தலையை மட்டும் ஆட்டினார்.

மேடையில் புரொஜக்டருடன் நகரும் தன்மையுள்ள ஒரு திரையைத் தள்ளிக்கொண்டு வந்து நிறுத்தினார்கள். ஆறு நாற்காலிகளை எடுத்துக் கொண்டு வந்து போட்டார்கள். ஒரு காவலர் ஒலிபெருக்கியைக் கொண்டு வந்து வைத்தார். இரண்டு காவலர்கள் செல்போனில் பேசியபடி குறுக்கும் நெடுக்குமாக நடந்துகொண்டிருந்தனர். மேடையில் நடந்துகொண்டிருந்த காரியங்களைப் பார்த்தால் மிகவும் முக்கியமான நபர் வருவதற்கான ஏற்பாடுகள்போல் தெரிந்தது.

ஒரு பெண் வந்து ராமலிங்கத்திடம், ‘‘எப்படி சார் இருக்கிங்க?’’ என்று கேட்டாள்.

‘‘பரவாயில்ல’’ என்று பட்டும்படாமல் சொன்னார் ராமலிங்கம்.

‘‘ஒங்களுக்குத் தகவல் ஏதும் தெரிஞ்சுதா?’’

‘‘இல்லிங்க.’’

‘‘எங்களுக்கும் இதுவர ஒண்ணும் தெரியல. இன்னிக்காச்சும் தகவல் தெரிஞ்சா பரவாயில்ல. ஒவ்வொரு தடவையும் நம்பிக்கையோட வந்து வந்து அலஞ்சி சாவறதா இருக்கு’’ என்று சொல்லிக்கொண்டிருக்கும் போதே அந்தப் பெண்ணுக்குக் கண்கள் கலங்கிவிட்டன. இவ்வளவு அழகான பெண் அழுகிறாளே என்று கொளஞ்சிநாதனுக்கு ஆச்சரியமாக இருந்தது. அந்தப் பெண் ஒல்லியாகவும் இல்லை, குண்டாகவும் இல்லை. எடுப்பான முகத் தோற்றத்தில் இருந்தாள். நாற்பது வயதுக்குள்தான் இருக்கும். கட்டியிருந்த புடவை, போட்டிருந்த சட்டை, கழுத்தில் இருந்த சங்கிலிகள், கைகளிலிருந்த வளையல்கள் எல்லாம் நல்ல வசதியான பெண் என்பதைக் காட்டின. அந்தப் பெண்ணையே பார்த்துக்கொண் டிருந்தான். பார்வையை அகற்ற முடியவில்லை.

''விஷயம் முடிஞ்சிதுன்னு தெரிஞ்சாகூடப் போதும் சார். கருமகாரியம் செஞ்சிடலாம். அதுக்கும் வழியில்ல'' என்று அந்தப் பெண் சொன்னதற்கு ''அவசரப்பட வேணாம்'' என்று ராமலிங்கம் சொன்னார்.

''பின்னால, எங்க சார் இருக்கார். வெளியில போவும்போது பாக்கலாம் சார்'' என்று சொல்லிவிட்டு அந்தப் பெண் பின்னால் போனாள்.

அந்தப் பெண் எங்கே உட்கார்ந்திருக்கிறாள் என்று பார்ப்பதற்குத் திரும்பிப் பார்த்தான். எங்கே உட்கார்ந்திருக்கிறாள் என்று தெரியவில்லை. ஆனால், முன்பைவிட மண்டபத்திற்குள் கூட்டம் சேர்ந்திருப்பது தெரிந்தது.

''யார் சார் அவங்க?'' என்று கொளஞ்சிநாதன் கேட்டான்.

''இங்க வந்தப்பதான் பழக்கம். நாலு வருஷமாப் பாக்குறன். ஒங்கள மாதிரிதான்'' என்று ராமலிங்கம் சொன்னார்.

''நாலு வருஷமாவா ஆளு கெடைக்கல?''

''ம்.''

''யாரு காணாம போனது?''

''அவங்களோட அக்கா.''

''வயசு என்னா இருக்கும்? எப்ப காணாம போனாங்க?''

''தெரியல'' என்று ராமலிங்கம் சொல்லும்போது அவருக்கு வலப் பக்கமாக இரண்டு பெண்களும் ஒரு ஆணும் வந்து உட்கார்ந்தனர். வாசல் பக்கம் பார்த்தான். கல்யாணத்திற்கு வருவதுபோல் ஆட்கள் உள்ளே வந்து கொண்டிருந்தது தெரிந்தது. 'என்ன இம்மாம் கூட்டம் வருது' என்று யோசித்தான். ''இவ்வளவு பேரோட சொந்தக்காரங்களுமா காணாமல் போயிருப்பாங்க?'' என்று தனக்குள்ளேயே கேட்டுக்கொண்டான். ''எப்படியாச்சும் எங்கப்பாவப் பத்தின தகவலக் கொண்டுவாடா கொளஞ்சியப்பாரே'' என்று கொளஞ்சியப்பரிடம் வேண்டிக்கொண்டான். அப்போது அவனுக்குப் பக்கத்தில் வந்து ஒரு ஆள் உட்கார்ந்தார். மண்டபத்தில் கூட்டம் சேர்ந்திருந்தது. ஆனால், சத்தம் மிகவும் குறைவாக இருந்தது. பேசிக் கொண்டிருந்தவர்கள்கூட ரகசியத்தைப் பேசுவதுபோல்தான் பேசினார்கள்.

மேடையில் காவலர்களின் எண்ணிக்கை கூடியிருந்தது. இரண்டு பெண் காவலர்களும் மேடையில் இருந்தனர். மேடையிலிருந்த காவலர்கள் எல்லாருமே கொஞ்சம் பரபரப்பாக இருப்பது மாதிரி தெரிந்தது. என்ன சொல்லப்போகிறார்களோ என்ற கொந்தளிப்பில் உட்கார்ந்திருந்தான். 'என்ன செய்வார்கள்?' என்று ராமலிங்கத்திடம் கேட்கலாமா என்று யோசித்தான். கண்களை மூடி தியானத்தில் உட்கார்ந்திருப்பது

மாதிரி அவர் உட்கார்ந்துகொண்டிருந்ததால் எதுவும் கேட்க வேண்டாம் என்று நினைத்தான். எப்போது விஷயத்தைச் சொல்வார்களோ? அவனுக்கு உட்கார்ந்துகொண்டிருப்பதற்கே சிரமமாக இருந்தது. கடிகாரத்தைப் பார்த்தான். இரண்டு என்று காட்டியது. எப்படி நேரம் போனது என்பதே தெரியவில்லை.

மேடையில் இருந்த காவலர்கள் சட்டென்று பரபரப்பானார்கள். ஐந்தாறு காவல்துறை அதிகாரிகள் வந்தனர். வந்த வேகத்தில் ஒருவர் ஒலி பெருக்கியில் பேச ஆரம்பித்தார். "அனைவருக்கும் வணக்கம். இன்று வந்திருப்பவர்களில் பலர் ஏற்கனவே வந்திருக்கலாம். சிலர் புதிதாக வந்திருக்கலாம். புதிதாக வந்திருக்கக்கூடிய நபர்களுக்குத் தெளிவுபடுத்த விரும்புகிறேன்" என்று சொல்லிவிட்டுப் பேச்சை நிறுத்தினார். அப்போது அவருக்குப் பின்னால் நின்றுகொண்டிருந்த காவலர் ஒருவர் வந்து ஒரு ஃபைலைக் கொடுத்தார். ஃபைலை வாங்கிக்கொண்டு மீண்டும் பேச ஆரம்பித்தார்.

"யாரு சார் அவரு" என்று கொளஞ்சிநாதன் கேட்டான்.

"எஸ்.பி." என்று ராமலிங்கம் சொன்னார்.

"நின்னுக்கிட்டிருக்கவங்க?"

"நாலு பேரு டி.எஸ்.பி. ஒருத்தரு ஏ.டி.எஸ்.பி." என்று சொன்ன ராமலிங்கம் ரகசியமான குரலில், "அப்புறம் பேசிக்கலாம்" என்று சொன்னார்.

"இங்கு வைக்கப்பட்டுள்ள திரையில் முதலில் அநாதை இல்லங்களில் இருப்பவர்களைப் பற்றிக் காட்டப்படும். இரண்டாவதாக பஸ் ஸ்டாண்டுகளில், ரயில் நிலையங்களில் படுத்துக்கொண்டிருப்பவர்கள், மூன்றாவது கோயில் வாசலில், தெருவில், ரோட்டில் பிச்சையெடுத்துக்கொண்டிருப்பவர்களைப் பற்றிக் காட்டப்படும். நான்காவதாக மனநிலை சரியில்லாமல் சுற்றிக்கொண்டிருப்பவர்களைப் பற்றிக் காட்டப்படும். அடுத்ததாக லாரி, பஸ், ரயில் என்று அடிபட்டு உரிமை கோரப்படாத பிணங்களின் படங்கள் காட்டப்படும். ஆற்றில், ஏரியில், கடலில் மிதந்த பிணங்கள் காட்டப்படும். வெட்டிக் கொல்லப்பட்ட பிணங்களின் படங்கள் காட்டப்படும். திரையில் காட்டப்படும் படம் உங்களுக்குச் சம்பந்தப்பட்டவர் என்றால் உடனே எழுந்து தகவல் சொல்ல வேண்டும்" என்று சொல்லிவிட்டு நாற்காலியில் உட்கார்ந்துகொண்டார் மாவட்டக் காவல்துறைக் கண்காணிப்பாளர். அவர் உட்கார்ந்த பிறகுதான் டி.எஸ்.பி. நால்வரும் நாற்காலியில் உட்கார்ந்தனர்.

மேடையின் மையத்தில் வைக்கப்பட்டிருந்த திரையில் வெளிச்சம் படர்ந்தது. முதலில் காட்டப்படும் படமே தன்னுடைய அப்பாவின் படமாக இருக்க வேண்டும் என்று பிரார்த்தனை செய்துகொண்டான் கொளஞ்சிநாதன். மனதில் இன்னதென்று சொல்ல முடியாத பயம் நிறைந்தது. லேசாக நடுக்கமும் ஏற்பட்டது. முதலில் வயதான ஒரு பெண்ணின் படத்தைக் காட்டி பெயர், வயது, தங்கி இருக்கும் ஆசிர மத்தின் பெயர், அங்க அடையாளங்கள், எத்தனை ஆண்டுகளாகத் தங்கி இருக்கிறார், ஆசிரமத்தின் முகவரி என்று ஒவ்வொன்றாகச் சொன் னார்கள். பிறகு அடுத்த படத்தைக் காட்டினார்கள். அதுவும் வயதான ஒரு பெண்ணின் படம்தான். வரிசையாக அடுத்தடுத்துக் காட்டிக்கொண் டிருந்தனர். அநாதை ஆசிரமங்களில் இருந்தவர்கள் முடிந்து அடுத்ததாகச் சாலையில் சுற்றிக்கொண்டிருப்பவர்களைக் காட்ட ஆரம்பித்தனர். தன் னுடைய அப்பா ஆசிரமத்தில் இருப்பார் என்ற எண்ணம் பொய்யானதும் கொளஞ்சிநாதனுக்கு மனதைப் பிசைவதுபோல் இருந்தது.

கோயிலின் முன் உட்கார்ந்து பிச்சையெடுத்துக்கொண்டிருப்பவர் களைக் காட்டியபோது கூட்டத்திலிருந்து ஒரு ஆள் எழுந்து, ''சூம் பண்ணிக் காட்டுங்க'' என்று சொன்னார். உடனே திரையில் காட்டப்பட்டப் படத்தைப் பெரிதாக்கியும் சிறிதாக்கியும் காட்டினார்கள். ஒவ்வொரு படமாகக் காட்டகாட்ட கொளஞ்சிநாதனுடைய நெஞ்சின் துடிப்பு அதிகரித்தபடியே இருந்தது. பிச்சைக்காரர்களின் பட்டியலிலும் கலிய மூர்த்தி இல்லை. அடுத்ததாக மனநிலை சரியில்லாமல் திரிந்துகொண் டிருப்பவர்களைக் காட்டினார்கள். அதிலாவது கலியமூர்த்தி இருந்தால் போதும் என்று நினைத்தான். அதிலும் இல்லை என்று தெரிந்ததும் அவனுக்கு அழுகை வர ஆரம்பித்தது. பயத்தில் அவனுக்குச் சிறுநீர் வந்தவிடும்போல் இருந்தது. ''கடவுளே'' என்று சொன்னான். அப்போது ஒரு பெண் எழுந்து மேடையிலிருந்த காவலர்களை நோக்கி ஏதோ சொன்னாள். ''மீட்டிங் முடிஞ்சதும் மேடைக்கி வாங்க'' என்று ஒரு காவலர் சொன்னார்.

அநாதைப் பிணங்களின் படங்களைக் காட்ட ஆரம்பித்தார்கள். காட்டப்படும் பிணங்களில் கலியமூர்த்தியின் பிணம் ஒன்றாக இருந் தால்கூடப் போதும் என்று நினைத்தான். இருபது, முப்பது படங்களைக் காட்டினார்கள். கலியமூர்த்தியின் படம் இல்லை என்று தெரிந்ததும் கொளஞ்சிநாதனுக்குப் பதற்றம் கூடியது. அடுத்ததாகக் கடற்கரையில் ஒதுங்கிய பிணங்களைக் காட்ட ஆரம்பித்தார்கள். அதிலாவது இருக்குமா என்று பார்த்தான். அதிலும் இல்லை. அவனால் உட்கார்ந்திருக்கவே

முடியவில்லை. பைத்தியம் பிடித்துவிடும்போல் இருந்தது. எதிலும் இல்லையென்றால் என்னதான் ஆகியிருப்பார் என்ற கவலையில் வியர்க்க ஆரம்பித்தது. உடலின் நடுக்கம் அதிகரித்தது. கவலையில், பயத்தில் திரையில் காட்டப்படும் பிணங்களைப் பற்றிச் சொல்கிற தகவல்களைக் கூட அவனால் புரிந்துகொள்ள முடியவில்லை, அவனுடைய நம்பிக்கை குறைய ஆரம்பித்தது. தன்னுடைய நம்பிக்கை நாசமாகிவிடும் என்று அவன் நினைக்கவில்லை.

எல்லாப் படங்களையும் காட்டி முடித்த பிறகு மாவட்டக் காவல் துறை கண்காணிப்பாளர் எழுந்து வந்து ஒலிபெருக்கியின் முன் நின்று கொண்டு, ‘‘இதுவரை காட்டப்பட்ட படங்களில் ஆறு பேருக்கு மட்டுமே அடையாளம் தெரிந்துள்ளது. அந்த ஆறு பேரின் குடும்பத்தினரும் சம் பந்தப்பட்டவரின் ஆவணங்களுடன் மேடைக்குப் பின்புறம் வரவும்’’ என்று சொன்னார். அதுவரை அமைதியாக இருந்த மண்டபத்தில் பேச்சு சத்தம் எழ ஆரம்பித்தது. பத்திருபது பேர் எழுந்து மேடைக்குப் பின் புறமாகச் சென்றார்கள். மீண்டும் காவல்துறைக் கண்காணிப்பாளர் பேச ஆரம்பித்தார். மண்டபம் அமைதியானது.

‘‘நம்முடைய கடலூர் மாவட்டத்தில் இரண்டாயிரத்து பதினாறுமுதல் இரண்டாயிரத்து இருபதுவரை காணாமல் போனவர்களின் எண்ணிக்கை எண்ணூற்று எழுபத்தி ஆறு. காணாமல் போனவர்களில் எழுபத்தி மூன்று சதவிகிதம் பெண்கள். இருபத்தி ஏழு சதவிகிதம் ஆண்கள். காணாமல் போன பெண்களில் ஐம்பது வயதுக்குட்பட்டவர்களின் எண்ணிக்கை அறுபத்து நாலு சதவிகிதம். முப்பத்தி ஆறு சதவிகிதம் வயதான பெண்கள். கிராமப்புறங்களிலிருந்து காணாமல் போனவர்கள் இருபத்தி யொரு சதவிகிதம். நகரத்தில் காணாமல் போனவர்கள் எழுபத்தி ஒன்பது சதவிகிதம்’’ என்று சொன்னார். மாவட்டக் காவல்துறைக் கண்காணிப் பாளர் என்ன சொல்கிறார் என்று கேட்கக்கூடிய மனநிலையில் கொளஞ்சி நாதன் இல்லை. கூட்டத்தில் இல்லாமல் தனியாக இருந்திருந்தால் வாய் விட்டுக் கதறி அழுதிருப்பான். அழ முடியாமல் உட்கார்ந்துகொண்டிருப் பதே அவனுக்குப் பெரிய கஷ்டமாக இருந்தது. ‘‘எதிலயும் எங்கப்பா இல்ல’’ என்று சொன்னான். பெருமூச்சு விட்டான். மூக்கால் மூச்சு விடுவது போதவில்லை என்று வாயாலும் மூச்சுவிட்டான். அழுகை வந்தது. அழுகையை மறைப்பதற்காகத் தலையைக் கவிழ்த்துக்கொண்டான்.

ஊரிலிருந்து கிளம்பும்போதும் மண்டபத்திற்குள் வரும்போதும் தன் னுடைய அப்பா மட்டும்தான் காணாமல் போய்விட்டார் என்று ஆதங்கப் பட்டுக்கொண்டிருந்த கொளஞ்சிநாதனுக்கு எண்ணூற்று எழுபத்து ஆறு

பேர் காணாமல் போய்விட்டார்கள் என்ற தகவல் அவனை ஆடிப்போக வைத்துவிட்டது.

''காணாமல் போனவர்கள் தேடப்படும் நபர்கள் குறித்த விபரங்கள் புகைப்படங்கள் எப்படி இங்கு காட்டப்பட்டதோ அதே மாதிரி ஒவ் வொரு மாவட்டத்தின் தலைநகரிலும் இன்று இதே நேரத்தில் காட்டப் பட்டுக்கொண்டிருக்கின்றது. நம்முடைய மாவட்டத்தைச் சார்ந்தவர்கள் வேறு மாவட்டத்தில் இருந்தாலும் உடனடியாக நமக்குத் தகவல் தரப் படும். தகவல் கிடைத்ததும் அந்தந்தக் காவல் நிலையத்திற்குத் தகவல் தரப்படும்'' என்று காவல்துறைக் கண்காணிப்பாளர் பேசிக்கொண்டிருந்தது கேட்டது. எதையும் கேட்கிற மனநிலையில் அவன் இல்லை. தலையைக் கவிழ்த்துக்கொண்டு அழுதுகொண்டிருந்த கொளஞ்சிநாதனை லேசாகத் தட்டி, ''நிமிர்ந்து ஒக்காருங்க'' என்று ராமலிங்கம் சொன்னார். கர்சிப்பால் கண்களையும் முகத்தையும் துடைத்துக்கொண்டு 'சர்சர்' என்று ஏழெட்டு முறை மூக்கை உறிஞ்சிக்கொண்டு நிமிர்ந்து உட்கார்ந்தான். அப்போது மாவட்டக் காவல்துறைக் கண்காணிப்பாளர் பேசியது கேட்டது.

''காதல், குடும்பப் பிரச்சனைன்னு வீட்டவிட்டு வெளியே போறது வேற. பராமரிக்க முடியலன்னு வீட்டவிட்டுத் துரத்துறது வேற. வீட்ட விட்டுத் துரத்துறோமே அவங்க வேற யாரோ இல்ல. நம்மோட அப்பா, அம்மா, தாத்தா, பாட்டி, சித்தப்பா, பெரியப்பா, சின்னம்மா, பெரியம்மா, அத்தைங்கதான். மண்ணு இல்லாம எப்பிடி மரம், செடி, கொடி இல்லையோ அதே மாதிரிதான் வயசானவங்க இல்லாம நாம இல்ல. வயசாகாதவங்கன்னு ஒலகத்தில யாரும் இருக்க முடியாது.

''தெருவுல பிச்சையெடுக்கிறவங்க, அநாதப் பொணமாக் கெடக்குறவங்க யெல்லாம் யாரு? பெரும்பாலும் வயசானவங்கதான். பொறக்கும்போதே அவங்கயெல்லாம் பிச்சையெடுத்துக்கிட்டா பொறந்தாங்க? ஒவ்வொருத் தருக்கும் வீடு, சொத்து, சொந்தம், குடும்பம்னு இருந்திருக்கும். எல்லாம் இருந்தும் இவங்க ஏன் பிச்சையெடுக்கப் போறாங்க? பிள்ளைங்க, சொந்தம், வீடு, சொத்து, எதுவும் சோறு போடலன்னுதான போறாங்க? பணத்த, நகைய, வீட்டுப் பத்தரத்த, சொத்துப் பத்தரத்த, பீரோவில வச்சிப் பூட்டி வச்சிருக்கோம். கார, பைக்க ஷெட்டு போட்டு பாதுகாத்து வச்சிருக்கோம். இது எதுக்கும் உயிரில்ல. உயிருலுள்ள சனங்கள வீட்ட விட்டு துரத்தறம். அதுவும் பெத்தவங்கள. படிச்சவங்க அதிகம் இருக்கிற, பணப் புழக்கம் அதிகம் இருக்கிற, நகரத்திலதான் அதிகமாக் காணாம போறாங்க.

“செத்து சுடுகாட்டுக்குப் போறவங்களுக்குப் பிரச்சன இல்ல. வீட்ட விட்டுக் காணாம போறவங்களுக்குத்தான் பிரச்சன. காணாம போன வங்களும், காணாம போனவங்களத் தேடிக்கிட்டு இருக்கிறவங்களும், ஏன் இப்ப உங்க முன்னாடி பேசிக்கிட்டிருக்கிற நானும் ஒரு நாள் சுடு காட்டுக்குப் போய்த்தான் தீரணும். இன்னிக்கி அவங்க, நாளைக்கி நாம. நாள்தான் வேற. ஒவ்வொருத்தருக்கும் ஒரு நாள். அந்த நாள் மட்டும் மாறாது. அதனால ஒவ்வொருத்தரும் சந்தோஷமா வாழப் பாருங்க. கூட இருக்கிறவங்களச் சந்தோஷமா வச்சிக்கப் பாருங்க. வீட்டுல இருக்கும் போது தொரத்தி விட்டுட்டு அப்பறம் தேடி அலயுறதில புண்ணியமில்லெ. ஒலகத்தில ரொம்ப கஷ்டமானது பிச்சையெடுக்கிறது. அநாதயாச் செத்துப் போறது.”

காவல்துறைக் கண்காணிப்பாளர் பேசி முடித்ததும் பெரிய கைதட்டல் எழும் என்று கொளஞ்சிநாதன் நினைத்தான். ஒரு ஆள்கூட கைதட்ட வில்லை. அப்படி ஒரு அமைதி நிலவியது. ஆயிரம் பேருக்குமேல் கூடி யிருந்தும் சிறு சலசலப்புக்கூட எழவில்லை. மாவட்டக் காவல்துறைக் கண்காணிப்பாளருக்கு முப்பது வயதுதான் இருக்கும். நெடுநெடுவென்று நல்ல உயரமாக இருந்தார். பார்ப்பதற்கு முரடான ஆள்போல தோன்றி யது. ஆனால், அவருடைய பேச்சு கொளஞ்சிநாதனை மட்டுமில்லை மண்டபத்திலிருந்தவர்களையும் அமைதியில் தள்ளியது.

மாவட்டக் காவல்துறைக் கண்காணிப்பாளர் மீண்டும் பேச ஆரம்பித் தார். “சாதாரண விஷயத்துக்கெல்லாம் சண்டை போடாதிங்க. விட்டுக் கொடுத்துப் போங்க. அதுதான் வாழ்க்கை. பிச்சை போடுறது பெருமை இல்ல. பிச்சையெடுக்க விடாம பாத்துக்கிறதுதான் பெருமை. நாம பிறக் கிறதுக்கு, வளர்றதுக்கு, வாழறதுக்கு ஏதோ ஒரு விதத்தில உதவுன வங்களத்தான் நாம அநாதயாக்குறம். பெத்தவங்கள, உறவுக்காரங்களப் பிச்சையெடுக்க விட்டுட்டுக் கோவிலுக்குப் போறதில புண்ணியமில்ல. பிச்சை போடுறதும் நாமதான். பிச்சைக்காரங்கள, அநாதைகள உரு வாக்குறதும் நாமதான். எல்லாக் காலத்திலயும் பிச்சைக்காரங்களும் அநாதைகளும் எப்பிடி உருவாகிக்கிட்டே இருக்காங்க? இதுதான் எனக்குப் புரியல. இந்த முறை தகவல் கிடைக்கவில்லையே என்று யாரும் கவலைப் பட வேண்டாம். அடுத்த முறை நிச்சயம் தகவல் கிடைக்கும் என்ற நம்பிக்கையோடு போங்க.”

மாவட்டக் காவல்துறைக் கண்காணிப்பாளர் பேசி முடித்ததும் ஆங் காங்கே ஒதுங்கி நின்றுகொண்டிருந்த காவலர்கள் வந்து, “சாப்பிட வாங்க”

என்று கூப்பிட்டனர். காவலர்களின் நடவடிக்கை அவனுக்கு ஆச்சரிய மாக இருந்தது. விருந்தாளிகளை அழைப்பதுபோல ஒவ்வொருவரையும் சாப்பிடுவதற்கு அழைத்துக்கொண்டிருந்தனர்.

''கடசிவர அலஞ்சிதான் சாவணும்போல இருக்கு'' என்று சொல்லிக் கொண்டே நாற்காலியைவிட்டு எழுந்த கொளஞ்சிநாதன், ''என்ன செய் யுறது சார்?'' என்று கேட்டான். ''வாங்க. சாப்பிடாம போனா விட மாட்டாங்க'' என்று சொல்லிவிட்டுச் சாப்பாட்டுக் கூடத்தை நோக்கி ராம லிங்கம் நடக்க ஆரம்பித்தார். அவருக்குப் பின்னால் கொளஞ்சிநாதன் நடக்க ஆரம்பித்தான்.

இருவருக்கும் ஒரே இடத்தில் இடம் கிடைக்கவில்லை. ''சாப்பிட் டுட்டு வெளியே வாங்க பார்க்கலாம்'' என்று சொல்லிவிட்டு ராமலிங்கம் ஒரு இடத்தில் உட்கார்ந்துகொண்டார். அவருக்கு இரண்டு வரிசை முன் னால் தள்ளி கொளஞ்சிநாதன் உட்கார்ந்துகொண்டான். பந்தியில் உட் காருவதற்கும் சாப்பிடுவதற்கும் சுத்தமாக அவனுக்கு விருப்பமில்லை. காவலர்களின் கட்டாயத்தினால்தான் வந்து உட்கார்ந்தான்.

கொளஞ்சிநாதனுக்கு வலது பக்கமாக ஒருவர் உட்கார்ந்திருந்தார். அவராகவே, ''சாருக்கு எந்த ஊரு'' என்று கேட்டார். பெயர், ஊர், கலிய மூர்த்தி காணாமல் போனது, தேடிக்கொண்டிருப்பது, இன்று கடலூர் வந்ததுவரை குடத்திலிருக்கும் தண்ணீரைக் கவிழ்த்துக் கொட்டுவதுபோல தன்னுடைய குடும்பக் கதையை ஒரே மூச்சில் சொல்லி முடித்தான். எல்லாவற்றையும் பொறுமையாகக் கேட்ட அந்த ஆள், ''நானும் வாத்தி யார்தான். பேரு ஏழுமல'' என்று சொன்னார். ''சார் வந்தது?'' என்று இழுத்த மாதிரி கேட்டான்.

''ரெண்டு வருசத்துக்கு முன்னாடி அம்மா வீட்டுக்குப் போறன்னு போன என்னோட ஒய்ஃப் திரும்ப வரல. தேடிக்கிட்டிருக்கன்'' என்று சொல்லும் போதே அவருக்கு அழுகை வந்துவிட்டது. அழுகையை அடக்கு வதற்கு சிறந்த மருந்து தண்ணீர்தான் என்பதுபோல முன்னால் இருந்த பாட்டிலை எடுத்துத் தண்ணீரைக் குடித்தார்.

காவலர்கள் உணவுப் பொருட்களைப் பரிமாற ஆரம்பித்தனர். ஏழு மலை சாப்பிட ஆரம்பித்தார்.

''எந்த ஊரு சார்?''

''பண்ருட்டி.''

''இங்க எத்தன தடவ வந்து இருக்கிங்க?''

''இதோட மூணு.''

''மாசாமாசம் நடக்குமா இந்தக் கூட்டம்?''

''ஆறு மாசத்துக்கு ஒண்ணு, வருசத்துக்கு ஒண்ணு நடக்கும்.''

''ரெண்டு வருசமாத் தகவல் தெரியலியா?''

''தெரிஞ்சா எதுக்கு வரப்போறன்? பணம், நக, பொருள், சொத்து போயிருந்தாக்கூடப் பரவாயில்ல சார். பொண்டாட்டி போயிட்டா. ரெண்டு புள்ளைங்கள வச்சிக்கிட்டுக் கஷ்டமா இருக்கு சார். எவன் கூடவாவது ஓடிப்போயிருந்தாக்கூட மோசமில்ல. திரும்பி வந்திட்டா போதும்'' என்று சொன்ன ஏழுமலை அரைகுறையாகச் சாப்பிட்டுவிட்டு எழுந்தார். கொளஞ்சிநாதனும் பெயருக்குச் சாப்பிட்டுவிட்டு எழுந்தான். இருவரும் வந்து கைகழுவிக்கொண்டனர்.

''ஒங்க செல் நெம்பரக் கொடுங்க'' என்று கேட்டு கொளஞ்சிநாதனுடைய செல்போன் எண்களை வாங்கிக்கொண்டார். ஏழுமலையின் செல்போன்களை கொளஞ்சிநாதன் வாங்கிக்கொண்டான். ''பாக்கலாம் சார்'' என்று சொல்லிவிட்டு இருவரும் கைகுலுக்கிக்கொண்டனர்.

ராமலிங்கத்தைத் தேடினான் கொளஞ்சிநாதன். சாப்பாட்டுக் கூடத்தில் இல்லை. மண்டபத்தில் இல்லை. வாசலுக்கு வந்து தேடிப்பார்த்தான் அங்குமில்லை. எப்படிக் காணாமல் போயிருப்பார்? செல்போனின் எண்களை வாங்காமல் விட்டுவிட்டோமே என்று வருத்தப்பட்டான். பேருந்து நிலையத்திற்கு எப்படிப் போவது என்று யோசித்தான். கார்களிலும் இருசக்கர வாகனங்களிலும் ஆட்கள் வெளியே போய்க்கொண்டிருந்தனர். செல்போன் மணி அடித்தது. அவனுடைய அக்கா பார்வதிதான் கூப்பிட்டிருந்தாள். போனை எடுத்த வேகத்தில், ''ஒண்ணும் பலனில்ல. அலஞ்சதுதான் மிச்சம். மத்தத வீட்டுக்கு வந்திட்டுச் சொல்றன்'' என்று சொல்லிவிட்டு அவசரமாக போனை வைத்தான்.

மாவட்டக் காவல்துறைக் கண்காணிப்பாளர் அலுவலகத்தின் முன் வரிசையாக ஆட்டோக்கள் நிறுத்தப்பட்டிருந்தன. ஆட்டோக்களில் ஆட்கள் ஏறுவதும் ஆட்டோக்கள் புறப்படுவதுமாக இருந்தன. ''பஸ் ஸ்டாண்டு'' என்று சொல்லி ஒரு ஆட்டோவில் ஏறிக்கொண்டான். கால்மணி நேரத்திற்குள்ளாகவே ஆட்டோ பேருந்து நிலையத்திற்கு வந்துவிட்டது. தன்னுடைய ஊருக்குப் போகிற பேருந்து எங்கே நிற்கிறது என்று பார்த்துக்கொண்டே வந்தான். ஒரு பேருந்து நின்றுகொண்டிருந்தது. நடத்துநரிடம், ''எப்ப எடுப்பிங்க?'' என்று கேட்டுவிட்டு ஏறி உட்கார்ந்துகொண்டான்.

''ஒரு சாமியும் கைகொடுக்கலியே'' என்று சொன்னான். கவலையில் கண்களை மூடிக்கொண்டான்.

நடத்துநர் வந்து, "டிக்கெட்" என்று கேட்டார்.

"பெண்ணாடம் ஒரு டிக்கெட்" என்று சொன்னான்.

"பெண்ணாடமா? இது சிதம்பரம் போற பஸ். இதுல எதுக்கு ஏறு நீங்க" என்று நடத்துநர் கேட்டதும் கொளஞ்சிநாதனுக்குக் குழப்பமாக இருந்தது, வெட்கமாக இருந்தது. என்ன சொல்வதென்று தெரியவில்லை. தலையிலிருந்து கால்வரை எரிவதுபோலிருந்தது. "பாத்துதான் ஏறுனன். ஓங்கிட்டகூடக் கேட்டன்."

"பஸ்ஸ எப்ப எடுப்பிங்கன்னுதான் கேட்டிங்க, என்னா ஊருக்குப் போகுதுன்னு கேக்கல" என்று முறைப்பதுபோல் நடத்துநர் சொன்னார். அவமானத்தில் எதுவும் பேசாமல் இருந்தான். சட்டென்று கலியமூர்த்தியின் மீது கோபம் வந்தது 'என்ன மனுசன்? எப்படியெல்லாம் அசிங்கப்பட வச்சிட்டுப் போயிட்டாரு' என்று நினைத்துப் பல்லைக்கடித்தான். நேரிலிருந்தால் கெட்ட வார்த்தை சொல்லிக்கூடத் திட்டியிருப்பான். அந்த அளவுக்கு ஆத்திரம் உண்டாகும். "மெண்டல்தான். செத்துத் தொலயட்டும்" என்று வாய்க்குள்ளாகவே சொல்லிக்கொண்டான்.

"பத்து, பதினஞ்சி கிலோ மீட்டர் தூரம் வந்துடுச்சி. அடுத்த ஸ்டேஜ் வண்டிப்பாளையம். அங்க எறங்கி கடலூர் பஸ் புடிச்சிப் போயி மாறிக்குங்க. இல்லன்னா இன்னும் பத்து கிலோ மீட்டர் தாண்டி புவனகிரி வந்துடும். அங்க எறங்கி பஸ் மாறிக்குங்க" என்று சொன்ன நடத்துநர் அடுத்த ஆளிடம், "டிக்கெட்" என்று கேட்டார்.

கொளஞ்சிநாதனுக்கு மண்டை வெடித்துப்போகிற அளவுக்குக் கோபம் வந்தது. கோபத்தை யாரிடம் காட்டுவது என்பதுதான் தெரியவில்லை. எப்படி மாறி ஏறினோம்? கடலூருக்குப் போய் மாறுவதா, புவனகிரிக்குப் போய் மாறுவதா, எது பக்கம் என்பது தெரியவில்லை. யாரிடம் கேட்பது என்பதும் தெரியவில்லை.

"ஏதாச்சும் ஒரு ஊருக்கு டிக்கெட் வாங்குங்க. இது கவர்மண்ட் பஸ். செக்கிங்காரங்க ஏறுனா என்னோட சீட்டக் கிழிச்சிடுவாங்க" என்று சொல்லிக் கத்தினார் நடத்துநர். எதுவும் பேசாமல் கொளஞ்சிநாதன் நூறு ரூபாய் கொடுத்தான். பணத்தை வாங்கிக்கொண்ட நடத்துநர், "புவனகிரியா? வண்டிப்பாளையமா?" என்று கேட்டார்.

எந்த ஊர் என்று சொல்லத் தெரியாமல் பித்துப் பிடித்தவன் மாதிரி உட்கார்ந்துகொண்டிருந்தான் கொளஞ்சிநாதன். பேருந்து வேகமாக ஓடிக்கொண்டிருந்தது. ●

நீலம் - ஜூலை, 2021

கவர்மண்ட் பிணம்

1

புழுதிக் காலோடு வீட்டுக்குள் போக வேண்டாம் என்று நினைத்தாள் ஜெயந்தி. வீட்டுக்குப் பின்புறமாகச் சென்று சிமெண்டு தொட்டியிலிருந்த தண்ணீரில் கை, கால், முகம் என்று கழுவினாள். முகத்தை முந்தானையால் துடைத்துக்கொண்டே வந்து வாசலில் உட்கார்ந்தாள். "தண்ணி கொண்டாப்பா" என்று ஜீவாவிடம் சொன்னாள். அவன் தண்ணீரைக் கொண்டு வருவதற்காகப் போனான். வீட்டு வாசலில் ஒரு ஆம்புலன்ஸ் வந்து நின்றது. ஆம்புலன்ஸிலிருந்து இரண்டு போலீஸ்காரர்களும், கவச உடையில் ஒருவரும் இறங்கி ஜெயந்தியிடம் வந்தார்கள். எதற்காக இங்கே வருகிறார்கள்? என்று யோசித்துக்கொண்டே எழுந்து நின்றாள்.

தடிமனாக இருந்த போலீஸ்காரர், "சென்னையிலிருந்து லாரியில வந்தியாம்மா?" என்று கேட்டார்.

"ஆமாம் சார்."

"ஏம்மா அந்த லாரியில வந்த?"

"என்னாச்சி சார்?" பதற்றத்துடன் கேட்டாள் ஜெயந்தி.

"அது கோயம்பேடு மார்க்கெட்டிலிருந்து வந்த லாரிம்மா."

"அதனால என்ன சார்?" என்று கேட்ட ஜெயந்திக்கு லாரி எங்கே யாராவது விபத்துக்குள்ளாகியிருக்குமோ என்ற கவலை உண்டாயிற்று.

"கோயம்பேடு மார்க்கெட்டுலதான் இப்ப கொரோனா அதிகமாப் பரவியிருக்குன்னு தெரிய வேணாமா?" என்று போலீஸ்காரர் கேட்டார். அப்போது வீட்டுக்குள்ளிருந்து தண்ணீர் சொம்புடன் வந்த ஜீவா இரண்டு போலீஸ்காரர்கள், கவச உடைக்காரர்கள், ஆம்புலன்ஸ் வேன் என்று பார்த்ததும் பயந்துபோய் அப்படியே நின்றுவிட்டான்.

"சரி பரவாயில்ல. வண்டியில ஏறு" என்று கவச உடைக்காரர் சொன்னார்.

''எதுக்கு சார் என்னெ வண்டியில ஏறச் சொல்றிங்க?'' சற்றுக் கோபமாக ஜெயந்தி கேட்டாள்.

''கோயம்பேட்டுல வேல செய்யுற ஆளுங்களுக்குத்தான் இப்ப கொரோனா அதிகமா இருக்கு. நீ அவங்ககூட லாரியில வந்திருக்க. அதனால ஒன்னெயும் செக் பண்ண சொல்லியிருக்காங்க'' என்று தடிமனாக இருந்த போலீஸ்காரர் சொன்னார்.

''நான் கோயம்பேட்டுலயிருந்து வரல சார்.''

''லாரியில ஒண்ணா வந்தியா, இல்லியா?'' கோபமாகக் கேட்டார் போலீஸ்காரர்.

''நான் லாரியில வந்தன்னு ஒங்களுக்கு யாரு சொன்னது?'' என்று கொஞ்சம் அதட்டலாகக் கேட்டாள் ஜெயந்தி.

''ஆளுங்கள ஏத்திக்கிட்டு வந்த லாரிக்காரன விக்கிரவாண்டி டோல் கேட்டுல புடிச்சாச்சி. எந்தெந்த ஊர்ல ஆளுங்கள எறக்கிட்டு வந்தான்ங்கிறத விசாரிச்சி ஒவ்வொரு ஆளா புடிச்சிக்கிட்டிருக்கம். ஒங்கூட திண்டிவனம் கிடங்கல் ஆளுங்க மூணு பேரு எறங்குனாங்கில்ல? அவங்களயும் புடிச்சாச்சி. அவங்கதான் ஒன்னெப் பத்திச் சொன்னாங்க'' என்று போலீஸ்காரர் சொன்னதும் ஜெயந்திக்கு முகம் மாறியது. 'லாரியில வந்தது தப்பாப் போச்சே' என்று நினைத்தாள்.

ஜெயந்தியின் புருசன் ஐயனாருக்குப் புற்றுநோய். சென்னை அடையாறு மருத்துவமனையில் நான்கு மாதம் வைத்திருந்தாள். இரண்டு மாதத்துக்கு முன்பு, ''வீட்டுக்கு அழச்சிக்கிட்டுப் போயிடுங்க. இனிமே மாசாமாசம் வந்து மாத்தரய வாங்கிக்குங்க'' என்று சொல்லி வீட்டுக்கு அனுப்பிவிட்டார்கள். இரண்டு மாதமாக முதல் தேதியில் சென்று மாத்திரை வாங்கிக்கொண்டு வந்துவிடுவாள். கொரோனா காரணமாக ஊரடங்கு அறிவித்துவிட்டதால் ஒரு மாதம் மாத்திரை வாங்குவது விட்டுப்போய்விட்டது. மாத்திரை சாப்பிடாததால் ஐயனாரின் உடல் நிலை மோசமாகிவிட்டது. என்ன செய்வது என்று தவித்துக்கொண்டிருந்தாள். தன்னுடைய அக்காவுக்கு உடம்பு சரியில்லை என்று பார்ப்பதற்காக எதிர் வீட்டு செல்வம் மோட்டார் பைக்கிலேயே சென்னைக்குப் போகிற செய்தி தெரிந்தது. அவனிடம் கெஞ்சிக் கூத்தாடி தன்னையும் அழைத்துக்கொண்டு போகச் சொன்னாள். ''போலீஸ் மறிக்கும்'' என்று சாக்குப்போக்கு சொன்னான் செல்வம். காலில் விழுந்து கும்பிட்டு ''வண்டிக்கு எண்ணெ போடுறன்'' என்று சொன்ன பிறகுதான், ''சரி'' என்று அழைத்துக்கொண்டு போனான்.

மருத்துவமனைக்குள் போகக் கூடாதென்று மறித்தவர்களிடம் ஒரு மணிநேரத்துக்கு மேல் கெஞ்சிக் கூத்தாடினாள். அதன் பிறகுதான் உள்ளே விட்டார்கள். மாத்திரைகளை வாங்கிய பிறகுதான் எப்படி ஊருக்குப் போவது என்ற கவலையே வந்தது. நடக்க ஆரம்பித்தாள். பசி எடுத்தது. தாகமாக இருந்தது. ஒருவாய் தண்ணீர் குடிக்கலாம் என்றால் ஒரு டீக் கடைகூட இல்லை. சென்னையே பூட்டிக்கொண்டு கிடந்தது. ரோட்டில் ஆட்களைப் பார்ப்பதே அபூர்வமாக இருந்தது. தனியாக வந்து மாட்டிக் கொண்டோமே என்ற கவலையில் நடந்துகொண்டிருந்தாள். தாம்பரத் தைத் தாண்டி வரும்போது ஒரு லாரி நின்றுகொண்டிருப்பதைப் பார்த்தாள். சிறுநீர் கழித்துவிட்டு வந்த டிரைவரிடம் ஐயனாருக்கு உடம்பு சரியில்லாதது, மாத்திரை வாங்க வந்தது என்று தன்னுடைய கதையைச் சொல்லி, இரண்டு மடங்கு பணம் தந்து லாரியில் ஏறிக் கொண்டு திண்டிவனம் வந்தாள். லாரிக்காரனிடம் தன்னுடைய கதை யைச் சொன்னது தவறாகிவிட்டதே என்று நினைத்தாள்.

''லேட்டாக்காதம்மா'' போலீஸ்காரர் சொன்னார்.

''இப்பதான் சார் வந்தன். இன்னம் தண்ணிக்கூடக் குடிக்கல. மாத்தரயக் கூடத் தரயில வைக்கல, பாருங்க'' என்று சொல்லி மடியில் வைத்திருந்த மாத்திரைப் பொட்டலத்தைக் காட்டினாள்.

''அதுக்கு நாங்க என்னா பண்றது? மாத்தரயக் கொடுத்திட்டு வந்து வண்டியில ஏறு'' என்று போலீஸ்காரர் கண்டிப்பான குரலில் சொன் னதும் ஜெயந்திக்குக் கண்கள் கலங்கிவிட்டன. ''எம் புருசன் எப்பிடிக் கெடக்குறாருன்னு வந்து பாருங்க சார் தெரியும். யாரோ மோடியாம், முன்னப்பின்ன சொல்லாமகொல்லாம திடுதிப்புன்னு பஸ், கார நிறுத்திப்புட்டாரு. வீட்டவிட்டும் வெளிய வரக் கூடாதுன்னு சொல்லிப் புட்டாரு. ஒரு மாசமா மாத்தர சாப்பிடாததால ஒடம்பு மோசமாயி டிச்சிங்க. ஆஸ்பத்திரியில மல்லுக்கட்டி, காலுல விழுந்து கும்பிட்டுத் தான் மாத்தரய வாங்கிக்கிட்டு வந்தன். அங்கியே என்னெ நூறு முற செக் பண்ணித்தான் உள்ளாரயே வுட்டாங்க'' என்று உண்மையைச் சொன் னாள்.

''அங்க செக் பண்ணதெல்லாம் செல்லாது. இங்க புதுசாப் பண்ணனும். இது கலெக்டர் ஆர்டர்.''

''வீட்டுல யாருமில்ல சார். எம் மாமியாரு இன்னிக்கிக் காலயிலதான் மவ வீட்டுக்குப் போச்சி. அது இருந்தாக்கூடப் பரவாயில்ல. வந்திடுவன். இப்ப வீட்டுல இந்த ரவ பையன்தான் இருக்கான். இன்னிக்கோ

நாளைக்கோன்னு சாவக் கெடக்குற ஆள வுட்டுட்டு எப்பிடி சார் வர முடியும்? வீட்டுக்கு வந்து அவரு முகத்தக்கூட நான் இன்னும் பாக்கல" என்று சொல்லும்போதே ஜெயந்திக்கு அழுகை வந்துவிட்டது.

ஜெயந்தியின் வீட்டின் முன்பு ஆம்புலன்ஸ் நிற்கிறது. இரண்டு போலீஸ்காரர்களும் கவச உடைக்காரர் ஒருவரும் வந்திருக்கிறார்கள் என்பது தெரிந்ததும் ஊர்ச் சனமே கூடிவிட்டது. மணியக்காரர், தோட்டி, தலையாரி என்று வந்துவிட்டார்கள்.

"ஒன்னெ செக் பண்ணிட்டு இன்னிக்கே வுட்டுடுவாங்கம்மா. வா, வண்டியில ஏறு" என்று தடிமனான போலீஸ்காரர் தணிந்த குரலில் சொன்னார்.

"கொரோனா வந்து செத்தாலும் நான் வண்டியில ஏற மாட்டன் சார்" என்று சொன்னதும், உயரமாகவும் ஒல்லியாகவும் இருந்த போலீஸ்காரர் ஜெயந்தியின் கையைப் பிடித்து இழுப்பதுபோல் பக்கத்தில் வந்ததும் இரண்டடி பின்னால் சென்று, "என்னா சார் செய்யுறிங்க?" என்று கோபத்துடன் கேட்டாள். பிறகு, "செத்தாலும் புருசன், புள்ளையோட நான் வீட்டுலியே செத்துப்போறன்" என்று சொன்னாள்.

"நீ மட்டும் செத்தாப் பரவாயில்லெ. ஊர்ல பரவிட்டா என்னா செய்யுறது? ஊர்ல பரவக் கூடாதின்னுதான் ஒன்னெக் கூப்புடுறம். விஷயம் புரியுதா?" என்று தடிமனாக இருந்த போலீஸ்காரர் சொன்னதும், "நான் லாரியில அர மணி நேரம்கூட வந்திருக்க மாட்டன். அதுக்குள்ளாரியா எனக்கு ஒட்டிக்கிச்சி?" ஆத்திரத்துடன் கேட்டாள்.

"ஒனக்கு கொரோனா இருக்குன்னு சொல்லல. லாரியில வந்ததால செக் பண்ணணும் அவ்வளவுதான். காண்டாக்ட்டுல உள்ளவங்களப் புடிக்கணும். இதான் கலெக்டர் ஆர்டர். வண்டியில ஏறு."

வேடிக்கை பார்த்துக்கொண்டிருந்த பக்கத்து வீட்டு பிரேமா, "அவ புருசன் சாவ பொழைக்கக் கெடக்குறாரு சார். இந்த நெலமயில கூப்புட்டா என்னா சார் அர்த்தம்?" என்று கேட்டாள். பிரேமாவைத் தொடர்ந்து இரண்டு, மூன்று பெண்கள் ஜெயந்திக்காகப் பரிந்து பேசினார்கள். ஐயனாருக்கு உடம்பு ரொம்ப மோசமாக இருக்கிறது என்பதையும் சொன்னார்கள்.

எல்லோருடைய வாயையும் அடைப்பது மாதிரி தடிமனான போலீஸ் காரர், "இது கலெக்டரோட ஆர்டரும்மா. இதுல நாங்க ஒண்ணும் செய்ய முடியாது. எதாயிருந்தாலும் தள்ளி நின்னே பேசுங்க. ஒருத்தர் கூட மாஸ்க் போடல" என்று போலீஸ்காரர் கறாராகச் சொன்னார்.

''வாயிக்கு வாயி கலெக்டர் ஆர்டருன்னு சொல்றிங்களே, என் புருசன் சாவ பொழைக்கக் கெடக்குறாரு, அவருக்கு யாரு மாத்தர வாங்கிக் கொடுப்பா? ஒரு மாசம் வுட்டுப்போயி, இன்னிக்கு விடியக்காலம்தான் மாத்திர வாங்க போனன். இன்னம் நான் சோறுகூடத் திங்கல. பச்சத் தண்ணி பல்லுல படல.''

''நேரத்த வளத்தாத. வண்டியில ஏறு இல்லன்னா கொரோனாவால செத்திடுவ.''

''செத்தாப் போறன் சார்'' போலீஸ் என்ற பயம்கூட இல்லாமல் சொன்னாள் ஜெயந்தி.

''பொம்பளயாச்சேன்னு பாக்குறன். இல்லன்னா இவ்வளவு நேரம் பேசிக்கிட்டிருக்க மாட்டன். புரியுதா? ஒழுங்கு மரியாதியா வண்டியில ஏறு'' தடிமனான போலீஸ்காரர் எச்சரிக்கை செய்வது மாதிரி சொன்னதும், ''இதக் கேக்குறதுக்கு ஒலகத்திலெ எந்தச் சாமியும் இல்லியா?'' என்று சொல்லி ஜெயந்தி வாய்விட்டு அழுததைப் பார்த்ததும் ஜீவாவுக்கும் அழுகை வந்தது. அவள் ஜீவாவின் கண்களைத் துடைத்துவிட முயன்றாள். உடனே இரண்டு போலீஸ்காரர்களும் பாய்ந்துவந்து மறித்துக்கொண்டனர்.

''தொடக் கூடாதும்மா. நீ இப்பத்தான் வந்திருக்க. பையன் வீட்டுல இருந்திருக்கான்.''

''அவன் என் புள்ள சார்.''

''கொரோனா வந்த பிறகு பொண்டாட்டிக்கிப் புருசன் வேணாம். புருசனுக்குப் பொண்டாட்டி வேணாம். தாயிக்கிப் புள்ள வேணாம், புள்ளைக்கித் தாயி வேணாமின்னு ஆயிடுச்சி. ஒலகத்தில நடக்கிறத டி.வி.யில பாக்குறியா இல்லியா?'' என்று போலீஸ்காரர் கேட்டார்.

கவச உடைக்காரர், ''நேரமாவுது சார்'' என்று சொன்னதும் போலீஸ் காரர், ''வண்டியில ஏறும்மா'' என்று சொன்னார்.

''எம் புருசன வுட்டுட்டு வர முடியாது சார்.''

''நல்ல விதமாச் சொன்னா கேக்க மாட்ட. கையப் புடிச்சி இழுத்துக் கிட்டுப் போவணுமா?'' என்று சொல்லி போலீஸ்காரர் கையைப் பிடித்து இழுக்கப் போனார். இரண்டு, மூன்று உள்ளூர் ஆட்கள் வந்து போலீஸ்காரரிடம், ''அவ புருசனுக்கு ஒடம்பு சரியில்ல சார். ஒரு மாசமா மாத்தர வேற சாப்புடல. மோசமா இருக்கு. எப்ப வேணும்ன்னாலும் உசுரு அடங்கிடும் சார்'' என்று ஜெயந்திக்காகப் பரிந்து பேசினார்கள்.

போலீஸ்காரர் கோபத்துடன், ‘‘எல்லாரும் டி.வி. பாக்குறிங்கதான? நாடு என்னா நெலமயில இருக்கு? ஓலகம் என்னா நெலமயில இருக் குன்னு தெரியும்தான? இந்தம்மா மட்டும் வந்தா ஒரு ஆளோட முடிஞ்சிடும். இன்னிக்கு ஒரு ராத்திரி ஓடிப்போச்சின்னா, நாளக்கிக் காலயில ஊரயே அள்ளிக்கிட்டுப் போயி செக் பண்ணணும். ஆஸ் பத்திரியில தங்க வைக்கணும். இல்லன்னா ஊருக்கே தட உத்தரவு போடுற மாதிரி ஆயிடும். பரவாயில்லியா?’’ என்று கேட்டதுதான், ஜெயந்திக்காக, ஐயனாருக்காகப் பரிந்து பேசியவர்கள் எல்லாம் பின்வாங்க ஆரம்பித்தனர்.

கூட்டம் கூடியிருப்பதால்தான் எல்லோரும் அதிகமாகப் பேசிக் கொண்டிருக்கிறார்கள் என்று நினைத்த வி.ஏ.ஓ., ‘‘எல்லோரும் கலஞ்சி போங்க. காத்துல பரவுதுன்னு சொல்றாங்க. எல்லோரும் அவுங்கஅவுங்க வீட்டுக்குப் போங்க. இல்லன்னா ஒங்களயும் புடிச்சிக்கிட்டுப் போற மாதிரி ஆயிடும்’’ என்று சொல்லிச் சத்தம்போட்டார். அவருக்கு உதவி செய்வதுபோலத் தோட்டியும் தலையாரியும் கூட்டத்தைக் கலைக்க முயன்றனர்.

ஜெயந்தி தன்னால் முடிந்தவரை கெஞ்சிப்பார்த்தாள். அழுதுபார்த் தாள். தன்னுடைய மாமியார் வந்ததும் தானாக வருவதாகச் சொன் னாள். ஜீவாவைக் காட்டி அவன் தனியாக இருக்க மாட்டான் என்று சொன்னாள். அவள் சொன்ன எதையும் காதுகொடுத்துக் கேட்கவில்லை. அவள் கையெடுத்துக் கும்பிட்டதையும் காலில் விழுந்து கும்பிட்டதையும் பொருட்படுத்தாமல் போலீஸ்காரர்கள் தாங்கள் சொன்னதையே சொல் லிக்கொண்டிருந்தனர்.

‘‘கலெக்டர் உத்தரவு, வண்டியில ஏறு.’’

இனி தப்பிக்க முடியாது என்று நினைத்த ஜெயந்தி கடைசியாக, ‘‘இந்த மாத்தரயக் கொடுத்திட்டு வர்றன்’’ என்று சொன்னாள்.

‘‘பையன்கிட்ட கொடுத்திடு’’ என்று போலீஸ்காரர் சொன்னதைக் கேட்காமல் வீட்டுக்குள் போனாள். அவளுக்குப் பின்னால் ஜீவாவும் போனான்.

‘‘ஏங்க... ஏங்க...’’ என்று ஜெயந்தி கூப்பிட்டாள். ஐயனாரிடமிருந்து எந்தச் சத்தமுமில்லை. கையைப் பிடித்து ஆட்டிய பிறகுதான் லேசாகக் கண்களைத் திறந்து பார்த்தார். ‘‘மாத்தர வாங்கியாந்துருக்கன். கரச்சி வாயில ஊத்தட்டுமா?’’ என்று கேட்டாள். ஐயனாரிடமிருந்து எந்தப் பதிலும் இல்லாததால், ‘‘மத்தியானம் சோறு கொடுத்தியா?’’ என்று ஜீவா விடம் கேட்டாள்.

''கேட்டன். வேணாமின்னு கைய ஆட்டுனாரு.''

''பசி மயக்கத்தில கெடக்குறாரு'' என்று சொன்ன ஜெயந்தி, அவசர அவசரமாக ஒரு கைப்பிடி சோற்றைப் போட்டுக் கரைத்துக் கூழாக்கி வாயில் ஊற்றிவிட்டாள். மூன்று மாத்திரைகளைத் தண்ணீரில் போட்டு ஊறவைத்து ஐயனாரின் வாயில் ஊற்றினாள்.

பிறகு கோழிக்கு அள்ளிப்போடுவதுபோல் நான்கைந்து வாய் சோற்றைத் தன்னுடைய வாயில் அள்ளிப்போட்டுக்கொண்டாள். தண்ணீர் குடிக்கும்போது, ''வெளிய வர்றியா இல்லியா?'' என்று போலீஸ்காரர் கத்துவது கேட்டது.

''ராத்திரிக்கும் சோறு கொடுக்கணும். மாத்தர கொடுக்கணும்.''

''சரி'' என்று ஜீவா சொன்னான்.

''கோயம்பேட்டிலிருந்து வந்த லாரியில ஏறி வந்ததால என்னெ செக்கப்பு பண்ணனும்னு போலீஸ் வந்து கூப்புடுது. வண்டி வந்து வாசல்ல நிக்குது. போயிட்டு வந்திடுறன். ஒங்கம்மாவுக்கு போன் போட்டன். எடுக்கல. எப்ப வருதின்னு தெரியல. பஸ், காருன்னு எதுவுமில்ல. எப்பிடி நடந்து வருதோ தெரியல. ரோட்டுல நடந்து வரதுக்கே போலீஸ்வுட மாட்டங்குது. வந்தா பேசச் சொல்லு. முடிஞ்சா போன வேகத்தில வந்திடுறன். தம்பி இருக்கான். பாத்துக்குவான். வரட்டா?'' என்று கேட்டாள். ஐயனார் எதுவும் சொல்லாததால், ''தம்பி அப்பாவப் பாத்துக்க'' என்று சொல்லிக்கொண்டிருக்கும்போதே கவச உடைக்காரர் வீட்டுக்குள் வந்து, ''சொன்னா புரியாதா? வாம்மா வெளிய'' என்று சொல்லிக் கத்தினான். பிறகு, ''மாத்து சேல எடுத்துக்க'' என்று சொன்னான்.

''எதுக்கு?''

''தேவப்படும். வா வெளிய.''

ஒரு சீலை, சட்டையென்று எடுத்துக்கொண்டு வாசலுக்கு வந்தாள். அவளுக்குப் பின்னால் ஜீவாவும் வந்தான்.

ஜெயந்தி வீட்டுக்குள் சென்று பத்து நிமிடத்துக்கு மேல் இருந்தாள் என்ற காரணத்துக்காக அவளுடைய வீட்டைத் தனிமைப்படுத்தச் சொன்னார் வி.ஏ.ஓ. வீட்டைத் தனிமைப்படுத்துவதற்காகத் தோட்டியும் தலையாரியும் பத்து, இருபது கட்டைகளைக் கொண்டுவந்து தடுப்புக் கட்ட ஆரம்பித்திருந்ததைப் பார்த்ததும் ஜெயந்தியும் ஜீவாவும் குழம்பிப்போனார்கள். என்ன நடக்கிறது என்று பார்ப்பதற்குக்கூட விடாமல், கவச உடைக்காரர் ஜெயந்தியின் கையைப் பிடித்து இழுத்துக்கொண்டு

போய் ஆம்புலன்ஸில் ஏற்றினான். "பத்திரமா இருப்பா. அப்பாவப் பாத்துக்க" என்று ஜெயந்தி சொல்லிக்கொண்டிருக்கும்போதே கதவை மூடிவிட்டார்கள். கவச உடைக்காரர் வண்டியில் ஏறியதும் ஆம்புலன்ஸ் புறப்பட்டுவிட்டது. போலீஸ்காரர்கள் வி.ஏ.ஓ.விடமும், தோட்டி, தலையாரியிடமும் ஏதோ ரகசியமாகச் சொல்லிவிட்டுப் போனார்கள்.

"அந்தம்மாவுக்கு கொரோனா பாதிப்பு இருக்கா, இல்லியான்னு தெரியுறவரைக்கும் யாரும் இந்த வீட்டுக்குள்ளாரப் போகக் கூடாது. அந்தம்மா பையன்கிட்டயும் புருசன்கிட்டயும் யாரும் பேசவோ, கிட்ட போகவோ கூடாது. ரெண்டு பேருக்கும் தொத்தி இருக்கலாம். மீறிப் போனா அவங்களயும் போலீஸ் புடிச்சிக்கிட்டுப் போயிடும்" என்று அந்த இடத்தில் நின்றுகொண்டிருந்தவர்களிடம் வி.ஏ.ஓ. கடுமையான குரலில் எச்சரிக்கை செய்தார். அவர் சொன்ன விதம் வெடிமருந்துக் கிடங்குக்குள் போய்விடாதீர்கள் என்பதுபோல் இருந்தது. பிறகு மோட்டார் பைக்கை எடுத்துக்கொண்டு அங்கிருந்து கிளம்பினார்.

கூட்டம் கலைய ஆரம்பித்தது. தோட்டியும், தலையாரியும் தடுப்புக் கட்டையைக் கட்டிக்கொண்டிருந்தார்கள். பிள்ளைகள் மட்டுமே வேடிக்கை பார்த்துக்கொண்டிருந்தனர். ஜீவாவும் வேடிக்கை பார்க்க ஆரம்பித்தான்.

வீட்டை அடைத்த மாதிரி மூன்று பக்கமும் தடுப்புக் கட்டைகளைக் கட்டி முடித்த தோட்டியும் தலையாரியும், வேடிக்கை பார்த்துக்கொண் டிருந்த பிள்ளைகளிடம், "இது கொரோனா புடிச்ச வீடு. இங்க யாரும் நிக்கக் கூடாது" என்று சொல்லிப் பயமுறுத்திவிட்டுப் போனார்கள். வேடிக்கை பார்ப்பதற்குப் புதிதாக எதுவும் இல்லாததால் பிள்ளைகளும் ஒவ்வொருவராகத் தங்களுடைய வீட்டுக்குப் போக ஆரம்பித்தனர்.

ஜீவா மட்டும்தான் நின்றுகொண்டிருந்தான். மூன்று பக்கமும் கட்டி யிருந்த தடுப்புக் கட்டைகளைப் பார்த்தான். அப்போது அவனுக்கு ஐயனார் கூப்பிடுவதுபோல் தோன்றியது. வேகமாக வீட்டுக்குள் ஓடி னான்.

ஐயனார் படுத்துக்கொண்டிருந்த இடத்துக்குப் பக்கத்தில் போய் நின்று கொண்டு, "எதுனா வேணுமா?" என்று கேட்டான். பதிலில்லாததால், "தண்ணி வேணுமா?" என்று கேட்டான். அடுத்த கேள்வியாக, "சோறு வேணுமா?" என்று கேட்டான். ஐயனார் எதுவும் பேசாததால் தூங்கிக் கொண்டிருக்கலாம் என்று நினைத்துக்கொண்டான். இருட்டியது போல் இருந்ததால் விளக்கைப் போட்டான். பிறகு டி.வி.யைப் போட்டான்.

''அம்மா எங்கடா?'' என்று ஐயனார் கேட்டதுபோல் அவனுக்குத் தோன்றியது.

''அம்மாவ கொரோனாக்காரங்க புடிச்சிக்கிட்டுப் போயிட்டாங்க. நம்ப வீட்டச் சுத்தித் தடுப்புக் கட்ட கட்டிட்டாங்க. நம்ப வீட்ட எல்லோரும் 'கொரோனா புடிச்ச வீடு'ன்னு சொல்றாங்கப்பா. ஆயா இன்னம் வரல'' என்று தானாகவே சொன்னான். ஐயனார் எதுவும் பேசாததால், ''மாத்தர போட்டதால தூக்கமா வருதா?'' என்று கேட்டான். பக்கத்தில் போய் நின்றுகொண்டு, ''ஒண்ணுக்குப் போவணுமா? கக்கூஸ் போவணுமா? பசிக்குதின்னா சோறு எடுத்தாறேன். ஆயா ஆக்கிவச்சிட்டுப் போயிருக்கு'' என்று சொன்னான். அதற்கும் ஐயனார் பதில் சொல்லாததால் பக்கத்தில் உட்கார்ந்துகொண்டு ரகசியம்போல, ''அப்பா'' என்று கூப்பிட்டான். இதற்கு முன் இந்த மாதிரி எந்தக் கேள்விக்கும் ஐயனார் பதில் சொல்லாமல் இருந்ததில்லை. கையை அசைத்துப்பார்த்தான். காலை அசைத்துப்பார்த்தான். கன்னத்தில் லேசாகத் தட்டிப்பார்த்தான். தூங்குகிற குழந்தையை எழுப்புவதுபோல் மீண்டும் கை, காலை அசைத்துப்பார்த்தான். ஐயனாரிடமிருந்து எந்த அசைவும் இல்லை. மூக்கில் கை வைத்துப்பார்த்தான். மூச்சுக் காற்று வரவில்லை.

பயத்தில் அவனுக்கு நடுங்க ஆரம்பித்தது. அடுப்பில் வைத்த வாணலி மாதிரி அவனுக்கு வாய் உலர்ந்துபோயிருந்தது.

மெலிந்து எலும்பும் தோலுமாக, கருத்துப்போயிருந்த ஐயனாரின் உடலையே பார்த்துக்கொண்டிருந்தான். கண்களும் வாயும் திறந்தபடியே இருந்தன. திறந்திருந்த ஐயனாரின் வாயையே பார்த்துக்கொண்டிருந்தான். டி.வி.யில் விளம்பரம் ஓடுகிற சத்தம் கேட்டதும்தான் ஐயனாரின் உடலிலிருந்து பார்வையைத் திருப்பினான். வேகமாக நடந்தால் பெரிய ஆபத்து வந்துவிடும் என்பதுபோல் சத்தம் எழுப்பாமல் வெளியே வந்தான். வாசலுக்கு முன் கட்டியிருந்த தடுப்புக் கட்டையைப் பிடித்தபடி தன்னுடைய ஆயா வருகிறாளா, அம்மா வருகிறாளா என்று பார்த்தான்.

மளிகைக் கடைக்குப் போய்விட்டு வந்த கௌதமி, தடுப்புக் கட்டையை ஒட்டித் தனியாக நின்றுகொண்டிருந்த ஜீவாவைப் பார்த்து, ''என்னடா?'' என்று கேட்டாள். ''என்னடா?'' என்று அவள் கேட்டதும்தான் ஜீவாவுக்கு அழுகை வந்தது. அவன் அழுவதைப் பார்த்து மிரண்டுபோன கௌதமி, ''ஏண்டா அழுவுற?'' என்று கேட்டாள்.

''எங்கப்பா செத்திட்டாரு'' என்று சொல்லிவிட்டு, அழுத ஜீவாவைப் பார்த்துப் பயந்துபோய் ஒரே ஓட்டமாகத் தன்னுடைய வீட்டுக்கு ஓடினாள். ஜீவா தடுப்புக் கட்டை ஒன்றில் லேசாகத் தலையைச் சாய்த்துக்கொண்டு விம்மினான். சிறிது நேரத்தில் கௌதமியும் அவ ளுடைய அம்மா கிருஷ்ணவேணியும் வந்தார்கள்.

''என்னடா ஆச்சி?'' என்று கிருஷ்ணவேணி கேட்டாள்.

''எங்கப்பா செத்திட்டாரு.''

''எப்பிடிடா சொல்ற?''

''பேசல. கை காலு அசையல'' என்று ஜீவா சொன்னதைக் கேட்ட கிருஷ்ணவேணி, ''அழுவாம இருடா வர்றேன்'' என்று சொல்லிவிட்டு வேகமாக ஓடினாள். அவளோடு கௌதமியும் ஓடினாள்.

தெருவிலிருந்த சனங்களையெல்லாம் அழைத்துக்கொண்டு வந்தாள் கிருஷ்ணவேணி. ஆண், பெண் என்று இருபது, முப்பது பேரும் பிள்ளைகள் என்று பத்து, இருபது பேரும் இருந்தார்கள். பெரியவர் களாக இருந்த எல்லோருமே போட்டி வைத்தது மாதிரி கேள்வி கேட்க ஆரம்பித்தார்கள்.

''செத்திட்டாருன்னு எப்பிடிடா சொல்ற?''

''பேசல. கை காலு அசையல'' என்று ஜீவா சொன்னபோது கூட்டத் திலிருந்த ஒரு பெண், ''ஐயோ கடவுளே'' என்று சொன்னாள்.

''நீ எப்ப பாத்த?''

''தடுப்புக் கட்ட கட்டிட்டுப் போனாங்கில்ல. அப்பதான் போய்ப் பாத்தன்.''

''ஒங்க அம்மாவுக்கு, ஒங்க ஆயாவுக்குத் தெரியுமா?''

''தெரியாது.''

''ஒங்க ஆயா எங்க?''

''எங்க அத்த ஊருக்குப் போயிருக்கு.''

''ஒங்கிட்ட போன் இருக்கா?''

''இல்ல.''

''ஒங்கம்மா நெம்பரச் சொல்லு'' என்று ஒரு ஆள் கேட்டார். ''ஒங்காயா நெம்பரச் சொல்லு'' என்று மற்றொரு ஆள் கேட்டார். ஜீவா தன்னுடைய அம்மாவின் போன் எண்களையும் ஆயா திருமேனியின் போன் எண்களையும் சொன்னான். கூட்டத்தில் இருந்தவர்கள் கேள்வி கேட்கக்கேட்கத்தான் அவனுக்கு அழுகை அதிகமாக வந்தது.

கூட்டத்திலிருந்த பல பேரும் ஜெயந்திக்கும் திருமேனிக்கும் போன் போட்டார்கள். இருவரின் செல்போன்களுமே அணைத்துவைக்கப்பட்டிருக்கின்றன என்று சொல்லிச் சலித்துக்கொண்டார்கள். ஒரு ஆள், ''ஒங்கத்த நெம்பரு தெரியுமா?'' என்று கேட்டார். ''தெரியாது'' என்று ஜீவா சொன்னான்.

கூட்டத்திலிருந்த ஆண்கள், பெண்கள் என்று எல்லோருமே திரும்பத் திரும்ப திருமேனிக்கும் ஜெயந்திக்கும் போன் போட்டுக்கொண்டே இருந்தார்கள். ஐயனார் இறந்துவிட்ட செய்தி ஊர் முழுவதும் பரவி, ஊர்ச் சனமே தடுப்புக் கட்டையின் முன் கூடிவிட்டார்கள். ஆனால், சத்தியம் செய்துவிட்டதுபோல் ஒரு ஆள்கூடத் தடுப்புக் கட்டைக்குள் போகவில்லை. வீட்டுக்குள் போனால் கொரோனா ஒட்டிக்கொள்ளுமோ என்ற அச்சம் அந்த இடத்தில் இருந்த எல்லோருக்குமே இருந்தது. பட்டியில் விடப்பட்ட ஆட்டுக்குட்டி மாதிரி தடுப்புக் கட்டைக்கு உள்ளே ஜீவா மட்டும் தனியாக நின்றுகொண்டிருந்தான். காட்சிக்குரிய பொருளைப் பார்ப்பதுபோல் அவனைக் கூட்டம் பார்த்துக்கொண்டிருந்தது.

ஜீவா சொன்னதை நம்பாமல் காலேஜில் படித்துக்கொண்டிருந்த அருண்குமார், ஐயனார் செத்துவிட்டாரா, இல்லையா என்று பார்ப்பதற்காகத் தடுப்புக் கட்டைக்குள் நுழைந்தான். ''போவாத, போவாத'' என்று மொத்த கூட்டமும் தடுத்தது. யாருடைய பேச்சையும் கேட்காமல் ஒரே ஓட்டமாக வீட்டுக்குள் ஓடினான். இரண்டு, மூன்று நிமிடம் கழித்து வந்து, ''செத்திட்டாருதான்'' என்று சொன்னான்.

''தோட்டிக்கி போன் போடு, தலயாரிக்கு போன் போடு'' என்று கூட்டத்திலிருந்த பலரும் சொன்னார்கள். பலரும் போன் போடவும் செய்தார்கள். ''ஸ்விட்ச் ஆப்ன்னு வருது'' என்று சொன்னார்கள். தோட்டி வீட்டுக்கும் தலையாரி வீட்டுக்கும் ஆள் அனுப்பினார்கள். சிறிது நேரத்தில் மோட்டார் பைக்கில் தோட்டியும் தலையாரியும் வந்தார்கள்.

''இந்த வீட்டுக்கிட்ட யாரும் நிக்கக் கூடாது. பெரிய வம்பாயிடும். கூட்டம் கலஞ்சி போங்க. நாங்க பாத்துக்கிறம். ஆபத்தான வீடு. ஆபத்த வெல கொடுத்து வாங்காதிங்க'' என்று சொல்லி எல்லோரையும் துரத்திவிட்டார்கள்.

''சோறு வேணுமாடா?'' கிருஷ்ணவேணி கேட்டாள்.

''...''

''என்னா வேணும் சொல்லுடா?''

''எங்கப்பா செத்திட்டாரு.''

ஜீவா அழுதுகொண்டிருப்பதையும், ''எங்கப்பா செத்திட்டாரு'' என்று கிருஷ்ணவேணியிடம் சொன்னதையும் அருண்குமார் தன்னுடைய செல் போனில் வீடியோ எடுத்துக்கொண்டிருந்தான். அதைப் பார்த்த தலையாரி, ''அழுவுற பயல ஏண்டா படம் எடுக்கிற?'' என்று கோபத்துடன் கேட்டார்.

''வாட்ஸ்அப்பில போடப்போறன்'' என்று அருண்குமார் சொன்னதும் அவனைத் திட்டி அனுப்பினார் தோட்டி. கிருஷ்ணவேணியை நிற்க விடாமல் தோட்டியும் தலையாரியும் துரத்திவிட்டனர். ஒதுங்கி நின்றுகொண்டிருந்தவர்களையும், ''கொரோனா புடிச்சிக்கும் போங்க'' என்று சொல்லி விரட்டியடித்தனர். அவர்கள் பேசிய விதமும் சனங்களை விரட்டிய விதமும் எரிந்துகொண்டிருக்கிற வீட்டுக்குள் போகாதீர்கள் என்று தடுப்பதுபோல் இருந்தது.

கூட்டம் குறைய ஆரம்பித்ததும் தோட்டியும் தலையாரியும் மோட்டார் பைக்கில் கிளம்பிவிட்டார்கள். ஜீவா மட்டும்தான் இருட்டில் நின்றுகொண்டிருந்தான். அவனைச் சுற்றி இருட்டு மட்டும்தான் நிறைந்திருந்தது. தன்னுடைய ஆயா வருகிறாளா, அம்மா வருகிறாளா என்று பார்த்தான். மூன்று பக்கமும் கட்டியிருந்த தடுப்புக் கட்டையைப் பார்த்தான். அப்போது அவனுக்கு, ''ஏ தம்பி'' என்று ஐயனார் கூப்பிட்டதுபோல் இருந்தது. மெதுவாக வீட்டுக்குள் வந்தான்.

''அப்பா'' என்று லேசான குரலில் கூப்பிட்டான். எந்தப் பதிலும் இல்லை. வாய் அசைகிறதா, கண்கள் அசைகிறதா என்று பார்த்தான். எதுவுமில்லை. இடுப்பிலிருந்து நழுவிக்கிடந்த கைலியைச் சரிசெய்தான். விலகிக் கிடந்த கைகளையும் கால்களையும் சேர்த்துவைத்தான். கொடியில் கிடந்த புடவை ஒன்றை எடுத்துத் தூங்குகிற ஆளுக்குப் போர்த்திவிடுவதுபோல் ஐயனாரின் உடலில் போர்த்திவிட்டான். புடவைக்கு வெளியே கைகள், கால்கள் தெரிகின்றனவா என்று பார்த்தான். பிறகு டி.வி.யைப் பார்க்க ஆரம்பித்தான். டி.வி.யைப் பார்த்தபடியே தூங்கிவிட்டான்.

2

''ஜீவா... ஜீவா...'' என்று ஐயனார் கூப்பிடுவதுபோல் இருக்கவே தூக்கம் கலைந்து கண்விழித்துப் பார்த்தான். ஏழு மணி இருக்கும். ஜெயந்தியும், திருமேனியும் இல்லாத நேரத்தில் ஐயனாரை, சிறுநீர்

கழிப்பதற்கு அழைத்துக்கொண்டு ஜீவாதான் போவான். கைலியை விலக்கிப் பிடித்துக்கொள்வான். சிறுநீர் முன்னேபின்னே என்று ஒழுகினால், ‘‘நேரா நில்லுப்பா’’ என்று சொல்வான். சில நேரங்களில் ஐயனாரின் உயிர்நிலையைப் பிடித்து சிறுநீர் கழிக்கச் செய்வான். கழிப்பறைக்கு அழைத்துக்கொண்டு போனால், ஐயனார் எழுந்ததும் கழிப்பறையில் தண்ணீர் ஊற்றிவிடுவான். அவ்வாறு செய்யும்போதெல்லாம் ஐயனார், ‘‘எஞ் சாமிடா நீ’’ என்று சொல்லிவிட்டு அழுவான். எப்போதும் கேட்பதுபோல ஐயனாரிடம், ‘‘ஒண்ணுக்குப் போவணுமா, கக்கூஸ் போவணுமா?’’ என்று ஜீவா கேட்டான். வழக்கம்போல தூக்கி உட்கார வைப்பதற்குப் போனபோதுதான் ஐயனார் நேற்று சாயங்காலமே இறந்துவிட்டது நினைவுக்கு வந்ததும் வெளியே வந்தான். அவன் வருவதற்காகவே காத்துக்கொண்டிருந்ததுபோல் ஏழெட்டு தொலைக்காட்சிக் காரர்களும், நான்கைந்து பத்திரிகைக்காரர்களும், உள்ளூர் ஆட்கள் பத்து, இருபது பேரும் தடுப்புக் கட்டைக்கு அருகில் வந்தனர். தடுப்புக் கட்டைகளின் வழியாகத் தொலைக்காட்சிக்காரர்கள் மைக்கை நீட்டினார்கள். கேமராமேன்கள் வீடியோ எடுக்க ஆரம்பித்தனர். பத்திரிகைக் காரர்கள் ஜீவாவைப் பல கோணங்களில் போட்டோ எடுக்க ஆரம்பித்தனர்.

மைக்கை நீட்டிக்கொண்டிருந்த தொலைக்காட்சிக்காரர்களில் ஒருவர் ஜீவாவிடம் கேட்டார்: ‘‘ஒங்கப்பா நேத்து சாயங்காலம் செத்திட்டாராமே நிஜமா?’’

ஜீவாவுக்கு என்ன பதில் சொல்வது என்று தெரியவில்லை. மிரண்டு போய் தொலைக்காட்சிக்காரர்களையும், பத்திரிகைக்காரர்களையும், திரண்டிருந்த கூட்டத்தையும் பார்த்தான்.

‘‘எங்கப்பா செத்திட்டார்னு சொல்லி நீ அழுதத வாட்ஸ்அப்ல பாத்தம்.’’

‘‘...’’

‘‘ராத்திரி எங்கிருந்த?’’

‘‘வீட்டுல.’’

‘‘பொணத்துகூடவா?’’

‘‘ம்.’’

‘‘பொணத்துகூடப் படுத்திருக்க பயமா இல்லியா?’’

‘‘...’’

‘‘அழுதியா?’’

‘‘...’’

"ராத்திரி தூங்குனியா?"

"டி.வி. பாத்துக்கிட்டே தூங்கிட்டன்."

"ராத்திரி சாப்புட்டியா?"

"இல்ல."

"ஒங்க வீட்டுக்கு யாரும் வரலியா?"

"இல்ல."

"ஏன்?"

"கொரோனா புடிச்சிக்கும்னு."

"இப்ப ஒனக்கு என்ன வேணும்?"

"..."

"ஒனக்கு என்ன வேணும்?"

"..."

"சொல்லு தம்பி" என்று தொலைக்காட்சிக்காரர் திரும்பத்திரும்பக் கேட்டதால் ஜீவா சொன்னான். "எங்கப்பாவப் பொதைக்கணும்."

"அப்பிடியே கேமராவப் பாத்துச் சொல்லு."

"எங்கப்பாவப் பொதைக்கணும்."

"..."

"எங்கப்பாவப் பொதைக்கணும்."

தொலைக்காட்சிக்காரர்கள் தன்னிடம் கேள்வி கேட்பதையும், வீடியோ எடுப்பதையும், பத்திரிகைக்காரர்கள் போட்டோ எடுப்பதையும் பொருட்படுத்தாமல் தன்னுடைய ஆயா வந்துவிட்டாளா, அம்மா வந்து விட்டாளா என்று பார்த்தான்.

"தந்தையின் பிணத்துடன் இரவு முழுவதும் படுத்திருந்த ஐந்தாம் வகுப்பு படிக்கும் மாணவன் ஜீவா குறித்து உள்ளூர் மக்கள் என்ன சொல்கிறார்கள் என்பதை இப்போது கேட்கலாம்" என்று சொல்லி, ஒவ்வொரு தொலைக்காட்சிக்காரர்களும் உள்ளூர் ஆட்களிடம் பேட்டி எடுக்க ஆரம்பித்தனர். பேட்டி கொடுப்பதற்காக உள்ளூர்க்காரர் களிடையே கடுமையான போட்டி ஏற்பட்டது.

"ஐயனாரின் பிணத்தை மாவட்ட நிர்வாகத்தின் சார்பில் எடுக்க வேண்டும் என்றும், பிணத்தை உடனடியாக எடுக்காவிட்டால் ஊரில் கொரோனா பரவிவிடும் என்ற அச்சத்தில் இருப்பதாகவும் உள்ளூர்வாசிகள் சொன்னதைக் கேட்டோம். ஐயனாரின் பிணத்தை மாவட்ட நிர்வாகம்

அடக்கம் செய்யும் என்று நம்புவோம்'' என்று சொல்லிப் பேட்டியை முடித்தனர். பிறகு வி.ஏ.ஓ., தாசில்தார், கலெக்டர் என்று ஒவ்வொரு வருக்கும் போன் போட்டுக்கொண்டிருந்தனர்.

தலையாரி, தோட்டி, வி.ஏ.ஓ., ஆர்.ஐ., தாசில்தாரோடு பத்துக்கும் அதிகமான போலீஸ்காரர்களும் சேர்ந்து ஒன்பது மணிக்கு வந்தனர். பிணக் குழி வெட்ட ஏற்பாடு செய்ய முயன்றனர். ஊர்ச் சனமெல்லாம் ஒன்றாகத் திரண்டு வந்து, ''செத்துப்போனவர் பொண்டாட்டி நேத்து வீட்டுல இருந்துருக்கு. அதனால, செத்துப்போனவருக்கும் கொரோனா ஒட்டியிருக்கும், ஊர் சுடுகாட்டில் புதைக்கக் கூடாது'' என்று தகராறு செய்தனர். ஊரார்களிடம் தாசில்தார் சமாதானம் செய்துபார்த்தார். சமாதானம் எடுபடாததால் சுடுகாட்டுக்குக் கடைசியில் இருக்கும் முள் காட்டில் புதைப்பது என்று முடிவானது. ஐயனாருக்குச் சொந்தபந்தம் என்று அதிகமில்லை. வீட்டைத் தவிர சொத்துப்பத்து என்று எதுவு மில்லை. அதனால், அவனுக்காக யாரும் அதிகமாகப் பேசவுமில்லை. ஐயனாருடைய பங்காளி முத்துக்கருப்பன் மட்டும்தான் குழி வெட்டு வதற்குச் சம்மதித்தான். ஆனால், அவனுடன் வருவதற்கு யாரும் சம்மதிக்கவில்லை. குழி வெட்ட ஆட்கள் யாரும் வராததால் ஜே.சி.பி. இயந்திரத்துக்கு ஏற்பாடு செய்தார் தாசில்தார்.

''பொணத்தச் சீக்கிரம் எடுக்கப்பாருங்க'' என்று ஊர்க்காரர்கள், தாசில் தாரிடம் தகராறு செய்துகொண்டிருந்தனர். போலீஸ்காரர்கள், ''எட்டப் போங்க. ஊருக்கே தொத்திக்கும்'' என்று சொல்லிக்கொண்டிருந்தார்கள்.

தூரத்தில் தன்னுடைய ஆயா திருமேனியும் அத்தை சங்கரியும் வரு வதைப் பார்த்ததும் ஜீவா அழ ஆரம்பித்தான். தடுப்புக் கட்டைக்குள் நுழைந்து போவதற்கு முயன்ற திருமேனியையும் சங்கரியையும் பாம்பு இருக்கும் புற்றிடம் போகாதீர்கள் என்பதுபோல் வேகமாக வந்து இரண்டு போலீஸ்காரர்கள் மறித்துக்கொண்டனர். தடுப்புக் கட்டையைத் தாண் டிக்கொண்டு வெளியே வருவதற்கு முயன்ற ஜீவாவையும் விடவில்லை.

''என்னெ வுடுங்கய்யா'' என்று சொன்னாள் திருமேனி.

''உள்ளாரப் போவக் கூடாது. பொணம் வெளிய போன பிறகு தான் போவணும்'' என்று போலீஸ்காரர் திட்டவட்டமாகச் சொன்னார்.

''எம் பேரனயாச்சும் வெளிய வுடுங்க.''

''பொணம் போவட்டும்.''

''எம் புள்ள மூஞ்சியப் பாக்க வுடுங்க சாமி.''

‘‘கொரோனா புடிச்சிக்கும்மா’’ அக்கறையான குரலில் சொன்னார் போலீஸ்காரர்.

‘‘எம் புள்ளயே செத்திட்டான். இனிமே நான் உசுரோட இருந்து என்னா செய்யப்போறன்?’’ நெஞ்சில் அடித்துக்கொண்டு அழுதாள் திருமேனி.

‘‘பொணத்துக்கு வா கட்டு கட்டணும். கை கட்டு, கால் கட்டுன்னு கட்டணும் சாமி. என்னெ வுடுங்க.’’

‘‘அதெல்லாம் முடியாதும்மா.’’

‘‘நெத்திக் காசி வைக்கணும்ங்க.’’

‘‘முடியாது.’’

‘‘பொணத்துக்கிட்ட நல்ல விளக்க ஏத்தி வைக்கணும்ங்க.’’

‘‘எந்த நேரத்தில என்னம்மா பேசிக்கிட்டிருக்க?’’ போலீஸ்காரர் முகத்தைச் சுளித்தார்.

‘‘எம் புள்ள உசுரு அடங்குறப்ப பக்கத்தில இல்லியே. என்னா பாவம் செஞ்சனோ கடவுளே? எம் பேரப்புள்ள ராத்திரி பூராம் எப்பிடித்தான் வீட்டுல இருந்துச்சோ’’ என்று சொல்லி ஜீவாவைப் பார்த்து அழுதாள். பிறகு பக்கத்தில் அழுதுகொண்டிருந்த சங்கரியைப் பார்த்து, ‘‘ஓங்கண்ணன் எப்பிடிச் செத்துப்போயிருக்கான் பாருடி?’’ என்று சொல்லி அழுதாள். திருமேனி என்ன சொன்னாள் என்பதைக் கவனிக்காமல் ‘‘ஓம் முகத்தக்கூட இந்தப் பாவியால பாக்க முடியாமப் போச்சே அண்ணா. இப்பிடி அநாதப் பொணம் மாதிரி செத்துக் கெடக்கிறியே’’ என்று சொல்லி சங்கரி தன்போக்கில் அழுதுகொண்டிருந்தாள்.

‘‘எம் புள்ள செத்த மாதிரி ஒலகத்தில யாரும் சாவக் கூடாதுடா கடவுளே’’ என்று சொன்னாள் திருமேனி.

பதினோரு மணி வாக்கில் ஒரு ஆம்புலன்ஸ் வந்தது. வேனிலிருந்து கவச உடைக்காரர்கள் நான்கு பேர் இறங்கினார்கள். போலீஸிடம் பேசினார்கள். தாசில்தாரிடம் பேசினார்கள். வேகமாக வீட்டுக்குள் போனார்கள். பெரிய பாலித்தீன் கவரில் பிணத்தை வைத்துக் கட்டி வாசலுக்குத் தூக்கிக்கொண்டு வந்தபோது சங்கரியும் திருமேனியும் தலையில் அடித்துக்கொண்டு வீறிட்டு அழ ஆரம்பித்தனர்.

‘‘நீர் மால எடுத்தாந்து பொணத்தக் கழுவ வேணாமா?’’ என்று கேட்டாள் திருமேனி.

‘‘கொரோனா பொணத்தக் கழுவக் கூடாதும்மா’’ என்று ஒரு போலீஸ்காரர் சொன்னார்.

"எம் மவன் பொணத்த நாங்கதான் பொதைக்கணும்? எங்க சாதி முறைப்படித்தான் சடங்கு செய்யணும்?"

"இப்ப இது ஓங்க பொணம் இல்ல. கவர்மண்ட் பொணம்."

"என்னது கவர்மண்ட் பொணமா?"

"ஆமாம்மா. கவர்மண்ட் பொணத்துக்கு நீங்க சொந்தம் கொண்டாட முடியாது. உசுரோட இருந்தா கொரோனா இருக்கா இல்லியான்னு டெஸ்ட் பண்ணிப்பாத்திருக்கலாம். இப்ப அதுக்கும் வழியில்ல. கோயம்பேட்டுலயிருந்து வந்த லாரியில ஏறுனதாலதான் இம்மாம் சிக்கலும். போயி ஒரு ஓரமா ஒக்காரு" என்று திருமேனியிடம் சொன்னார் போலீஸ்காரர்.

கவச உடைக்காரரிடம், "கொஞ்சம் இருங்க" என்று சொன்னார் தாசில்தார். கவச உடைக்காரர்கள் பிணத்தை ஆம்புலன்ஸில் ஏற்றாமல் வாசலிலேயே வைத்தனர். உடனே உள்ளூர்க்காரர்கள் சிலர், "பொணத்த ஓடனே எடுங்க சார். செத்தவனோட பொண்டாட்டி நேத்து வீட்டுல இருந்துருக்கு. அவன்கூட பேசியிருக்கு. செத்துப்போனவனுக்கும் கொரோனா தொத்தியிருக்கும். ஊர்ல பரவிட்டா பெரிய தொந்தரவாப் போயிடும் சார்" என்று சொன்னார்கள்.

"செத்தவரோட பொண்டாட்டி வந்துகிட்டிருக்கு. வந்ததும் எடுத்திடலாம்" என்று தாசில்தார் சொன்னதை உள்ளூர்க்காரர்கள் ஏற்காமல் தகராறு செய்ய ஆரம்பித்தனர். உள்ளூர்க்காரன் ஒருவன் இறந்துவிட்டான் என்ற கவலையோ, வருத்தமோ ஒருவரிடமும் இல்லை. 'ஐயோ பாவம்' என்று யாரும் சொல்லவில்லை. எப்போது பிணத்தை எடுப்பார்கள் என்ற கவலை மட்டும்தான் எல்லோரிடமும் இருந்தது.

"டி.வி.காரங்க பாத்துக்கிட்டிருக்காங்க. ஊர்ல கலவரமின்னு நியூஸ் போட்டுடுவாங்க" என்று போலீஸிடம் சொல்லிக் கூட்டத்தைக் கலைக்கச் சொன்னார் தாசில்தார். போலீஸ்காரர்கள் "இங்க நிக்கக் கூடாது" என்று சொல்லிக் கூட்டத்தைக் கலைப்பதற்கு முயன்றனர்.

ஒரு மணி வாக்கில் ஒரு ஆம்புலன்ஸ் வந்தது. ஆம்புலன்ஸிலிருந்து ஜெயந்தி இறங்கி வருவதைப் பார்த்ததும் திருமேனியும் சங்கரியும் அலறியபடி ஓடினார்கள். இரண்டு போலீஸ்காரர்கள் வந்து, கிணற்றுக்குள் குதித்து தற்கொலை செய்துகொள்ளப் போகிறவர்களைத் தடுத்து நிறுத்துவது மாதிரி இருவரையும் மறித்துக்கொண்டனர்.

"பக்கத்தில போவக் கூடாது. தொட்டுப் பேசக் கூடாது."

"பாவிவுளே" என்று சொல்லி அழுதாள் திருமேனி.

"இப்படிச் செத்துப்போறதுக்கா மெட்ராஸுக்குப் போயி மாத்தரய வாங்கியாந்தன்" என்று சொல்லி முகத்திலும் தலையிலும் அடித்துக் கொண்டு அழுதாள் ஜெயந்தி. அவள் அழுததை ஊரே பார்த்தது. ஆனால், ஒருவர்கூட, "அழாத" என்று சொல்லவில்லை. அக்னிக் குழியிடமிருந்து தள்ளி நிற்பதுபோல் அவளிடமிருந்து ஊர்ச் சனம் விலகியே இருந்தது.

"முகத்தப் பாக்க வுடுங்க" என்று கேட்டதற்கு ஒரே வார்த்தையாக "முடியாது" என்று போலீஸ்காரர்கள் சொல்லிவிட்டார்கள்.

"பாக்க வுடாததுக்கு எதுக்குக் கூட்டியாந்திங்க?" என்று ஜெயந்தி கோபமாகக் கேட்டாள்.

"அதுக்கு கலெக்டர் ஆர்டர் வரலம்மா."

"செத்துப்போன புருஷனோட முகத்தப் பாக்கக் கூடாதுன்னு சொல்றதுதான் கலெக்டரோட சட்டமா?" ஆங்காரத்துடன் கேட்டாள்.

"சட்டம் பேசாத" என்று சொல்லி போலீஸ்காரர் முறைத்தார்.

"பொணத்தோட முகத்தப் பாக்கல. பொணத்து மேல ஒரு சொம்பு தண்ணி ஊத்தல. எந் தலயிலயும் தண்ணிய ஊத்திக்கல" என்று சொல்லி போலீஸிடம் ஜெயந்தி தகராறு செய்துகொண்டிருப்பதைப் பார்த்த தாசில்தார், "என்னம்மா?" என்று கேட்டார்.

"அவரு முகத்தப் பாக்க வுடுங்க சார்."

"அது முடியாதும்மா. பேக் பண்ணியாச்சு."

"சாவு தீட்டோட நான் ஆஸ்பத்திரிக்கித் திரும்பப் போவ முடியாது சார்."

"கவர்மண்ட் பொணத்துக்குத் தீட்டெல்லாம் கெடயாதும்மா. ஒன் னோட ரத்தம் டெஸ்ட்டுக்குப் போயிருக்கு. அது பாஸிட்டிவா நெகட்டி வான்னு தெரிஞ்ச பின்னாலதான் நீ எதயும் செய்யலாம்" என்று சொன்ன தாசில்தார், "இந்தம்மாவ வேனல ஏத்துங்க" என்று அதிகாரத்துடன் சொன்னார். ஜெயந்தியைக் கடைசிவரை பிணத்திடம் விடவில்லை. தடுப்புக் கட்டைக்கு வெளியே இருந்தபடியே மூட்டையாகக் கட்டப் பட்டிருந்த பிணத்தைத் தூரத்திலிருந்தே பார்ப்பதற்கு மட்டும் அனு மதித்தார்கள்.

கவச உடைக்காரர்களிடம், "பொணத்தத் தூக்குங்க" என்று தாசில் தார் சொன்னார். அப்போது திருமேனி, "எம் பையனுக்குக் கொள்ளி வைக்கணும் சார்" என்று சொல்லிக் கத்தினாள்.

"கவர்மண்ட் பொணத்துக்குக் கொள்ளியெல்லாம் வைக்க முடியாது. கொஞ்சம் தள்ளி நின்னு பேசு" என்று சொல்லி முறைத்தார்.

கவச உடைக்காரர்கள் பிணத்தை வேனில் ஏற்றியதையும் வேன் சுடு காட்டை நோக்கிப் போவதையும் தொலைக்காட்சிக்காரர்கள் வீடியோ எடுத்தனர். திருமேனி, சங்கரி, ஜீவா, ஜெயந்தி அழுவதையும் வீடியோ எடுத்தனர். பிறகு சுடுகாட்டை நோக்கி ஓட ஆரம்பித்தனர்.

"வேன்ல ஏறும்மா" என்று ஒரு போலீஸ்காரர் சொன்னார்.

"எம் மவனப் பாக்கணும் சார். அவன் எப்பிடி வதங்கிப்போயித் தனியா நிக்குறான் பாருங்க."

"..."

"எம் மாமியாக்கிட்ட பொணக் குழி மேட்டுல பாலு ஊத்தச் சொல்லிட்டு வர்றன்."

"இருக்கிறவங்க பாத்துக்குவாங்க. நீ வண்டியில ஏறு."

"ஒரு சொம்பு தண்ணியக் கொண்டாரச் சொல்லி அதுல தாலியக் கழட்டிப் போட்டுட்டு வர்றன் சார்."

"அதுக்கெல்லாம் பர்மிஷன் இல்ல. இது தொத்து நோவும்மா. பக்கத் தில நின்னாலே தொத்திக்கும். நேத்து நீ வீட்டுக்குள்ளாரப் போனதால தான் ஓம் புருசன் பொணத்துக்கிட்ட யாரயும் போவ விடல தெரியுமா? வண்டியில ஏறு" என்று சொன்னார். "முடியாது" என்று சொன்ன ஜெயந் தியைக் கையைப் பிடித்து இழுத்துக்கொண்டுபோய் ஆம்புலன்ஸில் ஏற்றினார்கள். அடுத்த நொடி ஆம்புலன்ஸ் புறப்பட்டது. ஆம்புலன்ஸ் சென்ற திசையை வெறித்துப்பார்த்தபடி நின்றுகொண்டிருந்தான் ஜீவா. அவனுடைய கண்களில் கண்ணீர் நிறைந்தது.

பிணம் சுடுகாட்டுக்குப் போன ஒரு மணி நேரம் கழித்து கிருமி நாசினி தெளிப்பதற்கான வண்டி வந்தது. ஐயனார் வீட்டைச் சுற்றித் தெளித்ததோடு அந்தத் தெரு முழுவதுமே கிருமிநாசினியைத் தெளித்தது. தோட்டி, தலையாரி, வி.ஏ.ஓ., தாசில்தார், போலீஸ் என்று எல்லோரும் போன பிறகுதான் திருமேனி, ஜீவாவைக் கவனித்தாள். அவனுக்கு 'மொட்ட போடணுமே' என்று நினைத்தாள். ஜீவாவுக்கு மொட்டை போடுவதற்கு ஆட்களைக் கூப்பிட்டுப்பார்த்தாள். ஒரு ஆள்கூட வர வில்லை. மொட்டை போடுவதற்கு வராததோடு பக்கத்தில் நின்று பேசு வதற்குக்கூடப் பயந்தார்கள். பேசும்போதுகூட கரண்ட்டுக் கம்பிக்குப் பக்கத்தில் போகக் கூடாது என்பதுபோல் தள்ளி நின்றே பேசினார்கள்.

"இப்படியாப்பட்ட ஊரிலியா இத்தன வருசமாக் குடியிருந்தன்? சொந்த ஊரும் எதிரியாயிடிச்சி. சொந்தச் சனங்களும் விரோதியாயிட்டாங்க. பெத்த மவன் பொணத்தத் தொடக்கூட முடியாமப் போயிடிச்சே. நான் பாவிதான்" என்று புலம்பிக்கொண்டே நடந்துசென்று கடையில் பிளேடு வாங்கிக்கொண்டு வந்தாள். வீட்டைக் கழுவிக்கொண்டிருந்த சங்கரியைக் கூப்பிட்டு ஒரு சொம்பு தண்ணீர் கொண்டுவரச் சொன்னாள். ஜீவாவை வீட்டு வாசல் முன் உட்காரவைத்தாள். சங்கரி கொடுத்த சொம்பு தண்ணீரில் ஒரு கை அள்ளி ஜீவாவின் தலையில் தெளித்தாள். முடியை மழிக்க ஆரம்பித்தாள் திருமேனி. ●

அந்திமழை மாத இதழ் - அக்டோபர், 2021

அம்மாவின் விரதம்

இடி இடிக்கிற சத்தம் தொடர்ந்து கேட்டுக்கொண்டே இருந்ததால் எனக்குத் தூக்கம் கலைந்தது. கழிப்பறைக்குப் போகலாம் என்று எழுந்து விளக்கைப் போட்டேன். அம்மாவினுடைய படுக்கை காலியாகக் கிடந்தது. கழிப்பறைக்குப் போவதற்காகப் பின்வாசல் வந்தபோது, கதவு திறந்திருந்தது. அம்மாவின் பேச்சுக் குரல் கேட்டது. இந்த நேரத்தில் அம்மா யாருடன் பேசிக்கொண்டிருக்கிறாள் என்று யோசித்தேன். விடிந்து விட்டதா, கழிப்பறைக்குப் போவதா வேண்டாமா என்று குழப்பத்தில் நின்றுகொண்டிருந்தேன். பின்வாசலுக்குப் போகவும் முடியவில்லை. திரும்பிப்போய்ப் படுக்கையில் படுக்கவும் முடியவில்லை. கழிப்பறைக்குப் போயே தீர வேண்டும் என்ற அவசரம் இருந்தது. வீட்டில் எரிந்து கொண்டிருந்த விளக்கை அணைத்துவிட்டுப் படுத்துக்கொள்ளலாம் என்று நினைத்தபோது, "எந்தத் தைரியத்தில வீட்டவிட்டு ஓடிப் போன, எந்தத் தைரியத்தில திரும்பி வந்த? பீய அள்ளி நடுவீட்டுல வச்சி சாமின்னு யாரும் கும்பிட மாட்டாங்க. பின்வாச கதவு வழியாப் போனவ, பின்வாச கதவு வழியா வந்து நிக்குற? மான வெக்கத்த வித்திட்டுப் போன நீ புடவை கட்டிக்கிட்டு வந்திருக்க? ஒனக்கு நான் இன்னும் கருமகாரியம் மட்டும்தான் செய்யல" என்று அம்மா சொன்னது லேசாகக் கேட்டது. ஆனால், அம்மாவின் கேள்விக்குப் பதில் சொன்ன குரல் கேட்கவில்லை. உடனே பின்வாசல் கதவுக்கு அருகில் சென்று நின்றேன்.

"நான்தான் ஊருக்கே பத்தினின்னு காட்டுறதுக்கு வந்திருக்கியா? இந்த வீடு வேணாமின்னுதான் போன? திரும்பி எதுக்கு வந்த? வெளிச்சத்தில ஒருத்தன்கூடப் போறதுக்கும் இருட்டுல ஒருத்தன்கூடப் போறதுக்கும் வித்தியாசம் இருக்கு. தேவிடியாளுக்கெல்லாம் இருட்டுலதான் வேல இருக்கும். என் வயித்தில தேவிடியா வந்து பொறந்திருக்கன்னு தெரியாம ஒனக்குத் தங்க ரத்தினம்னு பேரு வச்சன் பாரு" என்று சொன்னதோடு நிற்காமல் பலமாகக் காறித்துப்பிய சத்தம் கேட்டது.

அம்மாவினுடைய பேச்சிலிருந்து எனக்கு எல்லா விஷயமும் சட்டென்று புரிந்துவிட்டது. 'அக்காதான். அக்காதான்' என்று இரண்டு, மூன்று முறை என்னை அறியாமலேயே என்னுடைய வாய் முணு முணுத்தது. திகிலாக இருந்தது. பரபரப்பாக இருந்தது. ஏதோ தவறு செய்துவிட்ட மாதிரி பயம் உண்டானது. வியர்த்தது. அழுகை வந்தது. வேகமாகக் கதவைத் திறந்து, பின்வாசலுக்குப் போனேன். இருட்டாக இருந்தால் விளக்கைப் போட்டேன்.

"எதுக்குடி வெளக்கப் போட்ட?" என்று ஆங்காரத்தோடு அம்மா கேட்டதைப் பொருட்படுத்தாமல் தரையில் உட்கார்ந்திருந்த அக்காவையும் அவளுடைய மடியில் தூங்கிக்கொண்டிருந்த இரண்டு வயதுக் குழந்தையையும், வலது பக்கத் தொடையில் தலையும் உடம்பு தரையிலுமாகத் தூங்கிக்கொண்டிருந்த நான்கு, ஐந்து வயதுள்ள குழந்தையையும் பார்த்ததும் எனக்கு அழுகை வந்தது. "அக்கா" என்று சொன்னேன். நான் சொன்னது எனக்கே கேட்கவில்லை. எனக்கு உடம்பு சூடாகவும் இருந்தது. குளிர்ந்துபோயும் இருந்தது. அக்கா எப்போது வந்திருப்பாள்? எவ்வளவு நேரமாக அக்காவுடன் அம்மா பேசிக்கொண்டிருக்கிறாள் என்பது தெரியவில்லை.

"ரத்த பாசத்தில அழுவுறியாடி?" என்று கேட்டு பலமாக அம்மா என்னுடைய தலையில் குட்டினாள். தலையில் குட்டியதைப் பொருட்படுத்தாமல் நான் அக்காவின் மடியில் தூங்கிக்கொண்டிருந்த குழந்தையைத் தூக்கிக்கொள்வதற்காகக் குனிந்தபோது என்னுடைய சடையைப் பிடித்து இழுத்து, "என்னடி செய்யப் போற?" என்று கேட்டாள். பிறகு ஆத்திரத்துடன், "உள்ளாரப் போ" என்று சொன்னாள். கோபத்தில் அம்மாவினுடைய கன்னத் தசைகள் துடித்துக்கொண்டிருந்தது தெரிந்தது. நான் வீட்டிற்குள் போகாமல் நின்றுகொண்டிருந்தது அம்மாவுக்குக் கோபத்தை அதிகரித்திருக்க வேண்டும்.

"தேவிடியா பெத்ததத் தொடக் கூடாது" என்று கரகரத்தக் குரலில் சொன்னாள். கோபத்தில் அம்மாவின் உடல் நடுங்கிக்கொண்டிருப்பது தெரிந்தது.

மாட்டுக் கொட்டகையில் உட்காரவைத்துப் பேசிக்கொண்டிருக்கிறாளே என்று அம்மாவின் மேல் எரிச்சல் உண்டாயிற்று. வீட்டிற்குள் வராமல் அக்கா எதற்காக இந்த இடத்தில் உட்கார்ந்துகொண்டிருக்கிறாள்? குழந்தைகளை வீட்டில் படுக்கவைத்துவிட்டுப் பேசிக்கொண்டிருந்தால் என்ன? இடி இடித்துக்கொண்டிருந்தது, லேசாகத் தூறல் போட்டுக்கொண்டிருந்தது. இந்த நேரத்தில் கொசு கடிக்கிற இடத்திலா,

மாடுகளின் சிறுநீர் வாடையும், சாணி வாடையும் அடித்துக்கொண் டிருக்கிற இடத்திலா உட்காரவைப்பார்கள்? எனக்கு அம்மாவின் மீது கடுமையான கோபம் உண்டாயிற்று. அதே நேரத்தில் அக்கா வீட்டிற்கு வந்திருக்கிற விஷயம் ஊருக்குத் தெரிந்தால் என்ன ஆகுமோ என்கிற பயம் உண்டானது. வீட்டில் அப்பா இல்லாத நேரமாகப் பார்த்து அக்கா வந்திருப்பது நல்லதென்று நினைத்தேன்.

''காணாம போன கன்னு மாடு இப்ப ரெண்டு குட்டியோட வந்திருக்கு'' என்று சொன்ன அம்மாவின் குரலில் அவ்வளவு இளக்காரம் நிறைந்திருந்தது. கொஞ்ச நேரம் பேசாமல் இருந்துவிட்டு வன்மம் நிறைந்த குரலில், 'ரெண்டயும் பொட்டயாதான் பெத்து வச்சியிருக்க? அதுவுளும் ஒன்னெ மாதிரி ஓடுகாலியாத்தான் இருக்கும். அதுவும் ஒன்னெ மாதிரியே கீழ்ச்சாதிக்காரன் கூடத்தான் ஓடும்'' என்று சொன்னாள். பிறகு காறித்துப்பினாள். அக்கா உட்கார்ந்திருந்த நிலையிலேயே அசை யாமல் உட்கார்ந்திருந்தாள். கொசு கடிப்பது, தூறல் போடுவது, இடி இடிப்பது, அம்மா திட்டுவது எதுவுமே அவளுடைய கவனத்தில் இருந்த மாதிரி தெரியவில்லை.

''நீ ஓடிப்போனதால ஒன்றியச் செயலாளர் மகளே கீழ்ச்சாதிக்காரன் கூட ஓடுனா சாதாரணக் கட்சிக்காரன், சாதிக்காரன் மவ ஓடிப்போவாம என்ன செய்வான்னு கேட்டு ஊர்ல எம்மாம் பேசுனாங்கன்னு ஒனக்குத் தெரியுமா? ஊர்லயும் அசிங்கமாயிடிச்சி. கட்சியிலயும் அசிங்கமாயிடிச் சின்னு சொல்லி ஒங்க அப்பா என்னெ எம்மாம் பேசுனாரு தெரியுமா? அந்த மானங்கெட்ட பேச்சல்லாம் கேட்டுக்கிட்டுத்தான் இன்னும் உசுரோட இருக்கன்'' என்று சொன்ன அம்மாவினுடைய குரலும், முகமும், நின்றுகொண்டிருந்த விதமும் எந்த நேரத்திலும் மனம் உடைந்து அழுதுவிடுவாள் என்பது போலிருந்தது. ஆனால், அம்மா அழவில்லை. அவளுடைய கண்களிலிருந்து ஒரு சொட்டுக் கண்ணீர் வரவில்லை.

''ஓடிப்போனவ அப்படியே சாவ வேண்டியதுதான? எதுக்குத் திரும்பி வந்த, ஒன்னெ யாரு இங்க கூப்பிட்டா?'' என்று அம்மா கேட்டாள். அம்மா கேட்ட விதம் ஜென்ம விரோதியிடம் கேட்டது போலிருந்தது. அவ்வளவு கோபம் அம்மாவினுடைய குரலில் நிறைந்திருந்தது.

சாதாரணமாக அம்மா சத்தமாக, கோபமாகப் பேச மாட்டாள். சுட்டுப்போட்டாலும் அவளுடைய வாயிலிருந்து கெட்ட வார்த்தை வராது. எதிர் வீடு, பக்கத்து வீடு, தெருவிலுள்ள சனங்களிடம் கோப மாகப் பேச மாட்டாள். முகத்தைத் திருப்பிக்கொண்டு போக மாட்டாள்.

எதிர் வீடு, பக்கத்து வீடு, தெருவிலுள்ள வீடுகளில் ஏதாவது சண்டை நடந்தாலும், புருஷன் பெண்டாட்டி சண்டையென்றாலும், 'பேச்ச விடுங்க. கோபம் தணிஞ்சதும் எல்லாம் சரியாயிடும்' என்று சொல்வாள். எப்போது பேசினாலும் வார்த்தைகளை எண்ணியெண்ணித்தான் பேசுவாள். ஆத்திரப்பட்டு, அவசரப்பட்டு ஒரு வார்த்தை பேச மாட்டாள். பிறர் மனம் நோகப் பேச மாட்டாள். அப்படிப்பட்ட அம்மா தான் பெற்ற மகளையே, 'தேவிடியா' என்று சொல்கிறாள். 'செத்துப்போ' என்று சொல்கிறாள். மகளுக்கு மட்டுமல்ல பேரப்பிள்ளைகளையும், 'ஓடுகாலிகளாகத்தான் போகும்' என்று சாபம் விடுகிறாள். வியப்புடன் அம்மாவைப் பார்த்தேன். அப்பாவைவிட ஊர்க்காரர்களைவிட, ஜாதிக் காரர்களைவிட அம்மா மோசமாக இருக்கிறாளே என்ற எண்ணம் ஏற்பட்டது.

"தோட்டத்துக்குப் போறன்னு போனவதான நீ?" என்று ஆத்திரம் பொங்க அம்மா கேட்டாள். ஆறு, ஏழு மணிக்கு, 'தோட்டத்துக்குப் போறன்' என்று சொல்லிவிட்டு பித்தளைச் சொம்பு நிறைய தண்ணீரை எடுத்துக்கொண்டு போனாள் அக்கா. அப்போது லேசாகத் தூறல் போட்டுக்கொண்டிருந்தது. அவ்வப்போது இடியும் இடித்துக்கொண் டிருந்தது. மழைக்கு, இடிக்குப் பயந்துகொண்டு யாருடைய வீட்டிலாவது ஒதுங்கி நின்றுகொண்டிருக்கலாம் என்று முதலில் அம்மா அக்காவைத் தேடவே இல்லை. ஒரு மணிநேரம் கழித்த பிறகுதான் சந்தேகப்பட்டு எதிர் வீடு, பக்கத்து வீடு, தெருவிலுள்ள வீடுகளில், 'கேட்டுட்டு வா' என்று சொல்லி என்னை அனுப்பினாள். நான் போய் விசாரித்த எல்லா வீடுகளிலும் சொன்ன இரண்டு வார்த்தைகள், 'பாக்கல, தெரியல' என்பதுதான். நான் சொன்னதை நம்பாமல் அம்மாவே எதிர் வீடு, பக்கத்து வீடு, தெருவிலுள்ள வீடுகளுக்குத் தயக்கத்துடனும் கூச்சத்துடனும் சென்று விசாரித்தாள். பிறகு அரிக்கன் விளக்கை எடுத்துக்கொண்டு பெண்கள் ஒதுங்குகிற கருவேலங்காட்டில் போய்த் தேடிப்பார்த்தாள். அக்கா கிடைக்கவில்லை. பிறகுதான் அப்பாவிடம் அம்மா விஷயத்தைச் சொன்னாள். விஷயத்தைக் கேட்டதும், 'என்னெத் தல குனிய வச்சிட்டாளா முண்டச்சி? ஏதாவது ஒண்ணுன்னா ஒன்னெ உசுரோட வுட மாட்டன்' என்று அம்மாவிடம் கத்திவிட்டு அரிக்கன் விளக்கை எடுத் துக்கொண்டு பெண்கள் ஒதுங்குகிற இடத்திற்குப் போனார்.

அன்றிரவு முழுவதும் அப்பா தனியாகவும் அம்மாவும் நானும் சேர்ந்தும் ஊரிலுள்ள ஒவ்வொரு வீடாகப் போய் மீண்டும் விசாரித்தோம். ஒவ்வொரு இடமாகத் தேடிப்பார்த்தோம். அக்கா இல்லை.

'ஒனக்கு எதுவும் தெரியுமா?' என்று விடியவிடிய அம்மா என்னிடம் கேட்டுக்கொண்டேயிருந்தாள். 'தெரியாது' என்று நான் சொன்னதை அம்மா கடைசிவரை நம்பவே இல்லை. 'ஒனக்குத் தெரியாம அவ பச்சத் தண்ணிகூடக் குடிக்க மாட்டா. உண்மையச் சொல்லு. எவங் கூட ஓடிப்போனா?' என்று கேட்டுக் கன்னத்தில் அடித்தாள். ஆத்திரத்தில் கையில் கிடைத்த குழம்புக் கரண்டியை எடுத்துக் காலிலேயே அடித்தாள். 'உண்மையச் சொல்லுடி' என்று கேட்டுக் காலில் விழாத குறையாகக் கெஞ்சினாள். பிறகு விடியவிடிய அக்காவுக்குத் தெரிந்த வெளியூர்ப் பிள்ளைகளிடம் எல்லாம் போன் போட்டு விசாரித்தாள். சொந்தக்காரர்களிடம் விசாரித்தாள். எந்தத் தகவலும் இல்லை. விடிந்ததும் கருவேலங்காடு, ஏரி, குளம், கிணறு, ஊருக்கு வெளியே மரங்கள், புதர்க்காடுகள் என்று எல்லா இடத்திலும் தேடிப்பார்த்தும் அக்காபற்றி ஒரு தகவலும் கிடைக்கவில்லை. செய்தி சேனல்களில் காதலர்கள் காவல் நிலையத்தில் தஞ்சம், ஓடிப்போய்ப் பதிவுத் திருமணம் செய்து கொண்ட இளம்ஜோடி, லாட்ஜில் இளம்ஜோடி தற்கொலை என்ற செய்திகள் வருகிறதா என்று பார்த்துக்கொண்டே இருந்தோம். எந்தத் தகவலும் இல்லை. காலையில் எழுந்து போன அப்பா இரவு பன்னிரண்டு மணிக்குத்தான் வீட்டிற்கு வந்தார். மறுநாள் அப்பா வெளியே போய்விட்டு வீட்டிற்கு வந்ததும் அம்மாவிடம், 'என்னா புள்ள பெத்த? தேவிடியாளா ஓடிப்போறதுக்கா பெத்த?' என்று இரண்டு மணி நேரத்திற்கு மேல் கத்திக்கொண்டிருந்தார். அக்கா காணாமல் போன எட்டாம் நாள் விடியற்காலம் வெளியே போன அப்பா மதியமே வீட்டிற்குத் திரும்பி வந்துவிட்டார். என்றைக்கும் திட்டுவது போல் திட்டாமல், பழைய சாமான்கள் போட்டு வைத்திருந்த அறைக்குள் போனார். போன வேகத்தில் சாட்டையை எடுத்துக்கொண்டு வந்து, 'என்னாடிப் புள்ளப் பெத்து வளத்த?' என்று கேட்டுச் சாட்டையாலேயே அம்மாவை விளாசினார். மறிக்கப்போன எனக்கும் சரியான அடி கிடைத்தது. 'ஓம் மவ மாடு திங்கிற பயகூட ஓடிப்போயிருக்கா. புளியங்குடிக்காரப் பய' என்று அப்பா சொன்ன பிறகுதான் எந்த ஊர்ப் பையனுடன் அக்கா ஓடிப்போனாள் என்பது எனக்கும் அம்மா வுக்கும் தெரிந்தது.

'என்னோட மானம் போச்சி. மரியாத போச்சி' என்று சொல்லி அன்று முழுவதும் அம்மாவைத் திட்டிக்கொண்டே இருந்தார்.

எங்களுடைய ஊரில் ரகசியமாக ஒரு ஆணும் பெண்ணும் சந்தித்துக் கொள்கிற நேரம் விடியற்காலம் நான்கைந்து மணிக்கும் சாயங்காலம்

ஏழெட்டு மணிக்கும்தான். அதுவும் பெண்கள் ஒதுங்குகிற இடமான கருவேலங்காட்டில்தான். காதலிக்கிற, ஓடிப்போக முடிவு எடுக்கிற இடமாகவும், திருட்டுத்தனமாகச் சேருகிற இடமாகவும் இருந்தது கருவேலங்காடுதான். தோட்டத்திற்குப் போகிறேன் என்று வீட்டில் சொல்லிவிட்டுப் போன ஒரு பெண் ஒரு மணிநேரம் கழித்தும் வீட்டிற்கு வரவில்லை என்றால் அந்தப் பெண் யாருடனோ ஓடிப்போய்விட்டாள் என்று அர்த்தம். எங்களுடைய ஊரில் ஓடிப்போகிற பெண்கள் தோட்டத்திற்குப் போகும்போதுதான் ஓடிப்போவார்கள். அக்கா ஓடிப்போன பிறகுதான் எங்களுடைய வீட்டில் கழிப்பறை கட்டப்பட்டது. எங்களுடைய ஊரில் ஒருவர் வீட்டில் கழிப்பறை இருக்கிறதென்றால் அந்த வீட்டிலிருந்து ஒரு பெண் ஓடிப்போயிருக்கிறாள் என்று அர்த்தம். பெண்கள் திருட்டுத்தனமாக ஓடிப்போன பிறகுதான் ஆண்களுக்கு வீட்டில் கழிப்பறை கட்ட வேண்டும் என்ற எண்ணமே வரும். அந்த எண்ணம் ஒரு வாரம் பத்து நாள்வரைதான் இருக்கும். பிறகு மறைந்து போகும். கழிப்பறை உள்ள வீடுகளிலிருந்தும் பெண்கள் ஓடிப்போகத்தான் செய்கிறார்கள் என்று தங்களைத் தாங்களே சமாதானம் செய்துகொள்வார்கள். ஜாதி மாறி ஓடிப்போய்விட்டால் ஊரே கூடி கருவேலங்காட்டைத் தீ வைத்து கொளுத்தி அழிப்பார்கள். கொளுத்தப்பட்ட கருவேலங்காடு மீண்டும் துளிர்த்து காடாகும்வரை பெண்கள் ஒதுங்குவதற்காகப் படுகிற பாடு பெரும் பாடு. அக்கா கீழ்ச்சாதிக்காரனோடு ஓடிப்போனது தெரிந்ததும் ஒன்றியச் செயலாளர் மகள் என்பதால் ஊரே கூடிக் கருவேலங்காட்டைக் கொளுத்தியது. அக்கா ஓடிப்போனது பிரச்சினையாக இல்லை, கீழ்ச்சாதிக்காரனோடு ஓடிப்போனதுதான் பிரச்சினையாகிவிட்டது. அப்பாவுக்கு அக்கா ஓடிப்போனதைவிடப் பெரிய கஷ்டமாக இருந்தது கட்சியிலும் சாதியிலும் தன்னுடைய மரியாதை போய்விட்டது என்பதுதான். 'சாதாரண கட்சிக்காரப் பய கூட இனிமே என்னெ மதிக்க மாட்டான். ஊர்லயும் ஒரு நாயும் மதிக்காது' என்பதைத்தான் அப்பா திரும்பத்திரும்பச் சொல்லிக் கத்திக் கொண்டிருந்தார்.

''குட்டிபோட்டதும் புளிச்சிப்போயிருக்கும். தொரத்தி வுட்டிருப்பான்'' என்று அம்மா பல்லைக்கடித்தப்படியே சொன்னாள். அம்மா என்ன இப்படியெல்லாம் பேசுகிறாள் என்று யோசித்தேன்.

''போனப்ப பப்பாளி பழமாட்டம் இருந்த. இப்ப காஞ்சிப்போன மா இல மாதிரி வந்திருக்க. கொளம் வத்திப்போச்சி. மேயறதுக்குவர

கொக்கும் நின்னுபோயிருக்கும். ஓடிப்போனவ எல்லாம் அவஅவ சாதிக்காரனாப் பாத்து ஓடிப்போனா. நீ என்னா செஞ்ச? நம்ப சாதிக்காரன் பய ஒருத்தனும் ஒனக்குக் கெடைக்கலியா? பண்ண வேல செய்யுறவன்கூட ஓடிப்போன. படிச்சிட்டா மட்டும் சாதி போயிடுமா?'' என்று அம்மா கசந்துபோன குரலில் சொன்னாள்.

திருடிவிட்டு மாட்டிக்கொண்ட பெண் மாதிரி உட்கார்ந்துகொண் டிருந்த அக்காவின் முகத்தைப் பார்ப்பதற்கு முயன்றேன். தலையைக் கவிழ்த்தபடியே உட்கார்ந்துகொண்டிருந்ததால் முழுமையாகப் பார்க்க முடியவில்லை. முதல் பார்வையிலேயே பழைய அக்கா இல்லை என்பது தெரிந்துவிட்டது. எங்களுடைய ஊரான நல்ல தண்ணீர் குளத்தில் ஆயிரம் வீடுகளாவது இருக்கும். அக்கா வயதில் நூறு, இருநூறு பெண் பிள்ளைகளாவது இருப்பார்கள். எத்தனை பேர் இருந்தாலும் 'தில்லை நாதன் பெரிய மக தங்க ரத்தினம் மாதிரி வராது' என்றுதான் எல்லோரும் சொல்வார்கள். ஊர்க்காரர்கள் சொல்வதுபோல்தான் அக்காவும் இருப் பாள். ஊரில் என்னையும் அக்காவையும் ஒப்பிட்டுப் பேசுபவர்கள் வயசுக்குவந்ததிலிருந்து காணாமல் போகும்வரை, 'ஒங்க அக்காதான் டாப்' என்ற வார்த்தையைச் சொல்லாத ஆள் என்று ஒருவரையும் காட்ட முடியாது.

அக்காவின் இடது கண் புருவத்தில் லேசாகக் கோடு இழுத்துபோல் ஒரு தழும்பு இருக்கும். வீட்டிற்குள் ஓடும்போது தடுக்கி விழுந்ததில் ஏற் பட்ட காயத்தின் தழும்பு. அருகில் நின்று உற்றுப் பார்த்தால்தான் அது கூடத் தெரியும். பப்பாளிப் பழத்தில் தோலை நீக்கிவிட்டால் எப்படி இருக்குமோ அப்படித்தான் இருக்கும் அக்காவின் நிறம். எப்போதும் வெளிர்மஞ்சள் நிறத்தில்தான் துணிகட்டுவாள். இடுப்புக்குக் கீழேவரை சடை தொங்கும். எடுப்பான முகவெட்டு, செய்து வைத்ததுபோல் பற்கள், மூங்கில் சிம்பு மாதிரிதான் உடம்பு என அழகாக இருப்பாள். வீட்டிலிருந்தாலும் வெளியே போனாலும் சத்தமாகப் பேசுவது, சத்த மாகச் சிரிப்பது என்ற வழக்கமே அவளிடம் கிடையாது. இரண்டு மாதத் திற்கு ஒருமுறை மருதாணி வைக்க மறக்க மாட்டாள். மருதாணி வைத் தால் ரத்தச் சிவப்பாக இருக்கும். அவள் அளவிற்கு நான் அவ்வளவு அழகில்லை. நிறமும் கொஞ்சம் குறைவுதான். அக்கா பார்ப்பதற்கு அம்மா மாதிரி. நான் அப்பா மாதிரி. எனக்கு இடுப்புக் கீழே தொங்குகிற சடை இல்லை. அக்கா அளவுக்கு எடுப்பான மார்பகங்களும் எனக் கில்லை. உள்ளூரில் படித்தவரையிலும் எந்தக் கெட்ட பெயரும் கிடை யாது. சிதம்பரத்தில் எம்.எஸ்ஸி. படிக்கும்போது ஐந்து வருடம் தினமும்

பேருந்தில்தான் போய்வந்தாள். அப்போதும் எந்தக் கெட்ட பெயரும் கிடையாது. 'கண்ணியமான பொண்ணு' என்று ஊருக்குள் பெயர் இருந்தது. தெருவிலும் சரி, ஊரிலும் சரி பெண் பிள்ளைகளைத் திட்டும்போது, 'தங்க ரத்தினம் எப்பிடி இருக்கு? நீயும் இருக்கியே' என்று கேட்டுத்தான் முறைப்பார்கள். அப்படிப்பட்ட அக்காதான் ஆறு வருசத்திற்கு முன்பு எம்.ஃபில். படிக்கும்போது காணாமல் போனாள். காணாமல் போகும்போது இருந்த உடம்பில் பாதிகூட இப்போது இல்லை. தலைமுடி பாதிக்கு மேல் கொட்டிப்போயிருந்தது. மார்பகங்கள் இருப்பதற்கான அடையாளமே தெரியவில்லை. கன்னத்தில், கைகளில், கால்களில் கிள்ளியெடுப்பதற்குக்கூடச் சதையற்றுப் போயிருந்தாள். அக்காவைப் பார்க்கப்பார்க்க என்னுடைய கண்களிலிருந்து ஊற்றுப் போல கண்ணீர் வந்துகொண்டேயிருந்தது.

"புள்ள பெக்குறதுக்கு ஆச வந்திடிச்சின்னா எங்கிட்ட சொல்ல வேண்டியதுதான? ஒலகத்தில உள்ள எல்லா அப்பா அம்மாவும் மவ புள்ளயப் பெக்கணும்ன்னுதான செலவு பண்ணிக் கல்யாணம் கட்டி வைக்கிறாங்க? அப்பா அம்மாவுக்குத் தெரிஞ்சி, அண்ணன் தம்பிக்கு, அக்கா தங்கச்சிக்கித் தெரிஞ்சி, ஊரு ஒலகத்துக்கே தெரிஞ்சித்தான எல்லாம் பொட்டச்சியும் புள்ள பெத்துக்கிறாங்க? ஓடிப்போனாத்தான் புள்ள பிறக்கும்ன்னு ஒனக்கு யாரு சொன்னாங்க? அதுவும் கீழ்ச்சாதிக் காரன் கூடப் படுத்து புள்ள பெத்துருக்க. நீயெல்லாம் உசுரோட இருக்க ணுமா?" என்று அம்மா கேட்டாள். அம்மாவின் பேச்சு சாக்கடையில் படுத்திருக்கும் பன்றியைப் பார்த்து கேட்பதுபோல் இருந்தது. அம்மா என்ன இப்படி அசிங்கமான கேள்வியெல்லாம் கேட்கிறாள் என்று எனக்குக் கோபம் உண்டாயிற்று.

"நீ எவன்கூட ஓடிப்போனங்கிறது தெரிஞ்சதுமே ஊரே கூடி எம் மூஞ்சில காறித்துப்புச்சி. போயும்போயும் பன்னித் திங்கிற பயக்கூட ஓடிப்போயிருக்க. காறித்துப்பாம என்னா செய்வாங்க? ஊரும் துப்புச்சி. ஒலகமும் துப்புச்சி. போனவ ரவ விஷத்த வச்சிட்டுப் போயிருக்கக் கூடாது?"

அக்கா பேசவில்லை. அம்மாவைப் பார்க்கவில்லை. அக்கம்பக்கம் பார்க்கவில்லை. தூறல் விழுவதை, இடி இடிப்பதைக்கூட அவள் பார்க்க வில்லை. என்னை ஒருமுறைகூட ஏறெடுத்துப் பார்க்கவில்லை. இப்படி அப்படி என்று அசைந்து உட்காரவில்லை. கொசு கடிப்பதைகூடப் பொருட்படுத்தவில்லை. மடியில் தூங்கிக்கொண்டிருந்த குழந்தையைப்

பார்த்தவாறு மட்டுமே அவளுடைய பார்வை இருந்தது. அழுதுகொண்டிருந்தாள். ஆனால், சத்தம் கேட்கவில்லை. மூக்கை உறிஞ்சுகிற சத்தம் கூடக் கேட்கவில்லை. எனக்கு அக்காவைத் தொட்டுப்பார்க்க வேண்டும் போலிருந்தது.

சேர்ந்திருக்கிறாளா, பிரிந்து இருக்கிறாளா, பிடிக்கவில்லை என்று துரத்திவிட்டானா, இப்போது திடீரென்று எதற்காக வந்திருக்கிறாள் என்று அம்மா கேட்பாள் என்றுதான் நான் எதிர்பார்த்தேன். ஆனால், அம்மா கேட்டதெல்லாம், 'ஏன் வந்த? எதுக்கு வந்த?' என்பதுதான். அம்மா எவ்வளவு கோபமாகவும் ஆங்காரமாகவும் கேள்விகள் கேட்டாலும் அதிகச் சத்தம் இல்லாமல்தான் கேட்டாள். தன்னுடைய குரல் பக்கத்து வீடுகளுக்குக் கேட்டுவிடக் கூடாது என்ற அச்ச உணர்வோடுதான் கேள்விகளைக் கேட்டாள். எனக்கும் அம்மாவினுடைய குரல் யாருக்கும் கேட்டுவிடக் கூடாது என்ற கவலை இருந்தது.

அம்மா கேட்காதக் கேள்விகளையெல்லாம் எனக்கு அக்காவிடம் கேட்க வேண்டும் என்று தோன்றியது. புருஷன் பெயர் என்ன? பிள்ளைகளின் பெயர் என்ன? என்று கேட்பதற்கு வாய் துடித்தது. அக்கா பேசுவதைக் கேட்க வேண்டும், சிரிப்பதைப் பார்க்க வேண்டும் என்று ஆசை உண்டாயிற்று. அம்மா உள்ளே சென்றால் கேட்கலாம் என்று காத்துக்கொண்டிருந்தேன்.

''நீ பிறந்த பின்னால ஒன்னெ விட்டுட்டு ஒரு பிடி சோறு சாப்பிட்டிருப்பனா, ஒருவாய் தண்ணி குடிச்சிருப்பனா, ஒரு நிமிஷ நேரம் தூங்கியிருப்பனா, என்னெ விட்டுட்டுப் போறதுக்கு ஒனக்கு மனசு வந்திருக்கு. அத நெனச்சித்தான் ஆறு வருசமா அழுதுக்கிட்டிருக்கன்'' என்று சொன்ன அம்மா அக்காவையே பார்த்தாள். பிறகு மிகவும் மட்டரகமான குரலில், வாத்தக்கி வாத்த, 'அம்மா, அம்மா'ன்னு கூப்பிட்ட அப்பாவ, எம் பேச்சயும் மீறி அஞ்சு வருஷம் சிதம்பரத்தில படிக்கவச்ச ஆள, 'கட்டிக் கொடுத்திடலாம்'னு நான் சொன்னதையும் மீறி, 'பி.எச்டி.வர படிக்கட்டும்'ன்னு சொன்ன ஆள, நடுத்தெருவுல நிக்கவச்சி வேட்டிய உருவிவிடுற மாதிரி ஓடிப்போனியே. ஏழு நாள் ராவும் பகலும் தேடிப் பாத்திட்டு, நீ எவன்கூட ஓடிப்போனன்னு தகவல் தெரிஞ்சதும் ஒங்கப்பா என்னெக் கட்டிவச்சி அடிச்சி, எம்மாம் சித்தரவத செஞ்சாரு தெரியுமா? சங்கசங்கயாப் பேசுனாருன்னு தெரியுமா? என்னமோ நான் மட்டும் தனியா ஒன்னெப் பெத்த மாதிரி. எங்க கண்ண மறச்சி நாலாம் சாதிக்காரப் பயகூட ஓடிப்போயி ஒலகத்தில எந்தப் பொட்டச்சியும் வாங்காத புது பொருளா என்னாத்த வாங்குன? சண்டாளியப்

புள்ளயாப் பெத்திருக்கன். பாலு கொடுத்து வளத்திருக்கன்'' என்று சொல்லும்போது அம்மாவின் குரல் உடைந்துபோயிற்று. அம்மா அழப் போகிறாள் என்று நினைத்தேன். இரண்டு, மூன்று முறை பலமாக மூக்கை உறிஞ்சினாள். அவ்வளவுதான். ஒரு சொட்டுக் கண்ணீர்கூட விடவில்லை. முகத்தைத் திருப்பிக்கொண்டு மாடுகள் கட்டியிருந்த இடத்தைப் பார்த்தாள். பலமாக மூக்கை உறிஞ்சுகிற சத்தம் கேட்டது.

அக்கா காணமல் போன பிறகு அம்மா, சொந்தக்காரர்களின் வீடுகளுக்குப் போவதைக் குறைத்துக்கொண்டாள். வெளியூர்களுக்கு மட்டுமல்ல, உள்ளூரிலும் நடக்கும் கல்யாணம், மஞ்சள் நீராட்டு விழா என எதிலும் கலந்துகொள்வதில்லை. சாவுக்குப் போவதைக்கூடக் குறைத்துக் கொண்டாள். பகல் நேரத்தில் தோட்டத்திற்குப் போகும்போதுகூட 'ஓங்க அக்கா யாருகூட ஓடிப்போச்சி?' என்று ஊரிலுள்ளவர்கள் என்னிடம் கேட்பார்கள். அப்படிக் கேட்கும்போதெல்லாம் எனக்கு நெஞ்சு வெடித்து விடுவதுபோல் இருக்கும். செத்துவிடலாம்போல் இருக்கும். பார்க்கிற எல்லாருமே ஒரே கேள்வியைத்தான் திரும்பத்திரும்ப கேட்டார்கள். 'ஓங்க அக்கா யாருகூட ஓடிப்போச்சி?' என்னிடமே இவ்வளவு கேள்விகள் கேட்டிருந்தால் அம்மாவிடம் எவ்வளவு பேர் எவ்வளவு கேள்விகள் கேட்டிருப்பார்கள்?

தோட்டத்திற்குப் போகிறேன் என்று சொல்லிவிட்டுப்போய் ஆறு வருஷம் கழித்து இரண்டு பிள்ளைகளுடன் வந்ததற்காக அம்மா, அக்காவை அடிப்பாள், உதைப்பாள், தலையில் குட்டுவாள், தலைமுடியைப் பிடித்து இழுத்து நெட்டி தள்ளுவாள் என்று எதிர்பார்த்தேன். எதையுமே அம்மா செய்யவில்லை. தீட்டுக்காரியிடமிருந்து விலகி நிற்பதுபோல் தான் அம்மா நின்றுகொண்டிருந்தாள். தொடர்ந்து கேள்விகளாகக் கேட்டுக்கொண்டேயிருந்தாள். அம்மா கேட்ட கேள்விகளுக்கு, 'தப்புத் தான். தெரியாமப் பண்ணிட்டன்' என்று அக்கா ஒரு வார்த்தைகூடச் சொல்லவில்லை. 'மன்னித்துவிடு' என்று கெஞ்சிக் கேட்கவில்லை. கையைப் பிடித்துக்கொண்டு, கால்களைப் பிடித்துக்கொண்டு அழவில்லை. தலையை நிமிர்த்தி ஒருமுறைகூட நேருக்கு நேராக அம்மாவைப் பார்க்கவில்லை.

"பேசு, பேசு" என்று குசுகுசுப்பதுபோல் நான் சொன்னேன். அப்போதும் அக்கா வாயைத் திறக்கவில்லை.

"ஆறு வருஷமாச் சாப்பிட்டிருக்க. தூங்கியிருக்க. ரெண்டு புள்ளப் பெத்திருக்க. இந்த வீட்டு நெனப்பு வல்ல. இந்தச் சிவமாலயோட நெனப்பு ஒனக்கு வல்ல. ரத்த பாசத்தில ஒருத்தி நின்னு அழுதுகிட் டிருக்காளே இவ நெனப்புகூட ஒனக்கு வல்ல?" என்று கேட்ட அம்மா

பலமாக ஒரு முறை மூக்கை உறிஞ்சினாள். முந்தானையால் முகத்தைத் துடைப்பதுபோல் கண்களைத் துடைத்துக்கொண்ட அம்மாவுக்குத் திடீரென்று என்ன தோன்றியதோ கொட்டகையின் முனைவரை போய் நின்றுபார்த்தாள். பக்கத்து வீட்டு ஆட்கள், தெருவில் போகிற ஆட்களுடைய குரல் ஏதும் கேட்கிறதா என்று பார்த்தாள். பிறகு திரும்பி வந்து, ‘‘நீ வந்த நேரம் இடியும் மழயுமா இருக்கு. விஷயம் தெரிஞ்சா ஊரே சேந்து வந்து ஒனக்குப் பாட கட்டிடும். பாட கட்டுறதுக்குள்ள போயிடு’’ என்று அம்மா சொன்னாள். மழை பெய்யாவிட்டால் தெருவில் நாய்கள் குரைக்கிற சத்தம் கேட்கும். விடிகிற நேரமாக இருந்தால் ஆட்களின் நடமாட்டம் இருக்கும். மழை பெய்கிற நேரத்தில், இடி இடிக்கிற நேரத்தில் அக்கா வந்தது நல்லதுதான் என்று நினைத்தேன். அக்கா வந்திருக்கிற விஷயம் யாருக்குத் தெரிந்தாலும் எதிர் வீட்டு முத்துசாமிக்கு மட்டும் தெரியக் கூடாது என்று நினைத்தேன். அவருக்குத் தெரிந்தால் ஊருக்கே தெரிந்த மாதிரிதான். ஊரையே திரட்டிக்கொண்டு வந்துவிடுவார். ‘‘சாதி மானத்தக் கெடுத்தவளயெல்லாம் வீட்டுல எதுக்குச் சேத்திங்க? நெருப்ப வச்சிக் கொளுத்த வேணாமா?’’ என்று கேட்டுப் பெரிய போர்க்களத்தையே உண்டாக்கி விடுவார்.

கேள்வி கேட்டுக்கொண்டிருந்த அம்மாவையும் உயிர்போனாலும் வாய்திறக்கக் கூடாது என்று உட்கார்ந்திருந்த அக்காவையும் மாறி மாறிப் பார்த்துக்கொண்டிருந்தேன். அக்காவுக்குப் பக்கத்தில் உட்கார்ந்து கொள்ள வேண்டும்போல் எனக்குத் தோன்றியது.

‘‘இந்தா நிக்குறாளே. இவ வயசுக்கு வந்து பத்து வருசமாயிடிச்சி. இவள ஒருத்தன்கிட்ட புடிச்சிக்கொடுக்கணுமா, இல்ல இவளும் ஒன்னெ மாதிரியே ஓடுகாலியா ஓடட்டும்னு விடணுமா? இவ படிப்பு எதனால நின்னுச்சின்னு ஒனக்குத் தெரியுமா?’’ ஆங்காரமாக அம்மா கேட்டாள்.

இரண்டாயிரத்து பதின்மூன்றில் நான் பிளஸ் டூ அரையாண்டுப் பரீட்சை எழுதிக்கொண்டிருக்கும்போதுதான் அக்கா காணாமல் போனாள். அதற்கடுத்த நாளிலிருந்து நான் பள்ளிக்கூடத்திற்குப் போகவில்லை. பிளஸ் டூ பரீட்சை மட்டும் எழுதட்டும் என்று தெருவிலுள்ளவர்கள் சொன்னதையெல்லாம் அம்மா கேட்கவில்லை. ஒரே வார்த்தையாகச் சொல்லிவிட்டாள். ‘‘படிச்சது போதும்.’’ மீறிக் கேட்டதற்கு, ‘‘படிக்காதவங்கயெல்லாம் செத்தா போயிட்டாங்க?’’ என்று கேட்டாள். பள்ளிக்கூடத்திலிருந்து ஆசிரியர்கள் வந்து, ‘‘பரீட்சைக்கி மட்டும் வரட்டும்’’ என்று சொன்னதற்கு, ‘‘அவ பொட்டச்சிங்கிறதுக்காகத்

தான் ஒருத்தன் வந்து பொண்ணு கேப்பான். பிளஸ் டூ படிச்சியிருக்காங்கிறதுக்காகக் கேக்க மாட்டான்'' என்று சொல்லிவிட்டாள். என்னுடைய அழுகை, ஆர்ப்பாட்டம் எதையும் அம்மா பொருட்படுத்தவில்லை. ரொம்பவும் அழுதபோதும், இரண்டு நாள் சாப்பிடாமல் பட்டினியாகக் கிடந்தபோதும், "ஒன்னோட அக்கா ஓடிப்போன மாதிரி நீயும் ஓடிப்போயிடு. சனியன் தொலஞ்சிதுன்னு தலய முழுகிடுறன்'' என்று ஒரே முடிவாகச் சொல்லிவிட்டாள். "ஒருத்தியப் படிக்க வச்சதால வந்த அசிங்கமே போதும். பொட்டச்சியப் பெத்ததால என் மானம் போச்சி, மரியாத போச்சி. எவளும் வீட்டவிட்டு ஒரு அடி வைக்கக் கூடாது'' என்று அப்பா சொல்லிவிட்டார்.

அக்கா காணாமல் போன மறுவருசத்திலிருந்து எனக்கு மாப்பிள்ளை பார்த்துக்கொண்டிருக்கிறார்கள். ஒரு ஆள்கூடப் பெண்கேட்டு இது வரை வரவில்லை. என்னைப் பெண்கேட்டு யாரும் வராததற்கு அக்கா கீழ்ச்சாதிக்காரனோடு ஓடிப்போனதுதான். என்னுடைய படிப்பு நின்றதற்கு, கல்யாணம் நடக்காததற்கு நீதான் காரணம் என்று அக்கா விடம் சாகும்வரை சொல்லக் கூடாது என்று நினைத்துக்கொண்டேன். என்ன காரணத்தினாலோ எனக்கு அழுகை வந்தது. அழுகையை மறைப்பதற்காக மாட்டுக் கொட்டகைக்கு வெளியே பார்த்தேன். இருட்டாக இருந்தது. இருட்டில் பலமாகத் தூறல் விழுந்துகொண்டிருந்தது.

காதலித்த விஷயத்தையும் ஓடிப்போக இருந்த விஷயத்தையும் அக்கா என்னிடமாவது சொல்லியிருக்காலாம். என்னைக்கூட நம்பாமல் இருந்திருக்கிறாளே என்று வருத்தமாக இருந்தது. அக்கா ஓடிப்போன ஐந்தாறு நாட்கள்வரை ஒவ்வொரு நாளும், 'உண்மையச் சொல்லுடி' என்று கேட்டு அம்மா என்னுடைய கன்னத்தில் அடித்ததை, கரண்டியால் அடித்ததை, தலையில் குட்டியதை இப்போது நினைத்தாலும் வலிப்பது போல்தான் இருந்தது.

அக்கா ஓடிப்போன பிறகு பொங்கல் அன்றும் தீபாவளி அன்றும் தான் புதுத்துணி கட்டலாம், தலை சீவலாம், பவுடர் போட்டு பொட்டு வைக்கலாம், பூ வைக்கலாம். மற்ற நாட்களில் செய்தால், 'எந்த மாப்பிள்ளைக்காக இந்த மேக்கப் எல்லாம்?' என்று கேட்பாள். 'தங்க மணின்னு பேரு வச்சிருக்கன். இந்த மணி எப்போ பிச்சிக்கிட்டுப் போகப் போவுதோ. தெரியல' என்று சொல்வாள். அம்மா ஒவ்வொரு நாளும் சொல்கிற ஒவ்வொரு வார்த்தையும் விஷ ஊசி போடுவது போல் இருக்கும். அப்பாவின் பேச்சு அம்மாவின் பேச்சைவிட மோசமாக இருக்கும். முன்பெல்லாம், 'ரெண்டு தங்கத்தப் பெத்து வச்சிருக்கன்

என்று சொல்லுவார். அக்கா காணாமல் போன பிறகு, 'ரெண்டு தேவிடியாளப் பெத்து வச்சிருக்கன்' என்று பேச ஆரம்பித்துவிட்டார்.

"பத்தினி நான்தான்னு ஒறவாட வந்து யாரோட தலயிலயும் கல்லத் தூக்கிப் போட வேணாம்." அம்மாவினுடைய ஒவ்வொரு வார்த்தை யிலும் கசப்பும் வெறுப்பும் நிறைந்திருந்தன.

"என்னம்மா பேசுற?" என்று கேட்டேன். நான் கேட்டது எனக்கே கேட்கவில்லை. மிரண்டுபோய் அம்மாவைப் பார்த்தேன்.

"இவள ஒருத்தன்கிட்ட புடிச்சிக் கொடுக்கணும். நான் புடவ கட்டணும்" என்று தீர்மானமான குரலில் சொன்னாள்.

"அம்மா" என்று நான் சொன்னேன். அம்மா என் பக்கம் திரும்பிப் பார்க்கவில்லை.

"என்னா பேசுற?" என்று கொஞ்சம் சத்தமாகக் கேட்டேன். அப் போதும் அம்மா என் பக்கம் பார்க்கவில்லை.

"நாயச் சேத்தா, ஊர் பேர் தெரியாத தெருவே போற நாயிக்குப் பொறந்த குட்டிவுளயும் சேக்கணும்."

"நீ எழுந்திருக்கா. வீட்டுக்குள்ள வா" என்று கொஞ்சம் அழுத்தமான குரலில் சொன்னேன். நான் சொன்னதை அக்கா மட்டுமல்ல அம்மாவும் காதில் வாங்கிக்கொண்ட மாதிரி தெரியவில்லை.

"பெரிய கட்சிக்காரன்னு, ஒன்றியச் செயலாளருன்னு ஊர்ல பேரு வாங்குன சொக்கலிங்கத்தோட வீடு. இது மனுசங்க வாழ்ந்த வீடு. இதுல நாயிகளச் சேக்க முடியாது. எப்பிடி வந்தியோ அப்பிடியே போயிடு. இன்னும் கோழி கூவல. சன நடமாட்டம் இல்ல. தூறல் நின்னுட்டா நடமாட்டம் ஆரம்பிச்சிடும். இப்பவே போயிடுறதுதான் நல்லது. இல்லனா நானே நாலு பேரக் கூப்பிட்டு ஒன்னெ மான பங்கம் பண்ண சொல்லிடுவன்." அம்மாவுக்கு இவ்வளவு கல் நெஞ்சாக இருக்கும் என்று நான் நினைக்கவில்லை.

"எழுந்திருக்கா வீட்டுக்குள்ள வா" என்ற சொல்லி நான் அக்காவின் கையைப் பிடிதுத் தூக்க முயன்றேன். பேய் பிடித்த மாதிரி அம்மா என்னுடைய சடையைப் பிடித்து இழுத்து ஓங்கிக் கன்னத்தில் அடித்து, "நீயும் என்னெக் கொல்லப்போறியா?" என்று கேட்டாள். சிறிது நேரம் நானும் பேசவில்லை. அம்மாவும் பேசவில்லை. ஒருவருக்கொருவர் பார்த்துக்கொள்ளவுமில்லை. அம்மா அமைதியாக இருந்ததால் நான் குனிந்து அக்காவின் மடியில் தூங்கிக்கொண்டிருந்த குழந்தையைத் தூக்க

முயன்றேன். அப்போது என்னுடைய முதுகிலேயே பட்பட்டென்று பத்திருபது முறை அடித்து என்னுடைய சடையைப் பிடித்து இழுத்து நெட்டித் தள்ளினாள். அப்போது அக்காவின் மடியில் தூங்கிக் கொண்டிருந்த குழந்தை லேசாகச் சிணுங்கி அழ ஆரம்பித்தது. சத்தம் கேட்கக் கூடாது என்பதற்காக அக்கா, குழந்தையின் வாயைக் கையால் மூடினாள். அக்காவைவிட எனக்கும் அம்மாவுக்கும்தான் அதிகப் பதற்றம் உண்டானது. குழந்தையின் அழுகுரல் கேட்டு யாராவது வந்துவிடுவார்களோ என்ற அச்சம் உண்டானது.

''பைத்தியம் பிடிச்சிடிச்சா?'' என்று கேட்ட என்னுடைய வாயில் ஓங்கி அடித்த அம்மா, ''உள்ளார போ'' என்று ஆங்காரத்துடன் சொன்னாள். நான் அசையாமல் நின்றுகொண்டிருப்பதைப் பார்த்த அம்மா, ''ரத்தம் துடிக்குதாடி?'' என்று கேட்டாள். ஆத்திரம் அடங்காத மாதிரி மீண்டும் கேட்டாள், ''ஊர் பேர் தெரியாத கீழ்ச்சாதிக்கார நாயிக்குப் பொறந்ததயெல்லாம் தூக்குவியாடி?''

முதன்முதலாக எனக்கு அம்மாவின் மீது வெறுப்பு ஏற்பட்டது. இவ்வளவு மோசமானவளா என்று நினைக்கத் தோன்றியது. அம்மாவுக்குப் பைத்தியம் பிடித்துவிட்டதோ என்ற சந்தேகம் உண்டாயிற்று.

''என்னம்மா செய்யுற?'' என்று நான் அம்மாவிடம் ஆத்திரத்துடன் கேட்டேன். நான் கேட்டதைக் காதில் வாங்காமல் அக்காவைப் பார்த்துச் சொன்னாள், ''ஆறு வருஷத்துக்கு முன்னாடி நீ என் நெஞ்சில வச்சிட்டுப் போன நெருப்பு இன்னும் எரிஞ்சிக்கிட்டுத்தான் இருக்கு. வந்தது மாதிரியே யாருக்கும் தெரியாமப்போயிடு. ஒன்னெ அடிச்சா, ஒதச்சா தீட்டாயிடும்ன்னுதான் ஒன்னெத் தொடாம இருக்கன். ஒன்னெத் தொட்டா ஏழேழு ஜென்மத்து பாவம் என்னெப் புடிச்சிக்கும்.''

அம்மாவின் குரலில் நிதானம் கூடியிருந்தது.

''அம்மா'' என்ற கொஞ்சம் சத்தமாகச் சொன்னதும், ''வாய மூடுறி திருட்டு முண்ட. நான் செத்த பிறகு ஒறவு கொண்டாடிக்க'' என்று சொன்னாள்.

அக்கா ஏதோ முனகியதுபோல் கேட்டது. உடனே அம்மா ஆங்காரத்தோடு பற்களை நறநறவென்று கடித்தப்படி, ''என்னெ என்ன வேணும்னாலும் சொல்லிக்க. ஆனா, அம்மான்னு மட்டும் சொல்லாத. தேவிடியா வாயில இருந்து அந்த வாத்தய நான் கேக்க மாட்டன்.''

''எதுக்குக் கிராக்கு மாதிரி பேசுற?'' என்று கேட்டேன். நான் கேட்டதைக் காதில் வாங்காத அம்மா, ''ஒங்கப்பனுக்கே நீ பிறந்திருந்தா

திரும்பி வராத. ஒன் பொணம் சுடுகாடு போறமுட்டும் இத மறக்காத ஒங்கப்பன் மரக்காணத்தில நடக்கிற கட்சி மாநாட்டுக்குப் போயிருக்காரு. அவரு வர்றதுக்குள்ள போயிடு. போவலன்னா நானே பீயக் கரச்சி ஓம் மூஞ்சில ஊத்திடுவன்'' என்று சொல்லிவிட்டு வீட்டிற்குள் போனாள். ஒரு நிமிடம்கூட இருக்காது. அக்காவின் மடியிலிருந்த குழந்தையை நான் தூக்கிக்கொள்ள முயன்றபோது ஆவேசமாக வெளியே ஓடிவந்த அம்மா ஓங்கி என்னுடைய முதுகில் குத்தினாள். என்னுடைய சடையைப் பிடித்து இழுத்துக்கொண்டு வீட்டிற்குள் போனாள். முடிந்தமட்டும் மல்லுக்கட்டினேன். என்னுடைய திமிறலை அம்மா பொருட்படுத்தவில்லை. அக்கா காணாமல் போன பிறகு அம்மா பெயருக்குத்தான் சாப்பிடுவாள். பழைய உடம்பு இல்லை. இளைத்து மெலிந்துபோயிருந்த அம்மாவின் உடம்பிலா இவ்வளவு தெம்பிருந்தது என்று எனக்கே ஆச்சரியமாக இருந்தது. பின்வாசல் கதவைப் பூட்டினாள். வேகமாகப் போய் முன்வாசல் கதவையும் பூட்டினாள். சாவியைக் கையோடு எடுத்துக்கொண்டு, வெள்ளிக்கிழமை இல்லையென்றாலும் வீட்டிற்குள்ளேயே தலை குளிக்க ஆரம்பித்தாள்.

நான் பின்வாசல் கதவை ஒட்டி நின்றுகொண்டு பூட்டைத் திறக்க முடியுமா என்று பார்த்தேன். ''அக்கா, அக்கா'' என்று லேசான குரலில் கூப்பிட்டேன். அக்காவிடமிருந்து எந்தச் சத்தமும் வரவில்லை. ஆனால், வெளியேயிருந்து மழை பெய்கிற சத்தமும் இடி இடிக்கிற சத்தமும் பலமாகக் கேட்டுக்கொண்டிருந்தது. குழந்தைகள் அழுகிற சத்தம் லேசாகக் கேட்டது.

குளித்து முடித்து, துணியை மாற்றிக்கொண்டு, சாவியை மறக்காமல் கையில் எடுத்துக்கொண்டு சாமி அறைக்குள் போனாள். பத்திருபது நிமிடம் கழித்து வெளியே வந்தாள்.

''அம்மா'' என்று நான் சொன்னதும் வெறுப்புடன் என்னையே பார்த்தாள். பிறகு கையிலிருந்த சாவியைத் தூக்கி தரையில் அடிப்பதுப்போல் விட்டெறிந்தாள்.

நான் அவசரஅவசரமாக சாவியை எடுத்துக்கொண்டு ஓடிவந்து பின்வாசல் கதவைத் திறந்து பார்த்தேன். அக்கா இல்லை. கூரைக்கு வெளியே பார்த்தேன். மழை அடித்துப் பெய்துகொண்டிருந்தது. எனக்கு முதன்முதலாக அப்பா, அம்மாவின் மீதும், ஊரின் மீதும், என்னுடைய சாதியின் மீதும் வெறுப்பு உண்டாயிற்று. ●

விகடன் தடம் - ஜூலை, 2019

ரவ நேரம்

அழைப்பு மணி அடிக்கிற சத்தம் கேட்டது. படுத்துக்கொண்டிருந்த காமாட்சி எழுந்து வந்து கதவைத் திறந்தாள். வாசலில் செல்லமுத்து நின்றுகொண்டிருந்தார். "ஏன் இவ்வளவு லேட்டு?" என்று கேட்டாள்.

"கடைக்கிப் போயிட்டு வர்றன்" என்று சொல்லிவிட்டுக் கையிலிருந்த இரண்டு பைகளை காமாட்சியிடம் கொடுத்தார். "படுத்திருந்தியா?" என்று கேட்டுக்கொண்டே வீட்டிற்குள் போனார். கதவைச் சாத்திவிட்டுப் பைகளைக் கொண்டுபோய் சமையலறையில் வைத்தாள். புடவையைச் சரிசெய்தாள். தலைமுடியை ஒதுக்கிவிட்டாள். கழிப்பறைக்குப் போன செல்லமுத்துவிடம், "டீ போடட்டுமா?" என்று கேட்டாள். "போடன்" என்று சொல்லிவிட்டுக் கழிப்பறைக் கதவைச் சாத்திக்கொண்டார்.

சமையலறைக்கு வந்து டீ போட ஆரம்பித்தாள். கழிப்பறையிலிருந்து வெளியே வந்து ஹாலுக்குப் போன செல்லமுத்துவிடம், "ஏதாச்சும் சாப்புடுறிங்களா?" என்று கேட்டாள். "டீ மட்டும் போதும்" என்று சொல்லிவிட்டு முகம், கை கால்களைத் துண்டால் துடைத்துக்கொண்டே சோபாவில் உட்கார்ந்தார். தொலைக்காட்சியைப் போட்டு, ரிமோட் கண்ட்ரோலை எடுத்து ஒவ்வொரு சேனலாக மாற்ற ஆரம்பித்தார். காமாட்சி கொண்டுவந்து கொடுத்த டீயை வாங்கி ஒரு மிடறு குடித்து விட்டு, "பாப்பாகிட்ட பேசினியா?" என்று கேட்டார்.

"பேசிட்டன்."

"தம்பிகிட்ட?"

"ரெண்டுமுற கூப்பிட்டன். எடுக்கல" என்று சொல்லிவிட்டு செல்ல முத்து உட்கார்ந்துகொண்டிருந்த சோபாவுக்குப் பக்கத்தில் தரையில் உட்கார்ந்துகொண்டாள்.

"நீ டீ குடிக்கலியா?"

‘‘அஞ்சு மணிக்கே வந்துடுவிங்கன்னு டீ போட்டன். வரலன்னதும் நான் குடிச்சிட்டன்’’ என்று காமாட்சி சொன்னதைக் காதில் வாங்கிக் கொள்ளாமல் தொலைக்காட்சியைப் பார்த்தவாறே டீயைக் குடித்துக் கொண்டிருந்தார். திடீரென்று, ‘‘அடப் பாவமே’’ என்று சொன்னதைக் கேட்டு, ‘‘என்னாச்சி?’’ என்று கேட்டாள்.

‘‘புருசன் பெண்டாட்டி சண்டயில ரெண்டு குழந்தைக்கி விஷத்தக் கொடுத்திட்டுத் தாயும் செத்திடுச்சி. செத்துப்போன பொண்ணுக்கு வயசு முப்பதுதான்’’ என்று சொன்னதும் காமாட்சி தொலைக்காட்சியைப் பார்த்தாள். அதற்குள் செல்லமுத்து சொன்ன தகவல் முடிந்து, அடுத்த செய்தியைப் படித்துக்கொண்டிருந்தார்கள்.

விஷம் குடித்து இறந்து போன பெண்ணிற்காகவும் இறந்து போன குழந்தைகளுக்காகவும் செல்லமுத்து ரொம்பவும் வருத்தப்பட்டுப் பேசிக் கொண்டிருந்தார்.

‘‘பேண்ட் சட்டய மாத்துங்களன்.’’

‘‘மாத்துவம்’’ என்று சொல்லிவிட்டு காமாட்சியைப் பார்த்தார்.

‘‘டல்லா இருக்கிற மாதிரி தெரியுது.’’

‘‘குளிக்கல. துணி மாத்தல.’’

‘‘பள்ளிக்கூடத்துக்குப் போற நாளிலதான் அவசரஅவசரமாக் குளிப்ப. இப்ப மெடிக்கல் லீவுலதான இருக்க? சௌரியமாக் குளிச்சா என்ன?’’ என்று கேட்டுவிட்டு லேசாகச் சிரித்தார்.

‘‘வீட்டுல வேற யாருமே இல்லாதது போரடிக்குது.’’

‘‘வீட்டுல இருந்தா பள்ளிக்கூடத்துக்குப் போகணுமின்னு தோணும். பள்ளிக்கூடத்தில இருந்தா லீவ் போட்டுட்டு வீட்டுல இருந்தா தேவலாம்ன்னு தோணும்’’ என்று சொன்ன செல்லமுத்து பெரிய நகைச் சுவையைச் சொல்லிவிட்டதுபோல் தானாகவே சிரித்தார்.

‘‘புள்ளைங்க இல்லாம வீட்டுல இருக்கிறது என்னமோபோல இருக்கு’’ என்று சொன்னாள்.

‘‘ஆமாம்’’ என்று சொன்னார். சிறிது நேரம் எதையோ யோசித்துக் கொண்டிருப்பதுபோல் இருந்தார். ‘‘இந்தக் காலத்தில என்னாப் படிப்புப் படிச்சாலும் வேலக் கெடைக்கிறது அபூர்வமாகிக்கிட்டிருக்கு’’ என்று வருத்தமான குரலில் சொன்னார். பிறகு தொலைக்காட்சியைப் பார்த்தார். காதலிக்க மறுத்த பெண்ணின் மீது ஆசிட் ஊற்றிய பையனைக் காவல்துறையினர் வலைவீசி தேடிவருகின்றனர் என்ற செய்தியைக்

கேட்டதும், செல்லமுத்துவின் முகம் மாறிவிட்டது. வெறுப்படைந்த மாதிரி, ''இந்த மாதிரி பசங்களயெல்லாம் நடுரோட்டுல வச்சி சுடணும்'' என்று சொன்னார். ஆசிட் ஊற்றப்பட்டு மருத்துவமனையில் சிகிச்சை பெற்றுவரும் பெண்ணிற்காக வருத்தப்பட்டுப் பேச ஆரம்பித்தார். பேச்சை மாற்றும் விதமாக, ''வந்ததிலிருந்து துணிய மாத்தாம இருக்கிங்க'' என்று சொன்னாள். காமாட்சி சொன்னதைக் காதில் வாங்காமல் ஆசிட் ஊற்றப்பட்ட பெண்ணைப் பற்றியே பேசிக்கொண்டிருந்தார். இப்போதைக்குத் தொலைக்காட்சியைவிட்டு எழுந்திருக்க மாட்டார் என்பது தெரிந்ததும், எழுந்து சென்று வீட்டிற்குப் பின்புறம் காயப்போட்டிருந்த துணிகளை எடுத்து, மடித்துக்கொண்டுவந்து வைத்தாள். காமாட்சி வீட்டிற்குள் வருவதற்காகவே காத்துகொண்டிருந்த மாதிரி, ''ஐ.டி. கம்பெனியில எல்லாம் பாதிக்குப் பாதி ஆள்குறைப்பு செய்யப் போறாங்களாம்'' என்று செல்லமுத்து மிக முக்கியமான செய்தி ஒன்றைச் சொல்வதுபோல் சொன்னார். அதற்கு, ''அப்படியா?'' என்று மட்டுமே கேட்டாள். அப்போது பிளாஷ் நியூஸில் ஆறாம் வகுப்பு மாணவியைச் சீரழித்த ஆசிரியர் கைது என்று செய்தி ஒளிப்பரப்பானது.

''என்ன மனுசனுங்க?'' என்று பொருமித் தள்ளினார் செல்லமுத்து.

''அவனெல்லாம் ஒரு வாத்தியாரா?'' என்று திட்டிவிட்டு வீட்டைக் கூட்டினாள். வாசலைக் கூட்டினாள். கோலம் போட்டாள். அடுப்படியைச் சுத்தம்செய்தாள். அதற்குள் காமாட்சிக்கு நன்றாக வியர்த்துப் போய்விட்டது. காலையிலிருந்து குளிக்கவில்லை. வியர்த்துப் போய்விட்டது என்பதால் குளிப்பதற்காகப் போனாள். குளித்துவிட்டு, துணிகளை மாற்றிக்கொண்டு வந்து, ஹாலில் ஓடிக்கொண்டிருந்த மின்விசிறியில் தலைமுடியைக் காயவைத்தாள்.

''என்னா இன்னிக்கி சோப்பு வாசன தூக்குது?'' என்று சிரித்துக்கொண்டே செல்லமுத்து கேட்டார்.

''தூக்கும் தூக்கும்'' என்று கிண்டலான குரலில் சொன்ன காமாட்சி லேசாகச் சிரித்தாள்.

காமாட்சியைப் புதிதாகப் பார்ப்பதுபோல் பார்த்த செல்லமுத்து, ''என்ன இன்னிக்கி நீ ஒரு தினுசா இருக்கிற மாதிரி தெரியுது?'' என்று கேட்டதும் பொய்யாகக் கோபப்பட்ட காமாட்சி, ''என்னாப் பேச்சு இது? புதுசா இருக்கு, பழசா இருக்கு, தினுசா இருக்குன்னுகிட்டு?'' என்று கேட்டாள். தலையிலிருந்து கால்வரை புது ஆளைப் பார்ப்பது போல் பார்த்த செல்லமுத்து, ''மேடத்துக்கிட்ட இன்னிக்கி என்னமோ

மாத்தம் இருக்கு'' என்று சொல்லிவிட்டுக் கள்ளத்தனமாகச் சிரித்தார். காமாட்சியின் பார்வை செல்லமுத்துவின் மேலேயே முழுமையாகக் குவிந்தது.

'மேடம்' என்ற வார்த்தையை இருபத்தியொரு வருசம் கழித்து மீண்டும் கேட்டிருக்கிறாள். காமாட்சிக்கு ஆச்சரியமாக இருந்தது. இருபத்தியொரு வருசத்திற்கு முன்பு கல்யாணம் கட்டிக்கொண்டு வந்த முதல் வாரத்தில் எப்போது கூப்பிட்டாலும் 'மேடம்' என்றுதான் செல்லமுத்து கூப்பிட்டுக் கொண்டிருந்தார். அப்படிக் கூப்பிடுவது பிடித்திருந்தாலும், ''நான் ஒங்க ளுக்கு மேடமா?'' என்று காமாட்சி கேட்டாள். அதற்கு, ''ஆமாம் மேடம்'' என்று சொன்னார். ஒரு வாரம் கழிந்த பிறகு, 'மேடம்' என்று கூப்பிடு வதை நிறுத்திவிட்டு 'டீச்சர்' என்று கூப்பிட ஆரம்பித்தார். அப்படிக் கூப்பிடுகிற ஒவ்வொரு முறையும், ''எனக்குப் பேரு இல்லியா?'' என்று கேட்டாள். ''இருக்கு டீச்சர்'' என்று சொல்லிச் சிரித்தார். 'மேடம்' என்றும், 'டீச்சர்' என்றும் கூப்பிடும்போதெல்லாம் வீட்டிலுள்ளவர்கள் என்ன நினைப்பார்களோ என்ற கவலை காமாட்சிக்கு இருந்தது.

கல்யாணமாகி நான்காவது மாதத்தில் வயிற்றில் குழந்தை உருவாகி யிருக்கிறது என்பது தெரிந்த பிறகு, 'மேடம்', 'டீச்சர்' என்பதெல்லாம் போய் 'காமாட்சி' என்று செல்லமுத்து கூப்பிட ஆரம்பித்தார். முதல் குழந்தை பிறந்து, இரண்டாவது குழந்தை வயிற்றில் உண்டாகிவிட்ட செய்தி தெரிந்த பிறகு, 'காமாட்சி' என்று கூப்பிடுவதும் நின்றுபோய் 'ஏய்' என்று கூப்பிட ஆரம்பித்தார். இன்றுவரை செல்லமுத்து, காமாட்சியைக் கூப்பிடும்போதெல்லாம் 'ஏய்' என்றுதான் கூப்பிடுவார். 'ஏய்' என்று கூப்பிட ஆரம்பித்தபோது 'எனக்குப் பேர் இல்லியா?' என்று கேட் டாள். செல்லமுத்து எந்தப் பதிலும் சொல்லவில்லை. 'ஏய்' என்று கூப்பிடுவதையும் மாற்றிக்கொள்ளவில்லை. அதனால் அப்படிக் கேட் பதையே விட்டுவிட்டாள்.

செல்லமுத்து சீண்டிய மாதிரியே பதிலுக்கு காமாட்சியும், ''சாருக்கு இன்னிக்கி என்னாச்சி?'' என்று கேட்டுச் சீண்டினாள்.

''மேடம்ன்னு கூப்பிடுறது நல்லாத்தான் இருக்கு'' என்று சொல்லிச் சிரித்தார். ஆச்சரியத்துடன் செல்லமுத்துவைப் பார்த்த காமாட்சி தலை முடியை நன்றாகத் தட்டிவிட்டுக்கொண்டே சென்று குளியலறைக்குப் பக்கத்திலிருந்த ஆள் உயரக் கண்ணாடியின் முன் நின்றுகொண்டு பொட்டு வைத்துகொண்டாள். லேசாகத் தலைமுடியைத் தட்டிவிட்டு முடியின் முனையில் சிறு முடிச்சுப் போட்டுவிட்டாள். ''நெறயா நரச்சிப்போச்சி'' என்று சொல்லிக்கொண்டே ஹாலுக்கு வந்தாள்.

"இந்தப் பொடவயும் ஜாக்கெட்டும் ஒனக்கு நல்லா இருக்கு. எடுப்பா இருக்கு" என்று சொன்னதைக் கேட்டு காமாட்சி ஆராய்வதுபோல் செல்லமுத்துவையே பார்த்தாள். 'மனுசனுக்கு இன்னிக்கி என்னாச்சி?' என்று யோசித்தாள். கல்யாணம் கட்டிக்கொண்டு வந்த இருபத்தியொரு வருசத்தில் செல்லமுத்துவிடமிருந்து இப்படியான ஒரு வார்த்தையை அவள் இன்றுதான் கேட்டிருக்கிறாள். தன்னையே வெறித்துப் பார்த்துக் கொண்டிருக்கும் செல்லமுத்துவிடம் ஏதாவது சொல்ல வேண்டுமே என்ற எண்ணத்தில், "பழய புடவதான்" என்று சொன்னாள்.

"பழசா இருந்தாலும் நல்லா இருக்கு."

"புதுப் பொண்டாட்டியப் பாக்குற மாதிரி என்ன பார்வ?" என்று கேட்டுக் குறும்பாகச் சிரித்தாள். பிறகு செல்லமுத்து உட்கார்ந்துகொண் டிருந்த சோபாவை ஒட்டி தொலைக்காட்சிப் பெட்டியைப் பார்த்த நிலையில் உட்கார்ந்தாள்.

செல்லமுத்துக்கும் காமாட்சிக்கும் கல்யாணம் நடந்தது, குழந்தைகள் பிறந்தது, வளர்ந்தது, படித்தது, மேல்படிப்பிற்காக சென்னைக்குச் சென்றது வரை ஒவ்வொரு கதையாக செல்லமுத்து சொல்லச்சொல்ல, 'ஆமாம்' என்பதுபோல் காமாட்சி தலையை ஆட்டிக்கொண்டேயிருந்தாள். அதே நேரத்தில் அவளுக்கும் மறந்துபோனவை எல்லாம் ஒவ்வொன்றாக ஞாபகத்திற்கு வந்தன.

"பையன் பொறக்கிறதுக்கு முன்னாடிதான் நாம்ப ரெண்டு பேரும் தனியா இருந்தம். அதுக்குப் பின்னால இந்தப் பத்து நாளாதான் தனியா இருக்கம்" என்று செல்லமுத்து சொன்னார். 'ஆமாம்' என்பதுபோல் தலையை ஆட்டிவிட்டு, "கல்யாணம் கட்டுனா புள்ள பொறக்கும். புள்ள பொறந்தா கூடத்தான் இருக்கும். தனியா இருக்கணும்ங்கிறதுக்காகப் புள்ள பெத்துக்காம இருக்க முடியுமா?" என்று காமாட்சி கேட்டாள்.

"காலம் ஓடிப் போயிடிச்சி" என்று ஏக்கமான குரலில் சொன்னார் செல்லமுத்து. "ஒனக்குக் கொஞ்சம் கூடுதலா நரச்சிடிச்சிபோல" என்று சொன்னதோடு நிற்காமல் காமாட்சியின் தலையில் கையை வைத்துப் பார்த்தார். பிறகு லேசாகச் சிரித்துக்கொண்டே, "தல நரச்சிட்டாலும் ஆளு வாட்டமாதான் இருக்க" என்று சொன்னார்.

"என்னா பேச்சு இது?" என்று கேட்டாள்.

"நிசமாத்தான் சொல்றன்" என்று சொன்னதோடு காமாட்சியின் தோளில் செல்லமாகத் தட்டினார்.

செல்லமுத்து பேசுவது, தலையில், தோளில் தட்டுவதெல்லாம் புது சாக இருந்தது. 'ஆளு ஜோர்ல இருப்பார்போல' என்று நினைத்தாள். ரகசியமாக ஓரக்கண்ணால் செல்லமுத்துவைப் பார்த்தாள். செல்ல முத்துவும் அவளை ரகசியமாகப் பார்ப்பது தெரிந்ததும், 'மூடுல இருப்பார் போல' என்று நினைத்த காமாட்சி, ''போயிச் சாப்பாட்ட ரெடி பண்றன்'' என்று சொல்லிவிட்டு எழுந்தாள்.

தட்டில் தோசையுடன் சாம்பார், சட்னி, தண்ணீர் என்று கொண்டு வந்து ஹாலில் வைத்தாள். பேண்ட், சட்டையைக் கழற்றிவிட்டு கைலி யைக் கட்டிக்கொண்டு வந்து சாப்பிட உட்கார்ந்தார் செல்லமுத்து. சாப்பிட்டுக்கொண்டே பக்கத்தில் உட்கார்ந்து சாப்பிட்டுக்கொண்டிருந்த காமாட்சியின் தொடையில் தட்டி, ''ஆளு பிரஷாதான் இருக்க'' என்று சொல்லிவிட்டுச் சிரித்ததும், ''என்னா பேசறதுன்னு இல்லியா?'' என்று கேட்டுப் பொய்யாகக் கோபத்தைக் காட்டினாள். சாப்பிட்டு முடிக்கும் வரை தொடையில் தட்டுவதும் தோளில் தட்டுவதுமாக இருந்தார். ''இது என்ன பழக்கம்? புதுப் பொண்டாட்டிக்காரன் மாதிரி'' என்று கேட்டாலும், தொடையில் தட்டியதும் தோளில் தட்டியதும் காமாட் சிக்குப் பிடித்துத்தான் இருந்தது.

சாப்பிட்டு முடித்ததும் பாத்திரங்களை எடுத்துக்கொண்டுபோய்க் கழுவி வைத்தாள். சாப்பிட்ட இடத்தை ஈரத்துணியால் துடைத்தாள். படுக்கை அறையைக் கூட்டினாள். ''ஏ.சி.யப் போட்டு வைக்கணுமா?'' என்று கேட்டாள்.

''போடன்'' என்று செல்லமுத்து சொன்னார்.

வாசல்கேட்டைப் பூட்டினாள். கதவைச் சாத்தினாள். பின்புறக் கதவைச் சாத்தினாள். தோட்டத்து விளக்கை அணைத்தாள். கேஸ் நிறுத்தப்பட்டிருக்கிறதா என்று பார்த்தாள். சமையல்கட்டுச் சன்னல்களைச் சாத்திவிட்டு விளக்கை அணைத்தாள். கடைசியாக செல்லமுத்துவிடம் வந்து, ''படுக்கறிங்களா? லேட்டாவுமா?'' என்று கேட்டாள்.

''நீ போயிப் படு. நான் அஞ்சி நிமிஷத்தில வந்திடுறன்.''

''வரும்போது மறக்காம டி.வி.ய ஆப் பண்ணுங்க. லைட்ட ஆப் பண் ணுங்க. ஃபேன ஆப் பண்ண மறந்திடாதிங்க'' என்று சொல்லிவிட்டுப் படுக்கை அறைக்குள் போனாள்.

பத்து நிமிடமாயிற்று. இருபது நிமிடமாயிற்று. செல்லமுத்து தொலைக் காட்சியை அணைக்காததால் படுக்கையைவிட்டு எழுந்து வந்து, ''நேரத்தில படுக்கணுமின்னு சொன்னிங்களே'' என்று கேட்டாள்.

"படு வர்றன்."

"காலயில நேரத்திலியே ஸ்கூலுக்குப் போகணுமின்னு சொன்னிங்களே."

"படு வர்றன்" என்று செல்லமுத்து சொன்னதும் அடுத்து எதுவும் பேசாமல் திரும்பிப்போய்ப் படுத்துக்கொண்டாள்.

தொலைக்காட்சியின் சத்தம் அதிகமாக இருப்பதுபோல் தெரிந்தது. 'சத்தத்தக் கொறச்சிவச்சா என்ன?' என்று நினைத்தாள். ஏ.சி. கொஞ்சம் கூடுதலாக இருப்பதுபோல் தெரிந்தது. செல்போனை எடுத்துப் பார்த்தாள். மணி பதினொன்று. செல்லமுத்துவைக் கூப்பிட்டுப் படுக்கச் சொல்வதா வேண்டாமா என்று யோசித்தாள். தானாக வரட்டும் என்று நினைத்தாள். ஆனால், செல்லமுத்து தொலைக்காட்சியைவிட்டு எழுந்து வருகிற மாதிரி தெரியவில்லை. கோபம் வந்தது, 'டி.வி. பாக்குறதுக்கும் ஒரு நேரம் காலம் இல்லியா?' என்று நினைத்தாள். தொடையில் தட்டி, தோளில் தட்டி செல்லமுத்து பேசியது நினைவுக்கு வந்தது. எதை யெதையோ யோசித்தபடி படுத்துக்கொண்டிருந்தாள். அடுத்த அரை மணி நேரம் கழித்தும் செல்லமுத்து வராததால் பொறுமையிழந்துபோய் எழுந்து வெளியே சென்று, "படுக்கலியா?" என்று கேட்டாள். அப்போது தான் படுக்க வேண்டும் என்ற எண்ணமே வந்ததுபோல் சட்டென்று எழுந்து தொலைக்காட்சியை அணைத்தார். மின்விசிறியை நிறுத்தினார். காமாட்சி எதுவும் பேசாமல் போய்ப் படுத்துக்கொண்டாள். விளக்கை அணைத்துவிட்டு வந்து செல்லமுத்துவும் படுத்துக்கொண்டார்.

செல்லமுத்து ஏதாவது பேசுவார் என்று எதிர்பார்த்தாள். விளக்கை நிறுத்தியதும் படுத்தவுடனேயே தூங்கிவிட்டார். காமாட்சியும் தூங்கி விடலாம் என்றுதான் நினைத்தாள். ஆனால், தூக்கம் வரவில்லை. செல்ல முத்து தொடையில் தட்டியதும், தோளில் தட்டியதும் ஒரு மாதிரி பேசி யதும் நினைவுக்கு வந்தது. செல்லமுத்துவை ஒட்டி நகர்ந்து படுக்கலாமா என்று யோசித்தாள். மறுநொடியே வேண்டாம் என்று நினைத்தாள். அவராகத் தொடுவார் என்று எதிர்பார்த்தாள். தொடாதது மட்டுமல்ல, 'தூக்கம் வருதா?' என்றுகூடக் கேட்காமல் படுத்துவிட்டார். படுத்த வேகத்தில் தூங்கியும் விட்டார்.

'என்னங்க?' என்று கூப்பிட நினைத்தாள். தூக்கத்தில் எதற்குக் கூப் பிட்டுத் தொந்தரவு செய்கிறாய் என்று கேட்டால் அசிங்கமாகிவிடும் என்று நினைத்தாள். எதையும் நினைக்காமல் தூங்க முயன்றாள். எவ்வளவு முயன்றும் தூக்கம் வரவில்லை. புரண்டு படுக்க நினைத்தாள். புரண்டு

படுக்கும்போது, கைகால் பட்டுவிட்டால்? வேறு மாதிரி புரிந்துகொள்ள லாம் என்று அசையாமல் படுத்துக்கொண்டிருந்தாள். சாதாரணமாகப் படுத்த சில நொடிகளிலேயே தூங்கிவிடுவாள். இன்று என்னவோ தூக்கம் வரவில்லை. போர்வையை எடுத்துப் போர்த்திக்கொண்டு கண்களை மூடினாள். அப்படியும் தூக்கம் வரவில்லை. தூக்கம் வராதது அவளுக்கே ஆச்சரியமாக இருந்தது.

நேரமாகநேரமாக செல்லமுத்து விடுகிற குறட்டைச் சத்தத்தின் அளவு கூடிக்கொண்டேயிருந்தது. தூக்கம் வராததைவிடச் குறட்டைச் சத்தம் தான் பெரிய தொந்தரவாக இருந்தது. பொறுத்துப்பொறுத்துப் பார்த் தாள். பொறுக்க முடியாதபோது எழுந்து வெளியே போய்விடலாமா என்று நினைத்தாள். 'வீடே இடிஞ்சி போற மாதிரியா குறட்ட விடு வாங்க' என்று ஆத்திரத்தில் முனகினாள். சிறிது நேரம் காதுகளை மூடிக் கொண்டிருந்தாள். அப்படியும் குறட்டைச் சத்தம் கேட்டபடிதான் இருந்தது. நேரமாகநேரமாகக் குறட்டைச் சத்தத்தால் அவளுக்குத் தலை வலிக்க ஆரம்பித்தது. கல்யாணம் கட்டிக்கொண்டு வந்ததிலிருந்து செல்ல முத்து விடுகிற குறட்டைச் சத்தத்தைக் கேட்டுக்கொண்டுதான் இருக் கிறாள். இன்றுதான் முதன்முதலாக அவளுக்கு அவருடைய குறட்டைச் சத்தம் பெரும் தொந்தரவாக மாறியிருந்தது. குறட்டைச் சத்தத்தைக் குறைப்பதற்கு என்ன வழி என்று யோசித்தாள். ''ஏங்க'' என்று கூப் பிட்டாள். ''ம்'' என்று செல்லமுத்து சொன்னார். அடுத்த சில நொடி களில் மீண்டும் குறட்டைச் சத்தம் ரோடுரோலர் போகிற மாதிரி கேட்க ஆரம்பித்துவிட்டது.

''ஏங்க?'' என்று கூப்பிட்டாள். செல்லமுத்துவிடமிருந்து எந்தச் சத்தமு மில்லாததால் மீண்டும் ''ஏங்க'' என்று கூப்பிட்டாள். அப்போதும் பதில் இல்லை. காமாட்சிக்குக் கோபம் வந்தது. ''படுத்த உடனே தூங்கறது என்னா பழக்கம், தூங்குமூஞ்சி'' என்று பல்லைக்கடித்தபடி சொன்னாள். கோபம் கூடியது. விஷம் குடித்து செத்துபோன பெண்ணிற்காக வருத்தப் பட முடிகிறது, முகத்தில் ஆசிட் ஊற்றப்பட்ட பெண்ணிற்காக வருத்தப் பட முடிகிறது, ஐ.டி. கம்பெனியில் வேலை இழப்பவர்களுக்காக வருத்தப்பட முடிகிறது. டிக்டாக்கில் நடிக்கிற பெண்களின் குடும்பம் பற்றியெல்லாம் கவலைப்பட்டுப் பேச முடிகிறது. ஆனால், பக்கத்தில் படுத்துக்கொண்டிருப்பவள் பற்றி மட்டும் யோசிக்கத் தெரியவில்லை என்று நினைத்ததுமே, ''மர மண்ட'' என்று சொன்னாள். இருபத்தியொரு வருச குடும்ப வாழ்க்கையில் முதன்முதலாக இன்றுதான் செல்ல முத்துவை, 'தூங்குமூஞ்சி, மரமண்ட' என்று இன்றுதான் சொல்லியிருக் கிறாள். அப்படிச் சொன்னது அவளுக்கே சிரிப்பாக இருந்தது.

புரண்டு ஒருக்களித்துப் படுத்த காமாட்சிக்கு, 'சேந்து எத்தன மாசம் இருக்கும்?' என்ற கேள்வி எழுந்தது. என்ன இப்படியெல்லாம் யோசிக் கிறோம்? அந்தக் கேள்வியை மறக்க முயன்றாள். திரும்பவும் அந்தக் கேள்வியை யோசிக்கக் கூடாது என்று நினைத்தாள். மனதை மாற்ற முயன்றாள். சிந்தனையை மாற்ற முயன்றாள். பையன் ஏன் பேசவில்லை. மகள் தூங்கியிருப்பாளா என்று தன்னிடமே கேட்டுக்கொண்டாள். காலையில் என்ன சமைப்பது, எப்போது எழுந்திருப்பது என்பது பற்றி யெல்லாம் யோசித்தாள். எதிலும் மனம் ஒன்றவில்லை. 'சேந்து எத்தன மாசம் இருக்கும்?' என்ற கேள்வியைத் தாண்டி அவளால் வேறு எதையும் முழுமையாக யோசிக்க முடியவில்லை. பாறாங்கல் மாதிரி அவளுடைய மண்டைக்குள் அந்தக் கேள்வி உட்கார்ந்துகொண்டிருந்தது. ஒரு சில மாதங்களாக மறந்துபோயிருந்த விஷயம் எப்படி நினைவுக்கு வந்தது என்று யோசித்தாள். அந்த எண்ணம்தான் இப்போது அவளுடைய மனதில் பெரிய சுமையாக இருந்தது.

இருபத்தியொரு வருசத்தில் தானாக ஒரு முறைகூட அவள் செல்ல முத்துவைத் தொட்டதில்லை. தொட வேண்டும் என்றும் நினைத்தது மில்லை. அதற்கான அடையாளத்தைக்கூட அவள் இதுவரை காட்டிய தில்லை. செல்லமுத்துவின் விருப்பம்தான். இஷ்டம்தான். காமாட்சியிடம் எப்போது வந்தாலும் பக்கத்து வீட்டுக்காரன் பொண்டாட்டியிடம் பகல் நேரத்தில் போனது மாதிரிதான். கல்யாணமான புதிதில்தான் அப்படி இருந்தார் என்று சொல்ல முடியாது. எப்போது வந்தாலும் ரயிலைப் பிடிக்கப்போகிற அவசரம்தான். 'சொந்த பொண்டாட்டிதான? எதுக்கு அவசரம்?' என்று கேட்டபோதும் அவர் மாறவில்லை. சில நாட்களில் 'இப்பதான் சாப்புட்டன். அப்பறம் பாத்துக்கலாம்' என்று சொன்னாலும் கேட்க மாட்டார். சேர்ந்திருக்கும் போதுகூடச் சொல்வதைக் கேட்க மாட்டேன் என்கிறாரே என்று கோபம் வரும். விலகிப் படுத்த பிறகு, 'மாராப்பச் சரியாப் போடு', 'பொடவ விலகி கெடக்குப்பாரு', 'எதுக்கு மல்லாந்து படுத்திருக்கிற? ஒருக்களிச்சு படு. சின்னப் புள்ள மாதிரி வர முற இல்லாம தூங்குறது?' என்று பலவிதமாகச் சொல்லும்போதுதான் காமாட்சிக்குக் கடுமையாகக் கோபம் வரும். கோபம் வந்தாலும் எதுவும் சொல்ல மாட்டாள். 'அவரோட புத்தி' என்று விட்டுவிடுவாள்.

செல்லமுத்து லேசாக அசைந்து படுத்தார். அப்போது அவருடைய கால் காமாட்சியின் கால்களின் மீது விழுந்தது. கால்களை நகர்த்திக் கொள்ளாமல் விழித்துக்கொண்டார்போல் இருக்கிறது என்று நினைத்துக் கொண்டு படுத்திருந்தாள். புரண்டு படுக்கும்போது மட்டும்தான் குறட்டைச்

சத்தம் நின்றது. அதுவும் ஒரு நொடிதான். அடுத்த நொடியே குறட்டைச் சத்தம் வர ஆரம்பித்துவிட்டது. தன்னுடைய கால்களின்மீது கிடக்கும் செல்லமுத்துவின் காலை என்ன செய்வது என்று யோசித்தாள். எரிச்ச லாக இருந்தது. 'பாறாங்கல் மாதிரி இருக்கு' என்று முனகினாள். கொஞ்சம் கொஞ்சமாகக் கால்களை நகர்த்திக்கொள்ளும்போது மட்டும் குறட்டைச் சத்தம் மட்டுப்பட்டது. கால்களை நகர்த்திக்கொண்ட பிறகு மீண்டும் 'கர்புர்' என்று குறட்டைச் சத்தம் கேட்க ஆரம்பித்துவிட்டது. குறட்டைச் சத்தத்தைக் கேட்பதைவிட விஷம் குடித்துச் சாவது எளிதானது என்ற எண்ணம் அவளுக்கு உண்டானது. வேண்டுமென்றே கால்களைத் தூக்கிப் போடலாமா என்ற யோசனை வந்தது. கால்களைப் போடவும் செய்தாள்.

''ச்சீ என்ன அசிங்கம். மானம் போயிடும்'' என்று தன்னையே திட்டிக் கொண்டாள். உடனே கால்களை நகர்த்திக்கொண்டாள். ''மானம் போயிடும்'' என்ற வார்த்தையைத் திரும்பத்திரும்ப சொன்னாள். ''புடவ நல்லா இருக்கு. ஜாக்கெட் நல்லா இருக்கு. அது நல்லா இருக்கு. இது நல்லா இருக்குன்னு சொல்லிப்புட்டுத் தூங்கறதப் பாரன்'' என்று சொல்லி முனகினாள். எதையும் யோசிக்க வேண்டாம் என்று நினைத்துக்கொண்டு தூங்குவதற்கு முயன்றாள். என்ன முயன்றும் தூக்கம் வரவில்லை. காதில் சங்கு ஊதுவதுபோல் குறட்டைச் சத்தம் கேட்டுக்கொண்டிருந்தது. அந்தச் சத்தத்திலிருந்து தப்பிப்பதற்கு எங்கேயாவது ஓடிப்போய்விட்டால் தேவலாம் என்றிருந்தது. குறட்டைச் சத்தத்தில் பைத்தியம் பிடித்துவிடும் போல் இருந்தது. இந்தச் சத்தத்தை இத்தனை வருசமாக எப்படிப் பொறுத்துக்கொண்டிருந்தோம் என்பது அவளுக்கே வியப்பாக இருந்தது. பொறுத்துபொறுத்துப் பார்த்தாள். முடியாதபோது எழுந்து வெளியே வந்து, நேராகச் சமையலறைக்குச் சென்று தண்ணீர் குடித்தாள். விளக்கைப் போட்டாள். தொலைக்காட்சியைப் போட்டாள். மின்விசிறியைப் போட் டாள். ரிமோட் கண்ட்ரோலை எடுத்துக்கொண்டு சோபாவில் உட்கார்ந்து தொலைக்காட்சியைப் பார்க்க ஆரம்பித்தாள். அப்போது ஒரு விளம் பரத்தில் வாசனை திரவியம் விளம்பரத்துக்காக ஒரு பையனை மூன்று, நான்கு இளம் பெண்கள் கட்டிப்பிடித்து முத்தமிடுகிற காட்சி ஓடிக் கொண்டிருந்தது. ''என்னா சனியன் இது?'' என்று சொல்லிவிட்டு சேனலை மாற்றினாள்.

''டி.வி. பாக்குற நேரமா இது?'' என்று செல்லமுத்து படுக்கை அறை யிலிருந்து கேட்டதும் காமாட்சிக்குக் கண்மண் தெரியாத அளவிற்குக் கோபம் வந்தது. வேண்டும் என்றே பதில் சொல்லாமல் உட்கார்ந்திருந் தாள். நல்ல கைலி ஒன்றினைக் கட்டியிருந்ததற்காக ஒரு ஆளை இரண்டு

பெண்கள் போட்டியிட்டுக் கட்டிப்பிடித்துக்கொள்கிற விளம்பரம் ஓடியது. ''நடு ராத்திரியிலயுமா விளம்பரம் போடுவானுங்க?'' என்று சொன்ன காமாட்சி சேனலை மாற்றினாள்.

''புருசன் பொண்டாட்டி சந்தோசம்ங்கிறதெல்லாம் முத புள்ள பொறக்குறவரைக்கும்தான். அப்பறம் புருசன் பொண்டாட்டி சந்தோசம்ங்கிறதெல்லாம் கவர்மண்ட் வேலக்கிப்போற மாதிரிதான்'' என்று ராமஜெயம் ஆசிரியை போன வாரம் மதிய உணவு இடைவேளையின்போது சொன்னது நினைவுக்கு வந்தது. ராமஜெயம் ஆசிரியை சொன்னதையே யோசித்துக்கொண்டிருந்தாள். ராமஜெயத்திற்கு ஐம்பத்து ஏழு வயது இருக்கும். காமாட்சி வேலை செய்யும் பள்ளிக்கூடத்தில் பன்னிரண்டு ஆசிரியைகள் இருந்தாலும் அவருக்கு மட்டும்தான் நல்ல பெயர் இருந்தது. ராமஜெயம் சொன்னபோது என்ன இப்படிச் சொல்கிறார் என்ற எண்ணம் இருந்தது.

ராமஜெயம் சொன்ன விஷயங்களை ஒவ்வொன்றாக யோசித்துப் பார்க்க ஆரம்பித்தாள்.

'முத புள்ள வயித்தில தங்குறவர வாரம் ஒண்ணு, ரெண்டுன்னு இருக்கும். செய்தி தெரிஞ்ச பின்னால மாசத்துக்கு ஒண்ணு, ரெண்டுன்னு மாறிடும். ரெண்டாவது புள்ள பொறந்த பின்னால ரெண்டு, மூணு மாசத்துக்கு ஒண்ணுன்னு ஆயி, அப்பறம் எப்பயாச்சும் நெனப்பு எடுத்துக்கிட்டா நடக்கும். அப்பறம் அந்தப் பழக்கமே மறந்திடும்.'

ராமஜெயம் சொன்னதை நினைத்ததும் லேசாகச் சிரிப்பு வந்தது. ராமஜெயம் சொன்னதும், 'எங்க சார் அப்படி', 'எங்க சார் இப்படி' என்று மற்ற ஆசிரியைகள் சொன்னதும், தானும், 'எங்க சார் அப்படி, இப்படி' என்று சொன்னதெல்லாம் நினைவுக்கு வந்தது. ராமஜெயம் மட்டும்தான் உண்மையைப் பேசின ஆள் என்ற எண்ணம் உண்டானது. ''பொய் சொல்றதில பொம்பளங்கள ஜெயிக்கவே முடியாது'' என்று வாய்விட்டே சொன்னாள்.

'பொம்பளப் பிள்ளைக்கி அப்பா அம்மாகூட இருக்கிறவரதான் சந்தோசம். புருசன் வீடுன்னு போன நாளிலிருந்து வீடு கூட்ட, வாசல் கூட்ட, சமைக்க, திங்க, தூங்க, புள்ள பெக்க, புள்ளயோட பீத் துணிய அலச, அடுத்த புள்ள பெக்க, அதோட பீத் துணிய அலச, பால் கொடுக்க, வளக்கன்னு காலம் போயிடும்' என்று ராமஜெயம் சொன்னது நினைவுக்கு வந்ததும் காமாட்சியின் நினைவு தடம் மாறியது.

மகனைப் பற்றியும் மகளைப் பற்றியும் யோசித்தாள். பிள்ளைகள் வீட்டில் இருந்தபோது ஒரு நாள்கூட இந்த மாதிரி தூங்காமல் அவள் விழித்துக்கொண்டிருந்ததில்லை. அவசரமாகக் காலையில் பள்ளிக்கூடத் திற்குப் போகவும் சாயங்காலம் வந்து வீட்டு வேலைகளைப் பார்க்கவுமே நேரம் சரியாக இருக்கும். ஒவ்வொரு நாளும் எப்போது படுப்போம் என்றுதான் இருக்கும். பையன் படிப்பதற்காகப் போய் இரண்டு வருச மாகிறது. மகள் படிப்பதற்காகப் போய் பத்து நாட்கள்தான் ஆகிறது. மகனோ, மகளோ வீட்டில் இருந்திருந்தால் எப்போதோ தூங்கிப் போயிருப்பாள். எதற்காக இந்த நடுஇரவில் உட்கார்ந்துகொண்டிருக் கிறோம் என்ற கேள்வி எழுந்ததும் பல்லைக்கடித்தப்படி, ‘‘புத்தி கெட்ட மனசு’’ என்று சொன்னாள்.

செல்லமுத்து விடுகிற குறட்டைச் சத்தம் தொலைக்காட்சியின் சத்தத் தையும் மீறிக் கேட்டுக்கொண்டிருந்தது. அந்தச் சத்தம் ஊசியால் குத்துவது போல் இருந்தது. ‘‘என்ன பொறப்போ’’ என்று சொல்லிவிட்டுத் தொலைக் காட்சியின் சத்தத்தைக் கூட்டினாள். அவளிடமிருந்த நிதானம் போய் விட்டது. மறுநிமிடமே படுக்கை அறையிலிருந்து எழுந்து வந்த செல்ல முத்து, ‘‘என்னிக்கும் இல்லாம என்ன இன்னிக்கு ஒரு மணிவர முழிச்சிக் கிட்டிருக்க? தூங்க வேணாமா?’’ என்று கேட்டுவிட்டுக் கழிப்பறைக்குப் போனார். காமாட்சி எந்தப் பதிலும் சொல்லாமல் மௌனமாக உட் கார்ந்துகொண்டிருந்தாள். கழிப்பறையிலிருந்து திரும்பிவந்த செல்லமுத்து, ‘‘சீக்கிரம் வந்து படு’’ என்று சொல்லிவிட்டுப் போய்ப் படுத்துக்கொண்டார்.

செல்லமுத்து எழுந்து வந்தது, கேள்வி கேட்டது, கழிப்பறைக்குச் சென்றது, திரும்பப்போய் கதவைச் சாத்திக்கொண்டு படுத்துவிட்டது என்று ஒவ்வொரு விஷயமும் காமாட்சியை ஆத்திரப்படுத்துவதாக இருந்தது. ‘‘தூங்கிப்புட்டுக் கேக்கிறதபாரு சனியன்’’ என்று சொல்லிவிட்டு முகத்தைக் கோணினாள். ‘‘மரமண்ட’’ என்று அழுத்தமாகச் சொன்னாள்.

இன்றிரவு தனக்கு ஏன் தூக்கம் வர மாட்டேன்கிறது என்று யோசித் தாள் காமாட்சி. மூடியிருந்த படுக்கை அறையின் கதவைப் பார்த்தாள். அந்தப் பக்கமே பார்க்கக் கூடாது என்று நினைத்தாள். சுவரில் மாட்டி யிருந்த கல்யாண போட்டோவைப் பார்த்தாள். எடுத்துச் சுக்குநூறாக உடைக்க வேண்டும்போலிருந்தது. எழுந்து காலாற எங்காவது போய் நடந்துவிட்டு வர வேண்டும் என்று தோன்றியது. அவளுடைய மனம் தொலைக்காட்சியிலும் நிலைக்கவில்லை. ‘‘நரகம்தான்’’ என்று சொன் னாள். அவளுடைய உடலும் மனமும் இறுக்கமாயிற்று.

"என்ன மனுசன்" என்று சொன்னாள். செல்லமுத்து மீது அடக்க முடியாத அளவிற்கு ஆத்திரம் உண்டானது. கோபத்தில் ரிமோட் கண்ட்ரோலைத் தூக்கி அடித்தாள். எழுந்து சமையலறைக்கு வந்தாள். இருட்டில் சிறிது நேரம் அப்படியே நின்றுகொண்டிருந்தாள். பிறகு கழிப்பறைக்குள் போனாள். இன்று என்ன காரணத்தினாலோ இரண்டு, மூன்று முறைக்கு மேல் சிறுநீர் வந்துகொண்டே இருந்தது. ஐந்து நிமிடத்திற்கு மேல் கழிப்பறையிலேயே உட்கார்ந்திருந்தாள். காலில் வலி எடுத்ததும் எழுந்து வந்து முன்பு உட்கார்ந்திருந்த இடத்தில் உட்கார்ந்துகொண்டு தொலைக்காட்சியைப் பார்த்தாள். தொலைக்காட்சியில் என்ன ஓடிக்கொண்டிருந்தது என்பது அவளுடைய மனதில் பதியவில்லை. வெறுப்புடன் படுக்கை அறையின் கதவைப் பார்த்தாள். பூட்டுப் போட்டுப் பூட்டிவிடலாமா என்ற எண்ணம் உண்டாயிற்று. சம்பந்தமே இல்லாத வீட்டில் இருப்பதுபோல அவளுக்குத் தோன்றியது.

"பேரப் பாரன். சனியன் செல்லமுத்து. செல்லம்தான். போ. கிழட்டுக் குரங்கு" என்று சொல்லி முகத்தைச் சுளித்தாள். "தல பூராவும் நரச்சிப் போச்சி. வயிறும் விழுந்துபோச்சி. ஆளும் அட்டக் கறுப்பு. கை காலுல நகம்கூட வெட்டுறதில்ல. சுத்தபத்தமா இருக்கிறதில்ல. என்ன பொறப்போ. இதுல வாத்தியாரு வேற" என்று சொல்லித் திட்டினாள். மறுநிமிடமே செல்லமுத்துவைப் பற்றி யோசித்தாள். அவருக்கு ஐம்பத்து நான்கு வயது. காமாட்சிக்கு ஐம்பது வயது. கல்யாணம் கட்டிக்கொண்டு வந்த நாளிலிருந்து காய்கறிக் கடைக்கு, மளிகைக் கடைக்கு என்று எங்கும் அனுப்பியதில்லை. ஒவ்வொரு நாளும் பள்ளிக்கூடத்திலிருந்து வரும் போதே அடுத்த நாளுக்குத் தேவையான காய்களை வாங்கிக்கொண்டு வந்துவிடுவார். பிரி.கே.ஜி.யிலிருந்து பிளஸ் டூ படிக்கும்வரை இரண்டு பிள்ளைகளையும் தூக்கத்திலிருந்து எழுப்புவதிலிருந்து, பள்ளிக்கூடத்திற்கு அனுப்புவதுவரை எல்லா வேலைகளையும் அவர்தான் பார்த்துக் கொள்வார். மகளும் மகனும் பத்தாம் வகுப்பு, பிளஸ் டூ படிக்கும் போது டியூசனுக்கு அழைத்துக்கொண்டுபோனது, திரும்ப வீட்டிற்கு அழைத்துக்கொண்டு வந்ததெல்லாம் அவர்தான். காலையில் சரியான நேரத்திற்கு காமாட்சியை அழைத்துக்கொண்டு போய் பஸ் ஏற்றிவிடுவார். அதே மாதிரி சாயங்காலம் எந்த பஸ்ஸில் வருகிறாய் என்று கேட்டு, பஸ் வரும் நேரத்திற்கு வந்து வீட்டிற்கு அழைத்துக்கொண்டு வருவார். உள்ளூரிலேயே பள்ளிக்கூடம் என்பதால் வீட்டு வேலைகளை எல்லாம் அவரே பார்த்துக்கொள்வார். "வாக்கிங் போறன்" என்று சொல்லிவிட்டு

காலையிலும் மாலையிலும் ஒன்றிரண்டு மணி நேரத்தை வீணடிக்க மாட்டார். சமையல் வேலையிலும் உதவி செய்வார். வீண் செலவு என்று ஒரு பைசா செலவு செய்ய மாட்டார். 'பள்ளிக்கூடத்துக்குப் பொடவக் காரன் வந்தான். ரெண்டு புடவ எடுத்தன்' என்று சொன்னாலும், 'அப்படியா?' என்ற கேள்விக்கு மேல் அடுத்த கேள்வி கேட்க மாட்டார். சொந்தக்காரர்களுடைய விசேஷத்திற்குப் போக வேண்டும் என்றாலும் முடிந்தவரை தனியாகவே போய்விட்டு வந்துவிடுவார். தவிர்க்க முடியாத விசேஷத்திற்கு மட்டும்தான் கூட்டிக்கொண்டு போவார். செல்லமுத்து மீது குற்றம்சொல்ல, கோபப்பட காரணம் இல்லாததே காமாட்சிக்கு ஆத்திரத்தை உண்டாக்கியது. ''சோறு, குழம்பு, ரசம் எல்லாம் இருக்கு. ஆனா, எதிலயும் உப்பில்ல'' என்று முணுமுணுத்தாள். என்ன இப்படிப் பேசுகிறோம் என்று அவளுக்கே விசித்திரமாக இருந்தது.

காமாட்சி ஆசிரியையாக வேலைக்குச் சேர்ந்ததிலிருந்து, குழந்தைகள் பிறந்தபோது, மாமனார்-மாமியார் இறந்தபோது, தன்னுடைய அப்பா-அம்மா இறந்தபோது மட்டும்தான் மருத்துவ விடுப்பு எடுத்திருக்கிறாள். வீடு கட்டும்போதுகூட அவள் மருத்துவ விடுப்பு எடுக்கவில்லை. பிள்ளைகள் பத்தாவது, பன்னிரண்டாவது படிக்கும்போது தேர்வு சமயத்தில்கூட அவள் மருத்துவ விடுப்பு எடுத்ததில்லை. போன வெள்ளிக் கிழமை உடம்பு என்னவோ செய்வதுபோலிருந்தது. வயிற்றையும் வலித்தது, மாதத் தொந்தரவாக இருக்குமோ என்ற நினைத்தாள். அதுவும் இல்லை. ஆனாலும், அடிவயிற்றில் தொடர்ந்து தொந்தரவு இருந்ததால் ஐந்து நாட்களுக்கு மட்டும் மருத்துவ விடுப்புக் கொடுத்துவிட்டு வீட்டி லிருந்தாள். தூக்கம் வராததற்குக் காரணம் விடுப்பு எடுத்துக்கொண்டு வீட்டிலிருந்ததுதான் என்று தெரிந்தது. பள்ளிக்கூடத்திற்குப் போயிருந் தால் காலையிலிருந்து சாயங்காலம்வரை வேலை, வேலை என்று நேரம் ஓடியிருக்கும். பள்ளிக்கூடம்விட்டு வீட்டுக்கு வந்தால் வீட்டுவேலை என்று நேரம் போயிருக்கும். மறுநாள் பள்ளிக்கூடத்திற்குப் போக வேண்டுமே என்ற எண்ணத்தில் நேரத்திலேயே படுத்திருப்பாள். படுத்ததும் தூங்கி யுமிருப்பாள். இரவு இரண்டு மணிவரை விழித்துக்கொண்டிருக்க வேண்டியிருக்காது. மருத்துவ விடுப்பு எடுத்து இரண்டு நாட்கள்தான் முடிந்திருந்தது. விடுப்பை ரத்து செய்துவிட்டு நாளைக்கே பள்ளிக்கூடம் போய்விடுவோம் என்று நினைத்ததும்தான் அவளுக்கு மனது லேசாக அமைதியடைந்த மாதிரி இருந்தது. பெண்கள் ஏன் இரவும் பகலும் வேலை வேலை என்று செய்துகொண்டிருக்கிறார்கள் என்பது அவளுக்கு இப் போதுதான் புரிந்தது. 'ஒரு ராத்திரி தூங்காம இருக்கறதே இம்மாம்

நரகமா இருக்கே. தெனம்தெனம் தூக்கம் வராம இருந்தா எம்மாம் நரகமா இருக்கும்? படுத்ததுமே தூங்கிப்போறவங்க அதிர்ஷ்டசாலிதான். தூக்கம்தான் கடவுள்போல இருக்கு' என்று நினைத்துக்கொண்டாள்.

'ரவ நேரத்துக்காக எத்தன மணி நேரம் ஒக்காந்திட்டம்' என்ற நினைத்ததுமே காமாட்சிக்கு வெட்கமாக இருந்தது. உடனே தொலைக் காட்சியை அணைத்தாள். விளக்கை அணைத்தாள். சோபாவிலேயே படுத்துக்கொண்டாள்.

"புள்ளைங்க பொறந்ததா, வளந்ததா, அப்பறம் புள்ளைங்க முன்னாடி யான்னு ஒதுங்குனதுதான். அப்பறம் அந்த ரவ நேரம் பத்தின எண்ணமே இல்லாமப் போயிடிச்சி. இப்ப மறந்தும் போயிடிச்சி" என்று ராமஜெயம் சொன்னது நினைவுக்கு வந்தது. காமாட்சி கண்களை மூடினாள். சிறிது நேரத்தில் அவளையும் அறியாமல் தூங்கிவிட்டாள்.

காமாட்சி விட்ட குறட்டைச் சத்தம் ஹாலை நிறைத்தது. ●

அந்திமழை - ஜூலை, 2021

விஷப் பூச்சி

“இனி அவ செத்தா நானில்ல. நான் செத்தா அவ இல்ல. நான் சொல்றதப் புரிஞ்சிக்கம்மா. அண்ணன் தம்பி, அக்கா தங்கச்சி, அப்பா அம்மா வேணாமின்னுதான ஓடிப்போயிட்டா? இனி அவ நம்ப வீட்டுக் குள்ளார வரக் கூடாது. மீறி வந்தா நானே அவள வெட்டிக் கொன்னு டுவன். என்னாம்மா சொல்ற? நான் போயித் தேடணுமா? மூளயோட தான் பேசுறியா? என் ஜென்மமே அழிஞ்சாலும் அவளப் போயித் தேட மாட்டன். இன்னியோட அவ ஓடிப்போயி நாலு நாளாயிடிச்சி. ஊரு ஒலகத்துக்கே தெரிஞ்சிபோச்சி. ஓடிப்போனவள இட்டாந்து வீட்டுல வச்சிக்கச் சொல்றியா? மவ வேணுமின்னா நீ போயித் தேடிக்க. என்னது? காதலிக்கிறன்னு சொல்லிக்கிட்டு யாரோ ஒரு பயகூட ஓடிப் போனவளப் போயி என்னோட தங்கச்சின்னு சொல்ற? அவள எங்கப்பனுக்குப் பெத்தியா வேற யாருக்காச்சும் பெத்தியாம்மா?’’ என்று கேட்டதும் எதிர்முனையில் பேசிக்கொண்டிருந்த அவருடைய அம்மா சட்டென்று போனை வைத்துவிட்டது தெரிந்ததும் குணசேகரனுக்கு மண்டையே வெடித்துப்போகிற அளவுக்குக் கோபம் உண்டாயிற்று. கோபத்தில், ‘‘வச்சிட்டுப் போனா போவட்டும். எனக்கென்ன?’’ என்று தன்னையே சமாதானம் செய்துகொள்கிற மாதிரி சொல்லிக்கொண்டார். ஆனாலும், அவருடைய அம்மா போனைச் சட்டென்று வைத்துவிட் டதைப் பெரிய அவமானமாகக் கருதினார். கோபம் தணியாத மாதிரி மேசை மீதிருந்த செய்தித்தாளைத் தூக்கித் தரையில் விட்டெறிந்தார். தலையை வலிப்பதுபோல் நெற்றிப்பொட்டில் தேய்த்தார். தானாகவே தன்னுடைய அம்மாவுக்கு போன் போட்டார். போன் எடுக்கப்பட வில்லை என்பது தெரிந்ததும் முன்பைவிட இப்போதுதான் அவருக்குக் கோபம் கூடுதலாக வந்தது. கோபத்தில் மேசையை ஒரு குத்துவிட்டார். ‘‘பொட்ட நாய்களத் திருத்தவே முடியாது’’ என்று சொன்னார். உட் கார்ந்திருப்பதற்குப் பிடிக்காமல் எங்காவது போகலாம் என்ற எண்ணத் துடன் எழுந்து நின்றுகொண்டு, ‘‘ஏ சிவமூர்த்தி’’ என்று கொஞ்சம்

சத்தமாகவே கூப்பிட்டார். சமையலறையில் பாத்திரங்களைக் கழுவிக் கொண்டிருந்த சிவமூர்த்தி கைவேலையை அப்படியே போட்டுவிட்டு விடுதியின் அலுவலக அறைக்கு முன் வந்து நின்று, ''கூப்பிட்டீங்களா சார்?'' என்று கேட்டான்.

''எல்லா பசங்களும் சாப்பிட்டுட்டுப் போயிட்டாங்களா?'' என்று குணசேகரன் கேட்டதற்கு, ''போயிட்டாங்க சார்'' என்று சிவமூர்த்தி சொன்னான்.

''ஸ்கூல் விட்டதும் நேரா வீட்டுக்குத்தான போவாங்க?''

''ஆமாம் சார்.''

''இங்க வர மாட்டாங்கல்ல?''

''வர மாட்டாங்க சார்.''

''அஞ்சு மணிக்கே ஹாஸ்டல மூடிடுவம்ன்னு சொல்லிட்டியா?''

''சொல்லிட்டன் சார்.''

''வாட்ச்மேன் வந்திட்டானா?''

''மூணு மணிக்கு வந்திடுறன்னு சொன்னாரு.''

''லீவ் விடுற நாளிலகூட நேரத்தில வரக் கூடாதா?'' என்று கேட்கும் போது அவருடைய போன் மணி அடித்தது. அவருடைய மனைவிதான் கூப்பிட்டார். போனை எடுத்த குணசேகரன் பேசுவதற்கு விருப்பமில்லாத குரலில், ''என்ன?'' என்று கேட்டார். அவருடைய மனைவி என்ன சொன் னாரோ உடனே அவருடைய முகம் மாறிவிட்டது. கோபத்துடன், ''என்னா சொன்னன்னா கேக்குற? மயிரச் சொன்னன். புரியுதா? ஓடிப் போனவளத் தேடுன்னா என்னா அர்த்தம்? நான் ஒரு வாத்தியாருங்கிறத மறந்திட்டுப் பேசுறதா? எனக்குப் புத்திமதி சொல்ற வேலய விட்டுட்டு ஒன்னோட வேலய மட்டும் பாரு. முதல்ல போன வை. அதிகமாப் பேசிக்கிட்டு'' என்று சொல்லி வேகமாக போனை மேசைமீது வைத்தார். போனில் பேசிய கோபத்துடனேயே, ''வாட்ச்மேன் வந்தா பாரு. இல்லன்னா நீயே பூட்டிட்டுப் போயிடு. டி.வி.யத் தூக்கி ஸ்டோர் ரூம்ல வச்சிடு. பீஸ் கேரியரப் புடுங்கிடு. வெளியில ஒரு பொருளும் கெடக்கக் கூடாது. புரியுதா? நான் வீட்டுக்குக் கௌம்பறன். எதாயிருந் தாலும் போன்ல பேசு'' என்று படபடவென்று சொல்லிவிட்டுப் பேனாவை எடுத்துச் சட்டைப் பையில் வைத்துக்கொண்டார். செல்போனை எடுத்துக் கொண்டார். இருசக்கர வாகனத்தின் சாவியை எடுத்துக்கொண்டு நாற் காலியை விட்டு எழுந்துவந்து இரண்டு தப்படி தூரம்கூட நடந்திருக்க

மாட்டார். அப்போது அவருடைய செல்போன் மணி அடித்தது. எடுத்துப் பார்த்தார். அவருடைய மனைவிதான் அழைத்தார். போனை எடுப்பதா, வேண்டாமா என்று யோசிப்பதுபோல் நின்றுகொண்டிருந்தார். பிறகு முகத்தைச் சுளித்துக்கொண்டே செய்ய விரும்பாத காரியத்தைச் செய்வது போல் போனை எடுத்து, ''என்ன?'' என்று கடுமையான குரலில் கேட்டார். ''ஒங்கம்மா அழுதுகிட்டு இருக்காங்க'' என்று அவருடைய மனைவி சொன்னதற்குக் கோபத்துடன், ''அழுவட்டும் ஓடிப்போற புள்ளயப் பெத்ததுக்காகத் தூக்குமாட்டிச் சாவட்டும். அவளப் பத்தி எங்கிட்ட பேசக் கூடாது. எனக்கு இருக்கிற டார்ச்சரே போதும். வை போன'' என்று கத்திவிட்டு போனை வைத்தார். எரிச்சலில் வெளியே போக மனமில்லாததுபோல் திரும்பி வந்து நாற்காலியில் உட்கார்ந்தார். நெற்றியை இரண்டு, மூன்று முறை தேய்த்தார். வாசலில் நின்றுகொண்டிருந்த சிவமூர்த்தியிடம், ''போயி வேலயப் பாரு'' என்று சொன்னார். கண்களை மூடியபடி உட்கார்ந்துகொண்டிருந்தார்.

அறைக்குள் யாரோ வந்திருக்கிற சத்தம் கேட்டு கண்களைத் திறந்து பார்த்தார். அவருக்கு எதிரில் வசந்த் நின்றுகொண்டிருந்தான். அவனைப் பார்த்ததுமே பகீர் என்றிருந்தது. 'என்ன விஷப் பாம்பு வந்து நிக்குது?' என்று மனதுக்குள் நினைத்துக்கொண்டார்.

''என்ன?'' என்று கேட்ட விதத்திலேயே வசந்த்தின் மீது குணசேகரனுக்கு எவ்வளவு வெறுப்பு இருக்கிறது என்பது தெளிவாகத் தெரிந்தது. வசந்த் எதுவும் பேசாததால் மீண்டும் தானாகவே, ''ஸ்கூலுக்குப் போகலியா?'' என்று கேட்டார். அதற்கும் அவன் பதில் சொல்லவில்லை.

''எல்லா பசங்களும் ஸ்கூலுக்குப் போயாச்சி? நீ மட்டும் போவாம ஹாஸ்டல்ல என்ன செஞ்சிக்கிட்டிருக்க?'' என்று கேட்டார். அதற்கும் அவன் பதில் சொல்லவில்லை. பதில் சொல்லாததோடு அவன் நின்றுகொண்டிருந்த விதம், கிராப் வெட்டியிருந்த விதம் என்று எல்லாமும் சேர்ந்து வசந்த்தின் மீது குணசேகரனுக்குக் கோபத்தை அதிகரிக்கச் செய்தன. 'என்ன வில்லங்கத்தோடு வந்திருப்பானோ, பையன் தேள் கொடுக்கைவிட மோசமானவனாச்சே' என்ற எண்ணம் மேலோங்க மேலோங்க வசந்த்தின் மீதான கோபமும் அதிகரித்துக்கொண்டே இருந்தது. அவனை வெளியே அனுப்பிவிடும் எண்ணத்துடன், ''தம்பி இன்னிக்கி எனக்குக் கொஞ்சம் மனசு சரியில்ல. எதாயிருந்தாலும் பொங்கல் லீவ் முடிஞ்சி வா பேசிக்கலாம்'' என்று சொன்னார். வசந்த்திடமிருந்து எந்தப் பதிலும் வரவில்லை. வெளியேயும் அவன் போகவில்லை.

அங்கேயே நின்றுகொண்டிருந்தான். பொறுமையிழந்து போன குண சேகரன், ''வந்த விஷயத்தச் சொல்லு. இல்லன்னா ஸ்கூலுக்குப் போற வேலயப் பாரு. அதுவும் இல்லன்னா வீட்டுக்குப் போயிச் சேரு'' என்று சொன்னார். அதற்கும் அவன் பதில் சொல்லாததால் அவருக்குத் தலை கால் புரியாத அளவுக்குக் கோபம் வந்தது. ''என்னெ முட்டாள்ன்னு நெனைக்கிறியாடா?'' என்று சத்தமாகவே கேட்டார். 'கத்தினால் கத்திக் கொள். அதனால் எனக்கென்ன?' என்பதுபோல் வசந்த் நின்றுகொண் டிருந்தான். அவன் நின்றுகொண்டிருந்த தோரணையே அவனை அடித்துக் கொல்ல வேண்டும் என்ற வெறியை அவருக்கு உண்டாக்கியது. சாதாரண மாகவே அவருக்கு வசந்த்தைப் பிடிக்காது. கோபத்தில் இருக்கும்போது கேட்ட கேள்விக்குப் பதில் சொல்லாதது அவருக்கு அவன்மீது எல்லை யில்லாத அளவுக்குக் கோபத்தை உண்டாக்கியது. ஆனாலும், பொறுமை யாக, ''ஸ்கூல்ல தப்பு எதுவும் செஞ்சிட்டியாடா?'' என்று கேட்டார். அதற்கும் அவன் பதில் சொல்லவில்லை.

''நான் ஒரு அவசர வேலயா வீட்டுக்குப் போகணும். விஷயத்தச் சொல்லு. ஒன்னோட கொளவிப் புத்தியெல்லாம் இப்ப காட்டாத.''

குணசேகரன் இந்த விடுதிக்குக் காப்பாளராக வந்து மூன்று ஆண்டு களாகிவிட்டன. மூன்று ஆண்டுகளில் விடுதியில் அதிகமான பிரச்சினை களை உண்டாக்கியவன் வசந்த் மட்டும்தான். அதனால், குணசேகரனுக்கு மட்டுமல்ல சமையலர்களுக்கும் அவனைப் பிடிக்காது. எப்போது என்ன பிரச்சினையைக் கொண்டுவருவான் என்றே தெரியாது. சமையலர்கள் தான் என்றில்லை, குணசேகரன்கூட அவனிடம் எச்சரிக்கையாகத்தான் இருப்பார். ஒரு நாளைக்கு, 'குழம்பில் உப்பே இல்ல சார்' என்பான். ஒரு நாளைக்கு, 'குழம்பில் காரமே இல்ல' என்று சொல்வான். சனி, ஞாயிறு என்றால், 'சட்னி தண்ணி மாதிரி இருக்குது. அதுவும் பத்தல' என்று சொல்வான். மறுநாள், 'இட்லி வேகல சார்' என்று எடுத்துக்கொண்டு வந்து காட்டுவான். இட்லியை நன்றாக வேகவைத்துவிட்டால், 'இட்லி இன்னிக்கிக் கருங்கல்லாட்டம் இருக்கு சார்' என்று சொல்வான். சில நாட்களில் இரவு ஒன்பது மணிக்கு போன் செய்து, 'சார் சோத்தில எறும்பு இருக்கு' என்று சொல்வான். 'ஒன்பது மணிவர சாப்பிடாம எங்க போன?' என்று கேட்டால் பதிலே சொல்ல மாட்டான். போன் லைனையும் கட் பண்ண மாட்டான். 'ஹோட்டல்ல சாப்பிட்டுக்க. நான் காலயில வந்து காசு தந்திடுறன்' என்று சொல்லும்வரை போன் லைனைத் துண்டிக்க மாட்டான். ஹோட்டலில் சாப்பிட வேண்டும் என்று முடி வெடுக்கிற அன்று இரவு ஒன்பது மணிக்கு மேல்தான் போன் செய்வான்.

அவனோட புத்தி தெரியும் என்பதால் குணசேகரன் விஷயத்தைப் பெரிதாக்க மாட்டார்.

எப்போது என்ன குறை சொல்வானோ என்ற கவலையுடன்தான் சமையலர்களும் குணசேகரனும் பயந்துபோய் இருப்பார்கள். சில நாட்களில் மட்டும்தான் பிரச்சினையை நேரிடையாகக் கொண்டுவருவான். பல நாட்களில் பிரச்சினையைச் சொல்லிப் பையன்களைத் தூண்டிவிடுவான். ‘‘ஒங்க உரிமயத்தாண்டா கேக்குறிங்க. போயிக் கேளுங்க’’ என்று சொல்லிப் பையன்களை உசுப்பேற்றிவிடுவான். ஆறாம் வகுப்பிலிருந்து விடுதியில் இருப்பதால் விடுதியின் நடைமுறைகள், சட்டதிட்டங்கள் சலுகைகள் எல்லாம் அவனுக்கு அத்துப்படியாகத் தெரியும். எப்போது அவன் பிளஸ் டூ முடித்துவிட்டு வெளியே போவான் என்றுதான் சமையலர்களும் குணசேகரனும் காத்துக்கொண்டிருந்தனர்.

விடுதியில் மொத்தம் ஐம்பத்தைந்து பையன்கள் இருந்தாலும் வசந்த் ஒருவனைச் சமாளிப்பதுதான் பெரிய பிரச்சினையாக இருக்கும். பிளஸ் டூ படித்துக்கொண்டிருந்தாலும் ஆளைப் பார்ப்பதற்கு ஒன்பதாவது பத்தாவது படிக்கிற பையன் மாதிரிதான் இருப்பான். ‘‘ஒடம்பு பூராவும் விஷமா இருந்தா எப்படி உடம்பு தேறும்?’’ என்று சமையலர்கள் சொல்வார்கள். சமையலர்கள் அவனுக்கு ‘விஷப் பூச்சி’ என்று பெயர் வைத்திருந்தார்கள். பெயருக்கேற்ற மாதிரிதான் அவனுடைய நடவடிக்கையும் இருக்கும். எவ்வளவுதான் கவனமாக இருந்தாலும் அவனிடமிருந்து மட்டும் தப்பிக்கவே முடியாது. சாதாரணமாக மோரில் உப்பு குறைவாக இருந்தால்கூட விட மாட்டான். ‘‘உப்புதான இல்ல. நீயே போட்டுக்க’’ என்று குணசேகரன் சொன்னால், ‘‘நானா உப்பு போட்டுக்கிறதுக்குச் சமயக்காரங்க எதுக்கு சார் இருக்காங்க?’’ என்று கேட்பான். அந்த மாதிரி வசந்த் கேட்கும்போதெல்லாம் குணசேகரனுக்குப் பைத்தியம் பிடிக்கிற அளவுக்குக் கோபம் வரும். ‘‘சனியன் புடிச்ச வேலய வுட்டாத்தான் நிம்மதி’’ என்று சொல்வார். சில நாட்களில் வந்து, ‘‘ஹாஸ்டல் நடக்கிற விதமே சரியில்ல சார்’’ என்று சொல்வான். அந்த வார்த்தையைக் கேட்டதுமே அவனை அடித்துக் கொல்ல வேண்டும் என்ற வெறி உண்டாகும். கோபத்தை அடக்கிக்கொண்டு, ‘‘நீ ஒரு நாளக்கி வார்டனா இருந்து பாரு. அப்ப தெரியும்’’ என்று சொல்லிவிட்டுப் போய்விடுவார். காப்பாளர் கோபமாக இருக்கிறார். அதனால் அப்பறமாகப் பேசிக்கொள்ளலாம் என்று ஒருநாளும் இருக்க மாட்டான். ரொம்பவும் சட்டம் பேசினால், ‘‘நான் வார்டனா இருக்கிறதால நீ பேசிக்கிட்டிருக்க. இதே நான்

வாத்தியாரா இருந்து, நீ வந்து வசனம் பேசிக்கிட்டிருந்தா தெரியும், ஒன்னோட கத என்னாவும்ன்னு'' என்று சொல்லுவார். அதைப் பற்றி யெல்லாம் அவன் கவலைப்படவே மாட்டான். கேள்வி கேட்க வேண்டும் என்று தோன்றினால் கொஞ்சம்கூடத் தயங்காமல் நேராக அலுவலக அறைக்கு வந்து, தான் கேட்க நினைத்திருந்த கேள்வியைக் கேட்டு குண சேகரனைச் சீண்டிவிட்டு, தன்போக்கில் போய்க்கொண்டே இருப்பான்.

இப்படி இருக்கிறானே என்று பள்ளிக்கூடத்துக்குப் போய்த் தலைமை ஆசிரியரிடமும் வகுப்பு ஆசிரியரிடமும், 'கொஞ்சம் கண்டிச்சிவைங்க' என்று சொன்னபோது அவர்கள் மிரண்டுபோய், 'கண்டிக்கிறதா? சாதா ரணமாக் கண்டிச்சாலே, 'என்னெக் கெட்ட வார்த்த சொல்லித் திட்டுனாரு, சாதியச் சொல்லித் திட்டுனாரு'ன்னு பத்திரிகைக்காரன்கிட்ட, டி.வி.க்காரன் கிட்ட சொல்லிடுவான் சார். ஒவ்வொரு நாளும் சாயங்காலம் நாலர மணி எப்ப வரும்ன்னு குந்தியிருக்கம். பசங்க வெட்டியிருக்கிற கிராப் புக்கே வகுப்பில வுடக் கூடாது. வுடாம இருக்க முடியுமா? இந்தக் காலத்தில அரசாங்கப் பள்ளிக்கூடத்தில வேலபாக்குறது சர்க்கஸ் கம்பி மேல நடக்கிற மாதிரி சார்' என்று சொல்லி அனுப்பிவிட்டார்கள்.

வசந்தை மட்டுமல்ல, விடுதியில் குறும்பு செய்கிற பையன்களை மிரட்டி, அடித்துக் கண்டிக்க முடியும் என்றாலும், ஒரு அளவுக்கு மேல் அவர்களை குணசேகரன் கண்டிக்க மாட்டார். மிரட்ட மாட் டார். ரொம்பவும் மிரட்டினால் பையன்களே விடுதியில் சோறு போடவில்லை, முட்டை, கறி போடவில்லை, பழைய சோறு போடு கிறார்கள் என்று மொட்டை புகார் மனு போட்டு விடுவார்கள். புகார் மனு வந்ததுமே மாவட்ட அதிகாரி ஜீப்பை எடுத்துக்கொண்டு வந்து விடுவார். புகார் மனு பொய்யென்று தெரிந்தாலும் விசாரிக்கிறேன் என்று மாவட்ட அதிகாரி ஒரு வாரத்துக்கு அலையவிடுவார். ஒரு வாரத்துக்கு அவருடைய அலுவலகத்திலேயே காத்திருக்கவைப்பார். 'பெறப்பட்ட புகார் மனு பொய்யெனத் தெரியவந்தது' என்று எழுது வதற்குக் குறைந்தது பத்து நாட்களாவது எடுத்துக்கொள்வார். மாவட்ட அதிகாரியின் அலுவலகத்துக்கு விசாரணைக்காகப் போகிற ஒவ்வொரு நாளும் கார் டிரைவர், அலுவலக உதவியாளர், சம்பந்தப்பட்ட கிளார்க், கண்காணிப்பாளர் என்று காசு கொடுக்க வேண்டும். காசை வாங்கிக் கொண்டு ஒரே வார்த்தைதான் சொல்வார்கள்: ''ஐயா கிட்ட சொல்றன்''.

மாவட்ட அதிகாரியும், 'பெறப்பட்ட புகார் மனு விசாரணையில் பொய் யெனத் தெரியவந்தது' என்று எளிதில் எழுதிவிட மாட்டார். அவருக்குத்

தேவையான தொகையை வாங்கிக்கொண்டுதான் எழுதுவார். வாங்கு வதையும் உடனே வாங்கிக்கொள்ள மாட்டார். அலையவிட்டுத்தான் வாங்குவார். எவ்வளவு அலையவிடுகிறமோ அந்த அளவுக்குக் கையூட்டுத் தொகை கூடும் என்பது அவருக்குத் தெரியும். எவ்வளவு முடியுமோ அவ்வளவு அலையவிட்டு வாங்குவதையும் குறையில்லாமல் வாங்கிக் கொண்டு, 'பையன்களுக்கு முடிஞ்சவர செய்ங்க. கம்பளயிண்ட் இல்லாம பாத்துக்குங்க. சோறு போடுற புண்ணியம் எல்லாருக்கும் கெடைக்காது' என்று சொல்லி அனுப்புவார். பணம் செலவாவதைவிட அலைந்து திரிய வேண்டும். நாள் கணக்கில் காத்துக்கிடக்க வேண்டும். அந்தச் சள்ளைக் காகவே குணசேகரன் பையன்களிடம் பணிந்துபோய்விடுவார். பையன்கள் சொல்வதை உடனே செய்துவிடுவார். மற்ற விடுதிக் காப்பாளர்களோடு ஒப்பிட்டால் குணசேகரன் மோசமில்லைதான். தினமும் விடுதிக்கு வருவதிலும், விடுதியைப் பராமரிப்பதிலும், பையன்களுக்குத் தேவை யானதைச் செய்வதிலும், பையன்களை அனுசரித்துப்போவதிலும் பரவா யில்லை என்று பெயர் எடுத்தவர்.

காலாண்டு விடுமுறை, அரையாண்டு விடுமுறை, தீபாவளி, பொங்கல், கோடை விடுமுறை என்று வரும்போது மட்டும்தான் குணசேகரனுக்கு நிம்மதியே வரும். அப்போதுதான் அவருடைய முகத்தில் சிரிப்பே வரும். "அப்பாடா, ஒரு வாரத்துக்கு நிம்மதி, எந்தச் சனியனும் இருக்காது" என்று சொல்லிச் சிரிப்பார். விடுதி நடக்கிற ஒவ்வொரு நாளும், "ரண களம்தான்" என்று சொல்வார்.

குணசேகரனுடைய போன் மணி அடித்தது. யார் கூப்பிடுவது என்று போனை எடுத்துப் பார்த்தார். அலுப்புடன், "எதுக்கு இந்தச் சனியன் ஓயாமக் கூப்பிட்டுக்கிட்டே இருக்கு" என்று சொல்லிக்கொண்டே போனை எடுத்துக் கடுப்புடன், "என்ன?" என்று கேட்டார். "பேருக்காவது ஒரு முற தேடிப்பாக்க வேணாமா? ஓங்கம்மாவ என்னா வாத்த கேட் டிருக்கிங்க?" என்று அவருடைய மனைவி கேட்டதும் பல்லைக்கடித்துக் கொண்டே, "ஏ லூசு, ஓடிப்போனவளப் போயித் தேடச் சொல்றீங்களே ஒங்களுக்கு வெக்கமா இல்ல? அவளயெல்லாம் பன்னண்டாவது படிக்கும் போதே கட்டிக்கொடுத்து இருக்கணும். அப்படிச் செய்யாததுதான் பெரிய தப்பாப் போச்சி, அவ விஷயமாப் பேசறதாயிருந்தா எனக்கு போன் போடக் கூடாது. மீறிப் போட்டா ஒனக்கு ஒததான் கெடைக்கும். வையிடி போன, சனியன்" என்று சொல்லிக் கத்திய வேகத்திலேயே போனை மேசை மீது டக்கென்று வைத்தார். பிறகு வெறுப்புடன் வசந்த்தைப் பார்த்தார்.

வசந்த்திடம் மட்டுமில்லை, வேறு யார் வந்திருந்தாலும் பேசக்கூடிய மனநிலை இப்போது அவருக்கு இல்லை. அதற்குக் காரணம் அவருடைய தங்கை வீட்டைவிட்டு ஓடிப்போய் நான்கு நாட்களாகிவிட்டது. நான்கு நாட்களாகவே அவருக்கு மனசு சரியில்லை. கோபமும் குறையவில்லை. வீட்டில் அமைதி இல்லையென்றுதான் இன்று நேரத்திலேயே விடுதிக்கு வந்தார். விடுதிக்கு வந்தும் அவருக்கு நிம்மதி இல்லை. வீட்டுப் பிரச்சினையே பெரிய பிரச்சினையாக இருக்கும்போது இவன் எதற்காக வந்து நின்றுகொண்டு கழுத்தை அறுக்கிறான் என்று யோசித்த குணசேகரன், ''விஷயத்தச் சொல்லு'' என்று கேட்டார்.

''கொஞ்சம் பணம் வேணும் சார்.''

''இன்னியிலிருந்து பொங்கல் லீவ் விடப் போறாங்கன்னு ஒனக்குத் தெரியுமில்லியா? பஸ்ஸுக்குக் காசு ரெடி பண்ணி வச்சிக்க வேணாமா?'' என்று எரிச்சலுடன் கேட்டார். அதற்கு வசந்த் எந்தப் பதிலும் சொல்லாததால், பிரச்சினையை நீட்டித்துக்கொண்டே போக வேண்டாம் என்ற எண்ணத்துடன், ''பஸ்ஸுக்கு எவ்வளவுடா?'' என்று கேட்டார்.

''டவுன் பஸ்ஸுன்னா எட்டு ரூபா. ரூட் பஸ்ஸுன்னா பதினஞ்சி ரூபா சார்.''

சனியன் சீக்கிரம் போய்த் தொலையட்டும் என்ற எண்ணத்துடன் சட்டைப் பையிலிருந்து இருபது ரூபாய்த் தாள் ஒன்றை எடுத்து மேசைமீது வைத்து, ''எடுத்துக்கிட்டுப் போ'' என்று சொன்னார். வசந்த் பணத்தை எடுத்துக்கொள்ளாமல் நின்றான்.

''ம். எடுத்துக்கிட்டுக் கிளம்பு. நீ திருப்பித் தர வேண்டாம்'' என்று கொஞ்சம் எரிச்சலுடன் சொன்னார். அப்போது அவருடைய செல்போன் மணி அடித்தது. யார் கூப்பிடுவது என்று பார்த்தார். அவருடைய தம்பி ஞானசேகரன் என்று தெரிந்ததும் போனை எடுத்து, ''சொல்லு'' என்று பேசப் பிடிக்காத ஆளிடம் சொல்வதுபோல் சொன்னார். ''ஓடிப் போனவள அப்பிடியே வுட்டுறதா?'' என்று அவருடைய தம்பி கேட்டதற்கு, ''வேற என்ன செய்யச் சொல்ற? ஓடிப்போன திருட்டு நாயத் தேடச் சொல்றீங்களே. வெளிய சொல்றதுக்கு நமக்கு வெக்கமா இருக்காதா? ஒனக்குத் தங்கச்சி வேணுமின்னா நீ போயித் தேடிக்க. உயிர் போனாலும் நான் தேட மாட்டன். வச்சிடு'' என்று சொல்லி போனை வைத்த குணசேகரன், ''பெரிய சனியனா இருக்கு. ஒரு பொட்டக் குட்டி செஞ்ச காரியம். வீட்டயே எரிச்சிடிச்சி'' என்று சொல்லிக் கொண்டே நெற்றியைத் தேய்த்தார். ''பணம்தான் வச்சிட்டனில்ல.

எடுத்துக்கிட்டுப் போயன்டா. எதுக்கு நிக்குற? நீயும் எதுக்கு என் உசுர வாங்குற?'' ஆத்திரத்துடன் கேட்டார். அப்போதும் பணத்தை எடுத்துக் கொண்டு போகாமலிருந்த வசந்த்தை எரித்துவிடுவதுபோல் பார்த்தார்.

''ஆயிரத்தி ஐந்நூறு வேணும் சார்'' என்று வசந்த் சொன்னதும் அதிர்ச்சி யடைந்ததுபோல் குணசேகரன் வசந்த்தைப் பார்த்தார். பிறகு கேலியான குரலில், ''எதுக்குடா ஒனக்கு அவ்வளவு பணம்?'' என்று கேட்டார்.

''ஸ்காலர்ஷிப் வந்ததும் தந்திடுறன் சார்.''

''நான் என்ன கேட்டன், நீ என்ன சொல்ற?''

வசந்த் பதில் சொல்லவில்லை. கையைக் கட்டியபடி அசையாமல் நின்றுகொண்டிருந்தான். 'என்ன இந்தப் பையன் இப்பிடி இருக்கான்? கிரிமினலா இருக்கிறதுக்கும் ஒரு அளவு இல்லியா?' என்று நினைத்த குணசேகரன், ''இன்னியிலிருந்து ஒரு வாரத்துக்கு லீவ், கொஞ்சம் நிம் மதியா இருக்கலாம்ன்னு பாத்தா அதுவும் முடியாது போலிருக்கு. இந்த ஹாஸ்டல்லியே நீதாண்டா எனக்குப் பெரிய டார்ச்சர். இன்னும் நாலு மாசத்துக்குத்தான நீ ஆடுவ. ஆடிட்டுப் போ. அப்பறம் எதுக்கு நான் ஒன்னெப் பாக்கப் போறன். நீதான் எதுக்கு என்னெப் பாக்கப் போற? எதாயிருந்தாலும் அப்பறம் பேசிக்கலாம். இப்ப பணத்த எடுத்துக்கிட்டு ஊருக்குப் போயிச் சேரு'' என்று சொல்லிவிட்டுக் கைக்கடிகாரத்தில் நேரத் தைப் பார்த்தார். அப்போது அவருடைய போன் மணி அடித்தது. அவருடைய தம்பிதான் அழைத்திருந்தார். போனை எடுத்து, ''சொல்லு'' என்று கேட்டார். ''நான் சொல்றதக் கொஞ்சம் கேளு'' என்று அவ ருடைய தம்பி சொல்லி முடிப்பதற்குள்ளாகவே குறுக்கிட்ட குண சேகரன், ''நான் ஒரு வாத்தியாருங்கிறத மறந்திட்டுப் பேசக் கூடாது. அவ ஓடிப்போனதிலிருந்து வெளிய தலகாட்ட முடியாம ஒளிஞ்சிக் கிட்டு ஹாஸ்டலுக்கு வந்திட்டுப் போறன்னு ஒனக்குத் தெரியுமா? அவ சம்பந்தமா எங்கிட்ட பேசறதா இருந்தா இனிமே நீ எனக்கு போன் போடாத'' என்று சொல்லிவிட்டு டக்கென்று போனை வைத்தார். சமை யலர்தான் எல்லாப் பிரச்சினைக்கும் காரணம் என்பதுபோல் கோபத் துடன் சத்தமாக, ''ஏ சிவமூர்த்தி'' என்று கூப்பிட்டார். சிவமூர்த்தி வந்ததும், ''தண்ணி கொடு'' என்று சொன்னார். சிவமூர்த்தி தண்ணீர் கொண்டுவந்து கொடுத்ததும் ஒரு சொம்புத் தண்ணீரையும் ஒரே மூச்சாகக் குடித்து முடித்தார்.

''ஒலகத்தில எந்த மூலைக்கிப் போனாலும் சனியன் வுடாதுபோல இருக்கு'' என்று முனகலாகச் சொன்னார். முகத்தை இரண்டு கைகளாலும்

அழுத்தித் துடைத்துவிட்டுப் பொறுமையான குரலில், ''தம்பி நீ கேட்கிற அளவுக்கு எங்கிட்ட பணமில்ல. போயிட்டு வா'' என்று சொன்னார்.

''சத்தியமாத் திருப்பித் தந்துடுவன் சார்.''

''நீயாடா?'' என்று கேலியாகச் சிரித்தார். காலாண்டு விடுமுறைக்கு, அரையாண்டு விடுமுறைக்குப் போகும்போதெல்லாம் 'பஸ்ஸுக்குக் காசில்ல சார்' என்று சொல்லிப் பத்து ரூபாய், இருபது ரூபாய் என்று வாங்கிக்கொண்டு போவார்கள். ஆனால், ஒரு பையன்கூடத் திருப்பித் தர மாட்டான். குணசேகரன் வந்ததிலிருந்து வசந்த் ஊருக்குப் போகும் போதெல்லாம் பணம் வாங்குவான். அதை ஒருமுறைகூடத் திருப்பித் தந்ததில்லை. தர மாட்டான் என்று தெரிந்துதான் ஒவ்வொரு முறையும் பணம் தருவார். இந்த முறையும் அப்படித்தான் இருபது ரூபாயை எடுத்து வைத்தார்.

''ஸ்காலர்ஷிப் வரலன்னா பீங்கான் கம்பெனிக்கி வேலக்கிப் போயித் தந்துடுவன் சார்.''

''சனி ஞாயிறுல நீ வேலக்கித்தான் போற இல்லியா? எனக்குத் தெரியும். கேட்டா இல்லன்னு சத்தியம் செய்வ. எதுக்குச் சனியன்னு தான் கேக்காம இருக்கன் தெரியுமா?'' என்று திமிரான குரலில் கேட்டார்.

''பணம் இருந்தாத்தான் ஊருக்குப் போக முடியும் சார்.''

''என்னெ முட்டாளுன்னு நெனைக்கிறியாடா? படிக்கிற பயலுக்கு எதுக்குடா அவ்வளவு பணம்?''

''என் தம்பி தங்கச்சிவுளுக்குப் பொங்கக் காசு கொடுக்கணும் சார்.''

''அதெல்லாம் ஒங்கப்பா, ஒங்கம்மா பாத்துக்குவாங்க. நீ ஒன்னோட வேலய மட்டும் பாரு'' என்று அலட்சியமாகச் சொன்னார்.

''எனக்கு அம்மா இல்ல சார்.''

''ஒங்கம்மா இல்லன்னா ஒங்கப்பா பாத்துக்குவாரு. எங்கிட்ட பணம் இல்ல. அவ்வளவுதான்'' என்று சொன்ன குணசேகரன், ''ஒங்கம்மா இல் லன்னா நீ யாருகூட இருக்க?'' என்று கேட்டார்.

''எங்க ஆயாகூட சார்.''

''ஒங்கம்மா இருக்காங்களா, செத்திட்டாங்களா?''

''எங்கம்மாவ ஒரு ஆளு கொன்னுட்டான் சார்.''

''கொன்னது ஒங்கப்பாவா?''

''வேற ஆளு சார்.''

''ஏன்?''

''நானும் என் தங்கச்சியும் பொறந்த பின்னால எங்கப்பா ஒரு பொம்பளய வச்சிக்கிட்டு எங்கம்மாவ அடிச்சித் துரத்திட்டாரு சார்.''

''ஒங்கப்பா என்னா வேல செய்றாரு?''

''கொத்தனாரு சார்.''

''ஒங்கம்மாவக் கொன்னது யாரு?''

''எங்கப்பா வுட்டுட்ட பின்னால எங்கம்மா எங்க ஊரிலியே வேற ஒரு ஆளுகூட சேந்து இருந்துச்சி. ரெண்டு புள்ளைங்க பொறந்த பின்னால, அந்தாளோட பொண்டாட்டிக்கும் எங்கம்மாவுக்கும் சண்டயானதால எங்கம்மா பிரிஞ்சி வந்துடுச்சி சார்.''

''அந்தாளுதான் கொன்னானா?''

''இல்ல சார்.''

''அப்பறம்?''

''அந்தாளவுட்டுப் பிரிஞ்சி வந்து எங்காயா வீட்டுல இருந்தப்ப எதிர் வீட்டுல இருந்த ஒரு ஆளு, 'வா நான் பாத்துக்கிறன்'னு சொல்லி எங்கம்மாவ அழச்சிக்கிட்டு மெட்ராஸுக்குப் போயிட்டான் சார்.''

''சரி.''

''ஒரு புள்ள பொறந்த பின்னால சந்தேகப்பட்டு எங்கம்மாவக் கொன்னுட்டான் சார்.''

''அந்தாளு என்ன வேல பாக்குறான்?''

''ஆட்டோ ஓட்டுறான் சார்'' என்று வசந்த் சொல்லிக்கொண்டிருக்கும் போது குணசேகரனுடைய போன் மணி அடித்தது. அவருடைய மனைவி அழைப்பது தெரிந்ததும் போனை எடுக்காமலேயே விட்டுவிட்டார். எதிரில் நின்றுகொண்டிருந்த வசந்த்தையே பார்த்தார். அவன் சொன்ன தகவலெல்லாம் அவருக்குச் செய்தித்தாளில் படிக்கிற செய்திபோல் இருந்தது. பாதியிலேயே நிறுத்திவிட்ட கதையைக் கேட்பதுபோல், 'ஒங்கம்மாவுக்கு மொத்தம் எத்தன புருஷன்?' என்று கேட்கத்தான் நினைத்தார். ஆனால், கேட்க நினைத்ததைக் கேட்காமல், ''மொத்தம் ஒங்கம்மாவுக்கு எத்தன பிள்ளைங்க?'' என்று கேட்டார்.

''என்னயும் சேத்து மொத்தம் அஞ்சி பேரு சார்.''

''மத்தப் பிள்ளைங்க எல்லாம் எங்க இருக்காங்க?''

''எங்க ஆயாகூட சார்.''

''அவங்கஅவங்க அப்பாகூட இல்லியா?''

''இல்ல சார்.''

''ஏன்?'' கேள்வி கேட்கிற இயந்திரம் மாதிரி குணசேகரன் கேட்டார்.

''எல்லாப் புள்ளைகளும் எம் மவளுக்குத்தான பொறந்துச்சி. அதனால, நானே வளத்துக்கிறன்னு எங்க ஆயா சொல்லிடிச்சி சார்.''

''ஒங்க ஆயா என்னா செய்யுறாங்க?''

''கூலி வேலக்கிப் போகுது சார்'' என்று வசந்த் சொன்னதைக் கேட்ட குணசேகரன் ஒரு காரணமும் இல்லாமல் பெருமூச்சுவிட்டார். 'சனியன் புடிச்ச கதையையெல்லாம் கேட்க வேண்டியிருக்கிறதே' என்று நினைத்து தன் நெற்றியைத் தேய்த்துவிட்டுக்கொண்டார்.

''ஒங்கப்பா வந்து ஒன்னெப் பாப்பாரா?''

''தீபாவளி அன்னிக்கும், பொங்கல் அன்னிக்கும் வந்து பாப்பாரு சார்.''

''பணம் எதுவும் தருவாரா?''

''தருவாரு சார்.''

''மத்த ஆளுங்க?''

''தீபாவளிக்கும் பொங்கலுக்கும் துணிமணி எடுத்துக்கிட்டு வந்து கொடுத்திட்டுப் போவாங்க சார்.''

''அஞ்சி பேருக்கும் தருவாங்களா? தனித்தனியாத் தருவாங்களா?''

''அஞ்சி பேருக்கும்தான் சார்.''

''ஒங்க ஆயா அந்த ஆளுங்களத் திட்டாதா?''

''அவனவன் புள்ளைக்கித்தான அவனவன் செய்யுறான்னு சொல்லும் சார்.''

''அப்பிடியா?'' என்று கேட்ட குணசேகரனின் குரலிலும் முகத்திலும் எந்த மாற்றமும் வெளிப்படவில்லை. அதே மாதிரி வசந்த்தின் முகத்திலும் குரலிலும் எந்த மாற்றமும் ஏற்படவில்லை. 'சார் கேட்கிறார். அதனால் சொல்கிறேன்' என்பதுபோல் இருந்தது அவன் சொன்ன விதம்.

கொஞ்ச நேரம் யோசிப்பதுபோல் உட்கார்ந்துகொண்டிருந்த குண சேகரன் மறந்துவிட்ட கேள்வியைக் கேட்பதுபோல், ''மத்த புள்ளைங்க யெல்லாம் என்னா பண்ணுது?'' என்று கேட்டார்.

''ரெண்டு புள்ளைங்க இந்த ஊர் கேர்ள்ஸ் ஹாஸ்டல்ல படிக்குது சார். ஒரு பாப்பாவும் ஒரு தம்பியும் உள்ளூர்லியே படிக்கிறாங்க சார். இங்கயிருந்து கேர்ள்ஸ் ஹாஸ்டலுக்குப் போயி ரெண்டு புள்ளைங்களயும்

கூட்டிக்கிட்டு ஊருக்குப் போகணும் சார்'' என்று வசந்த் சொன்னதைக் கேட்கும்போது, 'நீ யார வேணும்ன்னாலும் கூட்டிக்கிட்டுப் போ, எனக் கென்ன?' என்பதுபோல் உட்கார்ந்துகொண்டிருந்த குணசேகரன், ''நீ யாருக்குப் பொங்கக் காசு கொடுக்கப் போற?'' என்று கேட்டார்.

''என் தம்பி, தங்கச்சிவுளுக்கு சார்.''

''மத்த ஆளுங்களுக்குப் பொறந்த பிள்ளைங்களுக்குமா?''

''யாருக்குப் பொறந்தா என்னா சார்? எல்லாரும் எங்கம்மா வயித்தில இருந்துதான சார் பொறந்தாங்க?'' என்று வசந்த் கேட்டதற்கு குண சேகரனால் பதில் சொல்ல முடியவில்லை. வசந்த்தின் முகத்தையே ஆராய்வதுபோல் பார்த்தார். கதை சொல்கிறானோ என்று சந்தேகப் பட்டார். ஆனால், அவன் சொல்கிற விதமும் அவன் நின்றுகொண் டிருந்த விதமும் கதை சொல்வது மாதிரி தெரியவில்லை. 'அவ்வளவு நல்ல பையனாடா நீ?' என்று ஆச்சரியப்பட்டார். ஆனாலும், 'நீ கதை சொன்னாலும் சரி, உண்மையைச் சொன்னாலும் சரி, எனக்கென்ன?' என்கிற மனநிலையில்தான் குணசேகரன் உட்கார்ந்துகொண்டிருந்தார்.

அப்போது அவருடைய போன் மணி அடித்தது. அவருடைய மனைவி தான் கூப்பிட்டார். கடுமையான கோபத்துடன் போனை எடுத்த குண சேகரன், ''சனியனாட்டம் எதுக்கு போன் போட்டுக்கிட்டே இருக்க?'' என்று கேட்டார். ''ஒங்கம்மா திடீர்ன்னு எங்க போனாங்கன்னு தெரியல. போனயும் வீட்டுலியே வச்சிட்டுப் போயிட்டாங்க. ஒடனே வந்து பாருங்க'' என்று படபடவென்று சொன்னதைக் கேட்ட குணசேகரன், ''ஓடிப்போற புள்ளயப் பெத்ததுக்கு எங்கியாச்சும் போயிச் செத்துத் தொலயட்டும். வையிடி போன'' என்று சொல்லி அடித்து உடைக்காதக் குறையாக போனை மேசைமீது வைத்தார். ''ஐயோ ராமா, தல வேதனையா இருக்கே'' என்று சொல்லிவிட்டு வெளியே போவதற்காக எழுந்து நின்றதும், ''எங்கம்மா மேல சத்தியமாத் திருப்பித் தந்துடுவன் சார்'' என்று கெஞ்சுகிற மாதிரி வசந்த் கேட்டான்.

''ஏன் தம்பி, மனுஷன் இருக்கிற நெலமத் தெரியாமப் பேசிக்கிட்டு'' என்று சொல்லிக் கோபப்பட்டார். கோபத்துடனேயே வெளியே போக முயன்ற குணசேகரனுடைய காலில் சட்டென்று விழுந்து கும்பிட்டு, ''எங்கம்மா மேல சத்தியமாப் பணத்தத் திருப்பித் தந்திடுவன் சார்'' என்று சொல்லும்போதே வசந்த்துக்குக் கண்கள் கலங்கிவிட்டன. காலில் வசந்த் விழுந்து கும்பிட்டதும் எப்போதும் இல்லாத அளவுக்கு குணசேகரனுக்குக் கோபம் கூடிவிட்டது. ''வரதெல்லாம் எனக்குச் சனியனா இருக்கே''

என்று சொல்லித் தலையில் அடித்துக்கொண்டு மேல்சட்டைப் பையிலும், பேண்ட் பையிலும் கையை விட்டுத் தேடிப்பார்த்தார். முந்நூறு ரூபாய் தான் இருந்தது. முந்நூறு ரூபாயை எடுத்து விட்டெறிவதுபோல் வசந்த் திடம் கொடுத்து, "இவ்வளவுதான் எங்கிட்ட இருக்கு. இதுக்கு மேல எங்கிட்ட ஒரு பைசா இல்ல. வேணும்ன்னா என் பையப் பாத்துக்க" என்று சொல்லி மேல்சட்டைப் பையையும் பேண்ட் பையையும் இழுத்துக் காட்டிவிட்டு அறையின் வாசலுக்கு வந்தார். அவர் பணம் கொடுத்தது கூட விடுமுறை முடிந்து விடுதிக்கு வந்த பிறகு பிரச்சினை பண்ணாமல் இருக்க வேண்டும் என்பதற்காகத்தான்.

அப்போது அவருடைய போன் மணி அடித்தது. "இந்தச் சனியன ஓடச்சாதான் நிம்மதி" என்று சொல்லிக்கொண்டே போனை எடுத்துப் பேசினார். "எம் மவள நானே தேடிக்கிறன்னு சொல்லிட்டு அம்மா வெளியப் போயிடிச்சாம். நான் ஊர்லயிருந்தாக்கூடப் போயித் தேடிப் பாப்பன். நாளக்கி லீவ் போட்டுட்டு ராத்திரிக்கே ஊருக்கு வர்றன். நீ என்னா ஏதுன்னு தேடிப்பாரு" என்று அவருடைய தம்பி ஞானசேகரன் சொன்னதற்கு, "நான் ஒரு வாத்தியாரா இருக்கன். என் தங்கச்சி ஓடிப் போயிட்டா. அவள எங்கியாச்சும் பாத்தீங்களான்னு போயித் தெரிஞ்ச வங்ககிட்ட கேட்டா எனக்கு அசிங்கமா இருக்காதா? சாவச் சொல்லு சாவுறன். அவள மட்டும் தேட மாட்டன். அம்மாவயும் நான் தேட மாட்டன். இது சத்தியம்" என்று சொல்லி போனை வைத்த குண சேகரன் விர்ரென்று விடுதியை விட்டு வெளியே போனார்.

அவர் போவதையே கண் சிமிட்டாமல் பார்த்துக்கொண்டிருந்தான் வசந்த். ●

காலம் - ஜனவரி, 2020

கட்சிக்காரப் பிணம்

‘‘என்னெ வுட்டுட்டுப் போயிட்டிங்களா?’’ என்று கேட்டு பாண்டியனின் உடலைப் பார்த்து ராஜாமணி அழுதுகொண்டிருந்தாள். அவள் இதுவரை தெருவுக்குக் கேட்கிற அளவுக்குச் சத்தமாகப் பேசியதோ, சத்தம்போட்டதோ கிடையாது. எப்போது பேசினாலும் மூணாவது ஆளுக்குக் கேட்காத மாதிரிதான் பேசுவாள். ‘‘கொஞ்சம் சத்தமாப் பேசுனா என்னா?’’ என்று கேட்டுச் சத்தம்போடுவார் பாண்டியன். கடைசி வரை அந்த ஒரு விஷயத்தில் மட்டும் தன்னுடைய இயல்பை மாற்றிக் கொள்ளவில்லை. இப்போது அவள் அழுகிற குரல் தெருவுக்கே, ஊருக்கே கேட்கும் போலிருந்தது.

ஐந்து நிமிடத்திற்கு முன்னால்தான், ‘‘அப்பாவ வந்து பாருப்பா’’ என்று ராஜாமணி சொன்னாள். தமிழரசனும் அவனுடைய மனைவி மேகலாவும் மாடியிலிருந்து இறங்கி வந்து பார்த்தார்கள். உயிர் பிரிந்து விட்டது தெரிந்தது. எப்படி நடந்திருக்கும் என்று யோசிக்கக்கூட அவர்களுக்கு நேரமில்லை. பயத்தில் நடுங்கிப்போனார்கள். அழக்கூட முடியவில்லை. இருவரும் பிணத்தின் முகத்தையே வைத்த கண் வாங்காமல் பார்த்துக்கொண்டிருந்தனர். இருவருக்கும் உடம்பு நடுங்கிக்கொண்டிருந்தது. அதிர்ச்சியில் வியர்த்துப் போயிற்று. அடுத்து என்ன செய்வது, யாரிடம் சொல்வது என்பதுகூட அவர்களுக்குத் தெரியவில்லை.

‘‘ராத்திரி நல்லாதான சாப்ட்டுட்டுப் படுத்தாரு? காலயில பாத்தா உசுரோட இல்லியே. இப்பிடியா சாவு வரும்? தெனம் அஞ்சு மணிக்கு எந்திரிச்சிடுவாரு. எந்திரிச்சதுமே காபி கேப்பாரேன்னு காபியப் போட்டுக்கிட்டுப் போயி எழுப்புனப்பதான் எனக்கே தெரிஞ்சிது. தூக்கத்திலியே உயிர் போயிடிச்சி. ஒங்களுக்கு முன்னாடியே நான் போயிடணும்ன்னு நெனச்சனே. என்னெ வுட்டுட்டுப் போயிட்டிங்களே’’ என்று சொல்லி ராஜாமணி, மாங்குமாங்கு என்று நெஞ்சில் அடித்துக்கொண்டாள். ராஜாமணியின் பக்கத்தில் போய், ‘‘ஒங்களுக்கு ஏதாச்சும் ஆயிடப் போவுது’’ என்று சொல்லி மேகலாவும் அழ ஆரம்பித்தாள்.

"ஒரு வார்த்தகூடச் சொல்லாமப் போயிட்டாருப்பா ஓங்கப்பா" என்று தமிழரசனைப் பார்த்துச் சொன்ன ராஜாமணி நெஞ்சில் அடித்துக் கொண்டாள்.

பிணத்தின் இடுப்பிலிருந்த வேட்டியைச் சரிசெய்த தமிழரசனிடம், "சொந்தக்காரங்களுக்கு போன் போட்டு சொல்லுங்க" என்று மேகலா சொன்னாள். அவள் சொன்னதைக் காதில் வாங்காமல் தமிழரசன் பிணத்தின் கைகளையும் கால்களையும் நகர்த்திவைத்தான். பிறகு, 'ஓ' என அழ ஆரம்பித்தான்.

"என்னை வுட்டுட்டுப் போயிட்டிங்களா?" என்று சொல்லிப் பிணத்தின் முகத்தைத் தடவிக்கொடுத்து அழுதுகொண்டிருந்தாள் ராஜாமணி.

ராஜாமணியும் மேகலாவும் அழுதுகொண்டிருக்கிற குரல் கேட்டு எதிர் வீட்டு ஆனந்தனும் அவளுடைய மனைவி செல்வியும் ஓடிவந்து கதவைத் தட்டினார்கள். கதவைத் தட்டுகிற சத்தம் கேட்டு எழுந்துபோய் மேகலாதான் கதவைத் திறந்தாள். "என்னாச்சி?" என்று ஆனந்தனும் செல்வியும் ஒரே குரலாகக் கேட்டனர். "மாமா இறந்திட்டாங்க" என்று மேகலா சொன்னதும், "என்னா சொல்றிங்க?" என்று கேட்டுக்கொண்டே ஆனந்தனும் செல்வியும் பிணம் இருந்த அறைக்கு ஓடிவந்தனர். அவர்களைப் பார்த்ததும்தான் ராஜாமணிக்குக் கூடுதலாக அழுகை வந்தது. செல்வியைக் கட்டிப்பிடித்துக்கொண்டு அழ ஆரம்பித்தாள்.

"எப்பிடியாச்சிண்ணே?" என்று தமிழரசனிடம் கேட்டான் ஆனந்தன்.

"நானும் மேகலாவும் மாடியில் தூங்கிக்கிட்டிருந்தம். திடீர்னு வந்து அம்மா கதவத் தட்டினாங்க. கதவத் தொறந்து என்னான்னு கேட்டப்ப தான் தெரிஞ்சிது" என்று கண்கலங்கியபடியே தமிழரசன் சொன்னான்.

"ஹார்ட் அட்டாக்கா இருக்கும். தூக்கத்திலியே உயிர் பிரிஞ்சிடிச்சி போல" என்று சொன்னான் ஆனந்தன். அப்போது பக்கத்து வீட்டு ராதாவும் அவனுடைய மனைவி ராணியும் வந்தனர். வந்த வேகத்தில், "என்ன" என்று கேட்டனர். ஆனந்தனிடம் சொன்னதையே ராதா வுக்கும் ராணிக்கும் சொன்னான் தமிழரசன். ராஜாமணியைக் கட்டிப் பிடித்துக்கொண்டு ராணி அழ ஆரம்பித்தாள்.

ராஜாமணி, செல்வி, ராணி மூவரும் அழுகிற சத்தம் கேட்டு தெருவி லிருக்கும் ஆண்கள், பெண்கள் என்று ஒருசிலர் ஓடிவந்தனர். பாண்டியன் இறந்துவிட்டார் என்பதை யாராலுமே நம்ப முடியவில்லை. "நேத்து மத்தியானம் நல்லாதான் இருந்தாரு", "ராத்திரி ஏழெட்டு மணிக்கு வரப்போற தேர்தலப் பத்தி எங்கிட்ட பேசிக்கிட்டிருந்தாரே" என்று ஆளாளுக்கு ஏதேதோ சொன்னார்கள்.

பாண்டியன் இறந்துவிட்ட செய்தி பரவியதும், தெருக்காரர்கள், ஊர்க் காரர்கள் என்று பலரும் வர ஆரம்பித்தனர். கூட்டம் சேர ஆரம்பித்தது. பாண்டியன் எப்படி இறந்தார் என்று தமிழரசனிடம் விசாரித்துக்கொண் டிருந்த தெற்குத் தெரு சரவணன், ''தூக்கத்திலியே உயிர் பிரிஞ்சிருக்கு. சாமி இல்ல, சாமி இல்லன்னு சொல்லிக்கிட்டே இருப்பாரு, பகவான் அவருக்கு நல்ல சாவக் கொடுத்திட்டான். இன்னிக்கி வெள்ளிக்கிழம. முகூர்த்த நாள். நல்ல நாளிலதான் செத்திருக்காரு. மோட்சத்துக்குப் போவாரு'' என்று சொன்னார். அவர் சொன்ன விதம் கடவுளின் அருளால் தான் பாண்டியன் இறந்துவிட்டார் என்பதுபோல் இருந்தது.

தமிழரசனிடம் வந்த மேகலா, ''அப்பிடியே நின்னுக்கிட்டிருந்தா என்னா அர்த்தம்? சொந்தக்காரங்களுக்கு போன் போட்டுச் சொல்ல வேணாமா? நம்ப பசங்களுக்குச் சொல்லுங்க. முதல்ல ஒங்க தங்கச் சிக்குச் சொல்லுங்க. சேலத்திலிருந்து வர வேணாமா? நம்ப பசங்க எப்பிடித்தான் மெட்ராஸிலிருந்து வரப்போறாங்களோ'' என்று சொன் னாள்.

''போன் எங்க இருக்கு?''

''மாடியிலதான் இருக்கு. படுக்கை கிட்ட பாருங்க'' என்று சொல்லி விட்டு அங்கங்கே கிடந்த பொருட்களை எடுத்து வீட்டை ஒழுங்கு செய்ய ஆரம்பித்தாள். தமிழரசன் மாடிக்குப் போய் செல்போனை எடுத்துக்கொண்டு வந்து உறவினர்களுக்கு, தெரிந்தவர்களுக்கு என்று செய்தியைச் சொல்ல ஆரம்பித்தான். ''மாடியப் பூட்டுனிங்களா?'' என்று மேகலா கேட்டாள்.

''மறந்திட்டன்'' என்று தமிழரசன் சொன்னதும், ''தலயெழுத்து'' என்று சொல்லிக்கொண்டே மாடிக்கு ஓடினாள் மேகலா.

''கட்சி முறைப்படிதான் பொணத்த எடுப்பிங்கன்னு நெனைக்கிறன்'' என்று சரவணன் சொன்னார். அவர் சொன்னதைக் காதில் வாங்காமல் பாண்டியன் இறந்துவிட்ட செய்தியை யாருக்கோ போனில் சொல்லிக் கொண்டிருந்தான் தமிழரசன்.

தெருவிலிருந்து வேகமாக வீட்டிற்குள் வந்த கிளைச் செயலாளர் கோவிந்தன் பிணத்தைப் பார்த்து, ''போயிட்டிங்களா ஒன்றியம்'' என்று சொல்லி அழுதான். சிறிது நேரம் கழித்து தமிழரசனிடம் வந்து ''எப்பிடிண்ணே ஆச்சி?'' என்று கேட்டான். தமிழரசன் விஷயத்தைச் சொன்னதும், ''ஒன்றியத்துக்கு, மாவட்டத்துக்கு, எம்.எல்.ஏ.வுக்குச் சொல்லிட்டிங்களா?'' என்று கேட்டான்.

‘‘இல்ல’’ என்று தமிழரசன் சொன்னதும், ‘‘நான் சொல்லிக்கிறன்’’ என்று சொன்ன வேகத்தில் சட்டைப் பையிலிருந்த செல்போனை எடுத்து ஒன்றியச் செயலாளர், மாவட்டச் செயலாளர், எம்.எல்.ஏ., மாவட்டப் பிரதிநிதி, பொதுக்குழு உறுப்பினர்கள் என்று பலருக்கும் போன் போட்டுச் சொல்ல ஆரம்பித்தான் கோவிந்தன். அவன் சொன்ன விதம் சொந்த அப்பா இறந்த செய்தியைச் சொல்வதுபோல்தான் இருந்தது. துக்கம் விசாரிப்பதற்காக வந்த உள்ளூர் ஆட்களிடம் பேசிக்கொண்டிருந்த தமிழரசனிடம் வந்து மெதுவாக, ‘‘பாடிய எப்பிடிண்ணே எடுக்கிறது?’’ என்று கேட்டான். தமிழரசனுக்கு என்ன பதில் சொல்வதென்றே தெரியவில்லை. பழய கட்சிக்காரரு, பெரிய கட்சிக்காரரு, ‘என்ன பாண்டியா, நல்லா இருக்கியா?’ன்னு தலைவரே விசாரிக்கிற நெலமயில இருந்தவரு. மூணு முற ஒன்றியச் செயலாளரு, ரெண்டு முற மாவட்டப் பிரதிநிதி, ரெண்டு முற பொதுக்குழு உறுப்பினருன்னு கட்சியில பல பொறுப்புல இருந்தவரு. கட்சி முறப்படி பாடிய எடுக்கிறதுதான் நல்லது.’’

‘‘அவரால கட்சியில வளந்தவன் நான். ஒன்றிய கவுன்சிலர், மாவட்ட கவுன்சிலர் பதவியெல்லாம் எனக்கு அவரால வந்ததுதான்’’ என்று சொல்லும்போது அவனுக்குக் கண்கள் கலங்கிவிட்டன. ‘‘கட்சி முறப்படி தான் பொணத்த எடுக்கணும். அதுதான் முற. கட்சிக்காரனுக்குக் கட்சி செய்யுற மரியாத’’ என்று தழுதழுத்த குரலில் கோவிந்தன் சொன்னதும், ‘‘ராத்திரிகூட தலைவரப் பத்தி, கட்சியப் பத்திதான் எங்கிட்ட பேசிக் கிட்டிருந்தாரு’’ என்று சொல்லிவிட்டு தமிழரசன் அழுதான். அப்போது உள்ளூரிலிருந்த கட்சிக்காரர்கள் ஐந்தாறு பேர் ஒன்றாக வந்து பிணத் திடம் கொஞ்ச நேரம் நின்றுவிட்டு வந்தனர். கோவிந்தனிடம், ‘‘கட்சி முறப்படிதான பாடிய எடுக்கப்போறாங்க?’’ என்று கேட்டதும் அவனுக்குக் கோபம் வந்துவிட்டது.

‘‘அவரு என்னெ சாதாரணக் கட்சிக்காரரா? ஊரறிஞ்ச, நாடறிஞ்ச கட்சிக்காரரு, கட்சின்னா, தலைவருன்னா, உசுரயே வுடுற ஆளு. கட்சி முறப்படிதான் பொணத்த எடுக்கணும். முத மாலயே ஊர்க் கிளை சார்பாத் தான் போடணும், ஒரு ஆளு போயி மால வாங்கிக்கிட்டு வா. ஒரு ஆளு போயி போஸ்டர், டிஜிட்டல் பேனர் அடிச்சிக்கிட்டு வா’’ என்று சொல்லிப் பணத்தைக் கொடுத்து மூன்று பேரை அனுப்பினான். பிறகு தமிழரசன் பக்கம் திரும்பி உத்தரவு போடுவதுபோல், ‘‘முத மால கட்சியோட மாலதான் போடணும்ண்ணே’’ என்று சொல்லிவிட்டு உள்ளூர்க் கட்சிக் காரர்களுடன் வாசலுக்குப் போனான். கூடவே வந்த இளைஞரணி மனோகரனிடம், ‘‘கட்சிக்காரங்க பூராவும் ஒண்ணாக் கூடி ஊர்வலம்

வந்துதான் மால போடணும், யாரும் தனித்தனியாப் போடக் கூடாது'' என்று கட்டளை மாதிரி சொன்னான். அதற்கு மனோகரன், ''கட்சி ஒற்றுமயக் காட்டுவோம்ண்ணே'' என்று சொன்னான்.

பாண்டியன் இறந்துவிட்ட செய்தி பரவிய கொஞ்ச நேரத்திலேயே வீடு கொள்ளாத அளவுக்குக் கூட்டம் சேர்ந்துவிட்டது. சின்ன அறைக்குள் பிணம் இருந்ததால் நெரிசல் அதிகமாக இருந்தது. அதனால் அறையிலிருந்த பிணத்தைக் கூடத்திற்குத் தூக்கிக்கொண்டுவந்து வைக்கச் சொன்னார்கள். பிணத்தைக் கூடத்திற்குத் தூக்கிக்கொண்டு வந்த ஆட்கள், ''எந்த வாட்டத்தில கிடத்துறது?'' என்று கேட்டார்கள். கூட்டத்திலிருந்த சரவணன், ''அவருதான் வடக்கு தெக்குன்னு பாக்காத ஆளாச்சே'' என்று சொன்னார். தமிழரசன், ''எப்பிடி வேணும்னாலும் வைங்க'' என்று சொன்னான். அப்போது பிணத்தைத் தூக்கிக்கொண்டு வந்த தங்கவேல், ''நம்ப சாதி முறப்படி கிடத்த வேணாமா?'' என்று கேட்டான். அதற்கு, ''அவரு எப்ப சாதிய, சாதி வழக்கத்தப் பாத்தாரு. இஷ்டப்படி வைங்கப்பா'' என்று சரவணன் சொன்னார். ஆனாலும், சாதி முறைப்படியே பிணத்தைக் கிடத்தினார்கள்.

கோவிந்தனும் உள்ளூர்க் கட்சிக்காரர்கள் இரண்டு பேரும் வந்து, ''ஷாமியானா பந்தலுக்கு, சேருக்குச் சொல்லிட்டிங்களா?'' என்று தமிழரசனிடம் கேட்டனர்.

''இல்ல'' என்று தமிழரசன் சொன்னான். ஐந்தே முக்கால் மணிக்கு வந்து கதவைத் தட்டி பாண்டியன் இறந்துவிட்டார் என்று ராஜாமணி சொன்னதிலிருந்து இதுவரை என்ன நடக்கிறது, யார் வீட்டுக்கு வருகிறார்கள், யார் வந்து தன்னிடம் துக்கம் விசாரிக்கிறார்கள், மேகலாவும் ராஜாமணியும் என்ன செய்துகொண்டிருக்கிறார்கள் என்பது எல்லாம் அவனுடைய கவனத்தில் பதியவே இல்லை. அப்பா இறந்துவிட்டார் என்பதை அவனால் இன்னும் நம்ப முடியாமல்தான் இருந்தது. அவனுக்கு இன்னமும் பதற்றமும் படபடப்பும் இருந்துகொண்டுதான் இருந்தது.

அவன் பேசாமல் இருப்பதைப் பார்த்த கோவிந்தன், ''நீங்க மத்த வேலயப் பாருங்க. நான் பந்தலுக்கு, சேருக்கு ஆர்டர் சொல்லிக்கிறன்'' என்று சொல்லிவிட்டுப் போனான். வாசலுக்கு வந்த கோவிந்தன் ஷாமியானா பந்தலுக்கும் சேருக்கும் போனிலேயே ஆர்டர் சொன்னான். ''சீக்கிரம், சீக்கிரம்'' என்று சொன்னான். பிறகு மாலை வாங்கப் போனவனுக்கு போன் போட்டு, ''சீக்கிரம் வந்து சேரு. முதல்ல கட்சி மாலதான் போடணும்'' என்று சொல்லிக் கத்தினான்.

பிணத்திற்குப் பக்கத்தில் உட்கார்ந்து அழுதுகொண்டிருந்த ராணி, ''பொணத்துக்கு வா கட்டு, கை கட்டு, கால் கட்டு கட்ட வேணாமா? நெத்திக் காசு வைக்க வேணாமா?'' என்று கேட்டாள். ராணி கேட்டதைக் காதில் வாங்காத மேகலா புதிதாகத் துக்கம் விசாரிக்க வந்த பெண்களிடம் பாண்டியன் எப்படி இறந்தார் என்பதைச் சொல்லிக்கொண்டிருந்தாள். ராணி கேட்டதற்கு, ''இது கட்சிப் பொணமாச்சே வழிவுடுவாங்களான்னு தெரியலியே'' என்று தானாகவே செல்விதான் பதில் சொன்னாள்.

''கட்சிப் பொணமா இருந்தாலும் வழிவுட வேணாமா?'' என்று ராணி கேட்டாள்.

''பெரிய கட்சிக்காரரு வீடு. சடங்கெல்லாம் செய்ய மாட்டாங்கன்னு தான் நினைக்கிறன்'' என்று செல்வி சொன்னாள். தனக்குப் பக்கத்தில் உட்கார்ந்திருக்கும் பெண்கள் என்ன பேசிக்கொண்டிருக்கிறார்கள் என் பதை எல்லாம் கவனிக்கும் நிலையில் ராஜாமணி இல்லை. தன்னுடைய போக்கில், ''என்னெ வுட்டுட்டுப் போயிட்டிங்களே'' என்று சொல்லி அழுதுகொண்டிருந்தாள்.

வாசலிலிருந்து வீட்டிற்குள் வந்த கோவிந்தன், ''பாடிய வைக்க ஃபிரீசர் பாக்ஸுக்குச் சொல்லிட்டிங்களா?'' என்று கேட்டான். அதற்குத் தமிழரசன், ''சொல்லிடுங்க'' என்று சொன்னான். உடனே போன் போட்ட கோவிந்தன் ஃபிரீசர் பாக்ஸுக்கு ஏற்பாடு செய்தான். பிறகு, ''ஷாமியானா சொல்லியாச்சி. சேர் சொல்லியாச்சி. வர்றவங்களுக்குக் கொடுக்கிறதுக்கு டீயும் சொல்லியாச்சி'' என்று தமிழரசனிடம் சொன்னான். அப்போது அவனுக்கு போன் வந்தது. போனை எடுத்துப் பேச ஆரம்பித்தவன், ''சரிண்ணே. சரிண்ணே. அண்ணன் சொல்றபடியே செஞ்சிடலாம்ண்ணே. நாங்க எல்லாத்தயும் ரெடி பண்ணிடுறம்ண்ணே ஓகோனு செய் யுறம்ண்ணே'' என்று சொல்லிவிட்டு போனை வைத்த கோவிந்தன், தமிழரசனைப் பார்த்து, ''ஒன்றியம் பேசுனாரு. எம்.எல்.ஏ.வ, மாவட்டத்த அழைச்சிக்கிட்டு வந்துடுறன்னு சொன்னாரு'' என்று சொன்னான்.

அப்போது தெருவிலிருந்து அழுதுகொண்டே ஓடிவந்த பாண்டியனின் பங்காளி வீட்டுப் பெண் செல்லம்மாள், தமிழரசனைக் கட்டிப்பிடித்துக் கொண்டு அழ ஆரம்பித்தாள். அவள் அழுது முடிக்கும்வரை பேசாமல் நின்றுகொண்டிருந்த கோவிந்தன், ''கொஞ்சம் பணம் வேணும்ண்ணே'' என்று தயக்கத்துடன் சொன்னான்.

''எதுக்கு?''

‘‘சுடுகாட்டுல எரங்கல் கூட்டம் போடணும். ஷாமியானா பந்தல் போடணும், சேர் சொல்லணும், மைக் செட்டுக்கு ஆர்டர் சொல்லணும்ண்ணே’’ என்று சத்தமில்லாமல் சொன்னான். தமிழரசன் வாயைத் திறக்கவில்லை. அவன் எதனால் பேசவில்லை என்பதைப் புரிந்துகொண்ட மாதிரி, ‘‘சாதாரண கட்சிக்காரருன்னா ஊர்வலமா வந்து மாலயப் போட்டுட்டுப் போயிடலாம். அண்ணன் கட்சியில பெரிய ஆளு. மாவட்டம், எம்.எல்.ஏ.ன்னு வச்சி எரங்கல் கூட்டம் போட்டுத்தான் அடக்கம் செய்யணும். அதான் மரியாத’’ என்று பக்குவமாக கோவிந்தன் சொன்னான். அவன் சொல்வதைக் காதில் வாங்கிக்கொள்கிற மனநிலையில் தமிழரசன் இல்லை என்பதை அவனுடைய முகமே காட்டிக்கொடுத்தது. ஆனாலும், தமிழரசனைச் சமாதானம் செய்கிற விதமாக, ‘‘அண்ணன் படிப்பு, வேல, வெளியூர்னு போயிட்டிங்க. அதனால கட்சியோட நடமுற உங்களுக்கு அவ்வளவாத் தெரியாது’’ என்று கோவிந்தன் சொன்னான்.

தமிழரசன் படித்து முடித்ததுமே வங்கியில் வேலைக்குச் சேர்ந்துவிட்டான். கட்சிக் கூட்டத்திற்கெல்லாம் வர மாட்டான். அதற்கு அவனுக்கு நேரமும் இருக்காது. தீபாவளி, பொங்கலுக்கு மட்டும்தான் ஊருக்கே வருவான். இப்போதுகூட உறவினர் ஒருவரின் விசேஷத்துக்காகத்தான் ஊருக்கு வந்திருக்கிறான். இந்த நேரத்தில்தான் பாண்டியன் இறந்துவிட்டார்.

‘‘அப்பறம் பேசலாம்.’’

‘‘இப்பியே சொன்னாதான் வேல நடக்கும். ஷாமியானா பந்தல் போடணும். சேருக்கு ஆர்டர் சொல்லணும். ஒவ்வொரு பொருளும் வந்து சேர லேட்டாயிடும். லேட்டாயிட்டா ஒன்றியம், மாவட்டம், எம்.எல்.ஏ. எல்லாம் லோக்கல் கட்சிக்காரனத்தான் திட்டுவாங்க’’ என்று சொன்னான் கோவிந்தன்.

‘‘அப்பாவே இறந்திட்டாங்க. இனிமே கூட்டம்போட்டு என்ன செய்யப்போறம்?’’ என்று கேட்ட தமிழரசனுக்குக் கண்கள் கலங்கிவிட்டன.

‘‘அப்படியில்லண்ணே. அவராலதான் நம்ப ஏரியாவுல கட்சின்னு ஒண்ணு இருக்கிறதே தெரிஞ்சிது. கட்சிக்குன்னு ஒரு மரியாத இருக்கு’’ என்று கோவிந்தன் பேச ஆரம்பித்ததும், பேச்சை முறிக்க நினைத்த தமிழரசன், ‘‘எதுவா இருந்தாலும் அப்பறம் பேசிக்கலாம்’’ என்று சொன்னான்.

‘‘செத்தது சாதாரண ஆளில்ல. கட்சியில பெரிய ஆளு, அவரோட சாவுக்கு எரங்கல் கூட்டம் போடலன்னா கட்சிக்கி என்னா மரியாத

இருக்கு. ஒன்றியம் சொல்லிட்டாரு. பழய ஒன்றிய சேர்மன் சொல்லிட்டாரு. எம்.எல்.ஏ., மாவட்டம்ன்னு எல்லாரும் எரங்கல் கூட்டம் நடத்தித் தான் ஆகணும்ன்னு சொல்லிட்ட பின்னால நடத்தாம இருக்க முடியுமா?'' என்று கோவிந்தன் கேட்டதும் தமிழரசனுக்குக் கோபம் வந்துவிட்டது. ''எதுனா செஞ்சிட்டுப் போங்க'' என்று சொல்லிவிட்டு முகத்தைத் திருப்பிக்கொண்டான்.

அவன் அவ்வாறு செய்வான் என்று எதிர்பார்க்காத கோவிந்தனுக்குச் சட்டென்று கோபம் வந்துவிட்டது. ''நீங்க காசு தர வேணாம். நாங்க பாத்துக்கிறம். பாண்டியன் அண்ணனுக்கு இதுகூடச் செய்யலன்னா அப்பறம் நாங்க எதுக்குக் கட்சியில இருக்கணும்?'' என்று கொஞ்சம் சத்தமாகவே கேட்டான்.

பிறகு பிணத்திற்குப் பக்கத்தில் அழுதுகொண்டிருந்த ராஜாமணியிடம் போய் விஷயத்தைச் சொன்னான். அவள் ஒரே வார்த்தையாக, ''கட்சிக்காரங்க விருப்பப்படி செய்ங்க'' என்று சொன்னாள். உடனே கோவிந்தன் போன் போட்டு சுடுகாட்டில் எரங்கல் கூட்டம் நடத்துவதற்குத் தேவையான ஷாமியானா, சேர், மைக்செட்டு என்று ஆர்டர் கொடுத்தான். வீட்டிற்குள் ஒரே சத்தமாக இருந்ததால் வெளியே வந்து, ஒன்றியச் செயலாளருக்கு, மாவட்டச் செயலாளருக்கு என்று ஒவ்வொருவருக்கும் போன் போட்டு பாண்டியனுக்கு இரங்கல் கூட்டம் நடக்க இருக்கிற விஷயத்தைச் சொல்ல ஆரம்பித்தான்.

நேரம் செல்லச்செல்ல கூட்டம் சேர்ந்துகொண்டேயிருந்தது. துக்கம் விசாரிப்பதற்காக வந்த பெரும்பாலானவர்கள் தமிழரசனிடம் கேட்ட கேள்விகள், ''பொணத்த எப்பிடி எடுக்கப்போறிங்க? கட்சி மொறப்படியா? நம்ப சாதி வழக்கப்படியா?'' என்பதுதான். பாண்டியன் எப்படி இறந்தார் என்று விசாரித்தவர்களைவிடப் பிணத்தை எப்படி எடுக்கப் போகிறீர்கள் என்று கேட்டவர்கள்தான் அதிகம். கட்சிக்காரர்களிடம் ''சொல்றன்'' என்று சொன்னான். உறவினர்களிடம் ''இன்னம் முடிவாகல'' என்று சொன்னான். அப்பா இறந்த கவலையைவிடப் பிணத்தை எப்படி எடுக்கலாம் என்ற கவலைதான் அவனுக்குப் பெரியதாக இருந்தது.

பங்காளி முறையிலுள்ள பெரியசாமி வந்து, ''நல்ல நேரம் முடியறதுக்குள்ளாரப் பொணத்துக்கு வழிவிடணும். வண்ணானுக்குச் சொல்லியாச்சா? வண்ணான் இல்லாம வழிவுட முடியாது. வழிவுடுறதுக்கான சாமான் வாங்கியாச்சா?'' என்று கேட்டார்.

''இல்ல'' என்று தமிழரசன் சொன்னான்.

''கட்சி முறப்படி பொணத்த எடுக்கப்போறிங்களா? நம்ப சாதி வழக் கப்படி எடுக்கிறதுதான் நல்லதுன்னு எனக்குப் படுது'' என்று சொன்னார்.

சாதி முறைப்படி எடுப்பதா, கட்சி முறைப்படி எடுப்பதா? தமிழரச னுக்கு ஒரே குழப்பமாக இருந்தது. ஒரு நேரம் கட்சி முறைப்படி எடுக் கலாம் என்று தோன்றியது. மற்றொரு நேரம் சாதி முறைப்படி எடுக்கலாம் என்று தோன்றியது.

''கொஞ்சம் இப்பிடி வந்திட்டுப் போங்க'' என்று மேகலா வந்து கூப்பிட்டாள்.

''சொல்ல வேண்டியவங்களுக்கெல்லாம் சொல்லியாச்சா? மறந்திடப் போவுது. நீங்க சொல்லனாலும் மத்தவங்கள விட்டாவது சொல்லிடுங்க'' என்று மேகலா சொன்னதற்கு ஒரே வார்த்தையாக, ''நான் பாத்துக்கிறன்'' என்று சொன்னான்.

''நேரமாவுது. கட்சி முறப்படியா, சாதி முறப்படியான்னு சொன்னா தான் அடுத்த வேலயப் பாக்க முடியும். வண்ணான் வந்து வாசல்ல நிக்குறான். சொன்னிங்கன்னா போயி, 'சாணிப் புள்ளயாரப் புடிச்சிக் கிட்டு, அருகம்புல்ல எடுத்துக்கிட்டு வா'ன்னு சொல்லலாம். அப்பறம் வழி வுடுறதுக்கான சாமான் வாங்குறதுக்குக் கடைக்கி ஆள் அனுப்ப லாம். எழவு சொல்ல ஆள் விடலாம். சேகண்டி அடிக்க, சங்கு ஊத தாதனுக்குச் சொல்லணும். மேளக்காரனுக்கு, ஆட்டக்காரனுக்குச் சொல்லணும்'' என்று சரவணன் சொன்னார்.

வீட்டிற்குள் வந்த வண்ணான் கந்தசாமி, ''காரியத்த ஆரம்பிக்கலாம்ங் களா?'' என்று கேட்டான். பிறகு தானாகவே, ''ஐயா கட்சிக்காரரு. சடங்கு, சம்பிரதாயமெல்லாம் அவருக்குப் புடிக்காது. தாத்தா, பாட்டி செத்ததுக்குக்கூட எதுவும் செய்யல. கருமகாரியம்கூடப் பண்ணல. ஐயாவ எப்பிடி எடுக்கலாம்னு சொன்னிங்கன்னா அதுக்கேத்த மாதிரி காரியத்தச் செய்யலாம்'' என்று சொன்னது தமிழரசனுக்கு ஆச்சரியமாக இருந்தது. அப்பாவைப் பற்றி ஊரிலுள்ள எல்லாருக்குமே தெரிந்திருக்கிறதே என்று ஆச்சரியப்பட்டான்.

''சொல்றன்'' என்று மட்டும் கந்தசாமியிடம் சொன்னான். அப்போது பிணத்தை வைப்பதற்கான ஃபிரீசர் பாக்ஸ் வந்திறங்கியது. ஃபிரீசர் பாக்ஸை வீட்டுக்குள் தூக்கிக்கொண்டுவந்து வைத்தார்கள் கட்சிக் காரர்கள். மின்சார இணைப்பை எங்கிருந்து எடுப்பது என்று மேகலா விடம் கேட்டான் கோவிந்தன். பிணத்திற்குப் பக்கத்தில் உட்கார்ந்து அழுதுகொண்டிருந்த ஒரு பெண் ''நல்ல நேரம் முடிய போவுது.

வழியவுட்டுட்டுப் பொணத்தத் தூக்கிப் பொட்டியில வையிங்க'' என்று சொன்னாள்.

''துணிய மாத்துங்க'' என்று இரண்டு, மூன்று பெண்கள் ஒரே குரலாகச் சொன்னதும் தமிழரசனின் சொந்தக்கார ஆண்கள் வந்து பாண்டிய னுக்குப் பட்டு வேட்டியைக் கட்டிவிட்டனர். அதைப் பார்த்ததும் கோவிந்தன், ''பட்டு வேட்டியெல்லாம் கட்டாதிங்க. கட்சி வேட்டிதான் கட்டணும்'' என்று சொன்னான். அவன் சொன்னதை யாரும் கேட்காத தால் தமிழரசனிடம் வந்து, ''கட்சி வேட்டி இல்லாம நாங்க ஒரு நாளுகூட அவரப் பாத்ததில்ல. பொணமாப் போகும்போதும் கட்சி வேட்டியோடவே போவட்டும்ண்ணே'' என்று கெஞ்சுவதுபோல் சொன் னான். அவனோடு சேர்ந்துகொண்டு இரண்டு, மூன்று கட்சிக்காரர்களும் சொன்னார்கள். ஆனால், கட்சிக்காரர்கள் சொன்னதை தமிழரச னுடைய உறவினர்கள் கேட்கவில்லை. மாவட்டப் பிரதிநிதி ஆசைத் தம்பி, ''அவங்க இஷ்டப்படி விடுங்கப்பா'' என்று சொன்னார்.

ஆசைத்தம்பி சொன்னதும் கோவிந்தன் உட்பட எல்லாக் கட்சிக்காரர் களும் கொஞ்சம் அடங்கியதுபோல் இருந்தனர். ஆனால், சிறிது நேரம் கழித்து தமிழரசனிடமும், அவனுடைய சொந்தக்காரர்களிடமும், ''பொணம் சுடுகாட்டுக்குப் போவயில கட்சி வேட்டி போத்தித்தான் போகணும். பாடயில கட்சிக்கொடி இருக்கணும். பொணக் குழி மேட்டு லயும் கட்சி கொடிய நட்டு வைக்கணும். அத நாங்க செஞ்சிதான் தீருவம். அதுல யாரும் தலயிடக் கூடாது'' என்று சத்தமாகவும் எச்சரிக்கை செய்கிற விதமாகவும் சொன்னான் கோவிந்தன். உடனே ஆசைத்தம்பி, ''போயிப் புதுக் கட்சி வேட்டி ஒண்ணும், துண்டு ஒண்ணும் வாங்கிக்கிட்டு வாங்க, பாடயில கட்ட, குழி மோட்டுல நட்டு வைக்க ரெண்டு கொடிய ரெடி பண்ணுங்க'' என்று சொன்னதும் கோவிந்தன் மனோகரனிடம் பணத்தைக் கொடுத்து அனுப்பினான்.

அப்போது ஆசைத்தம்பியின் காதில் கோவிந்தன் ரகசியமாக ஏதோ சொன்னான். உடனே ஆசைத்தம்பி தமிழரசனிடம், ''பாண்டியன் அண்ணனப் போல ஒரு கட்சிக்காரரப் பாக்கிறது அபூர்வம். உரிய மரி யாத செஞ்சிதான் பொதைக்கணும். எரங்கல் கூட்டம் போடணும். எம்.எல்.ஏ.வும், மாவட்டமும் வர்றன்னு சொல்லி இருக்காங்க. வந்துடு வாங்க. நான் வெளிய ஒக்காருறன்'' என்று சொல்லிவிட்டு வாசலுக்கு வந்து ஒரு சேரில் உட்கார்ந்துகொண்டார். அவரை அடுத்து கோவிந்தன், உள்ளூர்க் கட்சிக்காரர்கள் என்று கட்சிக்காரர்கள் சேரில் உட்கார்ந்தனர்.

கட்சிக்காரர்கள் வெளியே போகட்டும் என்று காத்துக்கொண்டிருந்த மாதிரி தமிழரசனுடைய உறவினர்கள் சிலரும் சாதிக்காரர்கள் சிலரும் அவனைத் தனியாக அழைத்துக்கொண்டு போய், ‘‘நேரமாவலியா? சாவுல கட்சியெல்லாம் பாக்கக் கூடாது, செத்தவரு நல்ல கதிக்குப் போக வேணாமா? நம்ப வழக்கப்படிதான் பொணத்தப் பொதைக்கணும். பொணத்த எம்மாம் நேரமா போட்டு வச்சியிருக்கிறது? பொணத்துக்கு வழிவுட சொல்லு. இல்லன்னா நாங்க பாத்துக்கிறம். சாதிக்காரங்க, சொந்தக்காரங்கன்னு எதுக்கு இருக்கிறம்?’’ என்று கேட்டனர்.

‘‘அப்பா வேற விதமா இருந்திட்டாரே. அதுதான் சங்கடமா இருக்கு’’ என்று தமிழரசன் சொல்லி முடிப்பதற்குள், ‘‘அவரு காலம் முடிஞ்சிப் போச்சி தம்பி. உள்ளூர்ல இருக்கிற கோவிந்தன் மாதிரியான ஆளுங்க மட்டும்தான் கட்சி, அது இதுன்னு பேசுவாங்க. பொணத்துக்குச் சொந்த காரங்க நாம்பதான் முடிவு செய்யணும்’’ என்று ஆளாளுக்கு ஏதேதோ சொல்ல மண்டை குழம்பிப்போனான் தமிழரசன். சொந்தக்காரர்களின், ஊர்க்காரர்களின் பேச்சைக் கேட்பதா, கட்சிக்காரர்களின் பேச்சைக் கேட்பதா என்று யோசித்தான். நேரமாகிக்கொண்டிருக்கிறதே என்ற கவலையும் இருந்தது.

‘‘அம்மாகிட்ட ஒரு வார்த்த கேட்டுக்கறன்’’ என்று சொல்லிவிட்டுப் பிணத்திற்குப் பக்கத்தில் உட்கார்ந்து அழுதுகொண்டிருந்த ராஜாமணி யிடம் வந்து, ‘‘கொஞ்சம் இங்க வாம்மா’’ என்று கூப்பிட்டான். இந்த நேரத்தில் எதற்காகக் கூப்பிடுகிறான் என்று யோசித்துக்கொண்டே மெல்ல எழுந்தாள். முன்பு பாண்டியனின் பிணம் இருந்த அறைக்குத் தமிழரசன் முதலில் போனான். அவனுக்குப் பின்னால் ராஜாமணி போனாள்.

‘‘என்னாம்மா செய்யுறது?’’ என்று தயக்கத்துடன் கேட்டான். ‘‘அப்பா இப்பிடித் திடீர்னு போவாருன்னு நினைக்கலப்பா’’ என்று சொல்லி விட்டுக் கண்கலங்கினாள் ராஜாமணி.

‘‘பொணத்த எப்பிடிம்மா எடுக்கிறது?’’

ராஜாமணி அழுதுகொண்டிருந்ததால், ‘‘நான் கேக்குறது புரியு தாம்மா?’’ என்று மீண்டும் கேட்டான். அவன் கேட்டதற்குப் பதில் சொல் லாமல், ‘‘நீங்க ஊருக்கு வந்திருக்கிற நேரத்தில நடந்தது நல்லதாப் போச்சிப்பா. இல்லன்னா எம் பாடு நாறிப்போயிருக்கும்’’ என்று சொன் னாள்.

"ஊருக்காரங்க, சொந்தக்காரங்க ஒண்ணு சொல்றாங்க. கட்சிக்காரங்க ஒண்ணு சொல்றாங்க. எதச் செய்யுறதுன்னு தெரியல்" என்று தணிந்த குரலில் தமிழரசன் சொன்னதும், "அப்பா குணந்தான் ஒனக்குத் தெரியுமே தம்பி" என்று ராஜாமணி சொன்னாள்.

"கட்சியப் பாத்தா சொந்தக்காரங்க, ஊருக்காரங்க தப்பா நெனைக்க மாட்டாங்களா?" என்று சொல்லும்போது தமிழரசனின் மாமனார் வேலாயுதம் அறைக்குள் வந்தார். வந்த வேகத்தில், "இங்க என்ன செய்யறிங்க? பொணத்துக்கு வழிவுடணும்ன்னு எல்லாரும் காவ காத்துக்கிட்டுக் கெடக்குறாங்க. வழிவிட்ட பின்னாலதான் பொணத்தத் தூக்கிப் பொட்டியில வைக்க முடியும்" என்று லேசான கோபத்துடன் கேட்டார். அதற்குத் தமிழரசனும் பதில் பேசவில்லை, ராஜாமணியும் பதில் பேசவில்லை.

"பேசாம இருந்தா எப்பிடி? காரியம் நடக்க வேணாமா?" என்று வேலாயுதம் மீண்டும் கேட்ட பிறகுதான் தமிழரசன் வாயைத் திறந்தான்.

"பாடிய எப்பிடி எடுக்கிறதுன்னு பேசிக்கிட்டிருக்கம்."

"இதுல பேசுறதுக்கு என்னா இருக்கு? நம்ப சாதி முறப்படி, ஊர் முறப்படிதான் எடுக்கணும். அதான் முற?"

"கடசிவர அப்பா, சடங்கு, சம்பிரதாயம்ன்னு பாக்காதவரு. நான் செத்தா எந்தச் சடங்கும் செய்யக் கூடாதின்னு சொல்லிக்கிட்டே இருப்பாரு. அதான் யோசனயா இருக்கு."

"இப்பத்தான் அவரு இல்லியே."

"கட்சிக்காரங்க இருக்காங்கல்ல?" குரலைத் தாழ்த்திச் சொன்னான் தமிழரசன்.

"இதென்ன கட்சிக் கூட்டமா?" என்று கிண்டலான முறையில் கேட்டார் வேலாயுதம். பிறகு தானாகவே கேலியான குரலில், "கட்சி முறப்படி பொதச்சா, அநாத பொணம் மாரிதான் பொதைக்கணும். உசுரோட இருந்தப்பதான் கட்சி, தலைவரு, கொள்கன்னு இருந்தாரு. பொணத்துக்கு ஏது கட்சி, கொள்க, தலைவரு?" என்று கேட்டதும் வெடுக்கென்று ராஜாமணி தலையைத் தூக்கி வேலாயுதத்தைப் பார்த்தாள். சம்பந்தி என்பதால் கோபத்தை அடக்கிக்கொண்டாள்.

வேலாயுதத்தின் வீட்டில் பெண் எடுக்க மாட்டேன் என்று பாண்டியன் அடம்பிடித்தார். "சாமிசாமின்னு கோயில்கோயிலாச் சுத்துற ஆளு. அப்பறம் நம்ப கட்சிக்கு எதிரான ஆளு. அவன் வீட்டுல எப்பிடிப் பெண்

எடுக்கிறது?'' என்று கேட்டார். கட்டினால் மேகலாவைத்தான் கட்டுவேன் என்று தமிழரசன் பிடிவாதம் பிடித்ததால்தான் கல்யாணத்திற்குச் சம்மதித்தார். சம்மதித்தாலும், ''கல்யாணம், கட்சிக் கல்யாணம்தான்'' என்று உறுதியாகச் சொல்லிவிட்டார்.

சம்பந்தியான பிறகும் கிண்டல் பேச்சு மாறவில்லையே என்று நினைத்த ராஜாமணி, ''உசுரோட இருந்தப்ப எப்பிடி இருந்தாரோ அப்பிடியே சுடுகாட்டுக்கும் போவட்டும்'' என்று உறுதியான குரலில் சொன்னாள். தமிழரசனுக்கும் ராஜாமணி சொன்னபடியே செய்யலாம் என்ற எண்ணம்தான் இருந்தது.

''என்னம்மா பேசுற? ஒரு முறையாச்சும், எம்.எல்.ஏ., எம்.பி., மந்திரின்னு இருந்தாரா? அவருக்குப் பின்னாடி வந்தவனெல்லாம், எம்.எல்.ஏ., எம்.பி. மந்திரின்னு ஆயிட்டான். கட்சிக்காரரு, கட்சிக் குடும்பங்கிற பேரத்தான் சம்பாதிச்சாரு. வேற என்னத்தச் சம்பாதிச்சாரு?'' என்று வேலாயுதம் குற்றம்சாட்டுவதுபோல் சொன்னதும் ராஜாமணிக்கு கோபம் வந்தது. கோபத்தை அடக்கிக்கொள்ள முயன்றாள். அவளுக்குக் கண்கள் நிறைந்தன. வேலாயுதம் கேட்ட கேள்வி அவளுக்குச் சுமக்க முடியாத பாரம்போல் இருந்தது.

கட்சி, ஆட்சியில் இருந்தபோதுதான் பாண்டியன் மூலம் ஊருக்கு கரண்ட் வந்தது, பள்ளிக்கூடம் வந்தது, ஆஸ்பத்திரி வந்தது, ரோடு வந்தது, டவுன் பஸ் வந்தது, தண்ணீர் டேங்க் வந்தது. தமிழரசனுக்கும் தமிழரசிக்கும் படிப்பும் வேலையும் வந்தது. கட்சி இல்லையென்றால், கட்சியில் பாண்டியன் இல்லையென்றால் இதெல்லாம் எப்படி வந்திருக்கும் என்று பட்டியல் போட்டுக் கேட்க வேண்டும் என்று வாய் துடித்தது. சம்பந்தியிடம் தர்க்கம் செய்ய வேண்டாம் என்று பேசாமல் இருந்தாள்.

''கட்சி வேற, வீட்டு விசேஷம் வேற'' என்று வேலாயுதம் சொன்னதுமே, ''அப்பிடி இருந்தவரில்லியே'' என்று ராஜாமணி சொன்னாள்.

''உசுரோட இருந்தப்பதான் ஊர மதிக்கல. சாதிய மதிக்கல. சாதி பழக்கவழக்கத்த மதிக்கல. செத்த பிறகும் அப்படியே வுட முடியுமா?'' என்று வேலாயுதம் கேட்டதும், ''ஊருக்கே சட்டம் பேசுனவராச்சே. சாவுல ஒரு தப்பு பண்ணிட்டா, நாளக்கிக் கட்சிக்காரங்க மதிப்பாங்களா?'' என்று திருப்பி அடிப்பதுபோல் ராஜாமணி கேட்டாள்.

''கட்சியப் பாத்தா வாழ முடியாதும்மா'' என்று வேலாயுதம் சொன்னார். அப்போது அறைக்குள் வந்த மேகலா, ''நேரமாவறது தெரியலியா? ஊர்ச் சனமே திட்டுது, எதுக்குப் பொணத்த அப்பிடியே போட்டு

வச்சியிருக்கிங்கன்னு'' என்று பல்லைக்கடித்தபடி சொன்னாள். அவளை முறைப்பது மாதிரி, ''நீ போ'' என்று சொன்னான் தமிழரசன்.

''சொந்தக்காரங்க, ஊர்க்காரங்க சொல்றபடி செய்ங்க. நாளக்கிக் கட்சியா நம்பகூட இருக்கப்போவுது'' என்று கேட்டுவிட்டுப் போனாள் மேகலா. அவளை எரித்துவிடுவதுபோல் பார்த்தாள் ராஜாமணி. மேகலாவை எதற்காக முறைத்துப்பார்க்கிறாள் என்பதைப் புரிந்துகொண்ட மாதிரி தமிழரசன் கேட்டான்: ''சொல்லும்மா''.

''ஒன்னிஷ்டம்ப்பா'' சொல்லப் பிடிக்காத விஷயத்தைச் சொல்வது போல் இருந்தது ராஜாமணி சொன்ன விதம்.

''என்னிஷ்டத்துக்கு நான் செஞ்சிடுவன். அப்பறம் என்னெக் கொற சொல்லக் கூடாது'' என்று சொல்லி முடிப்பதற்குள், ''ஓங்கப்பாவப் பத்தி ஒனக்குத் தெரியுமா, தெரியாதா? அவருக்குப் பொறந்த புள்ளதான நீ?'' என்று ராஜாமணி கேட்டாள். அதற்கு எந்தப் பதிலும் சொல்லாமல் நின்றுகொண்டிருந்தான் தமிழரசன்.

தமிழரசனுக்குத்தான் என்றில்லை, ஊருக்கே தெரியும் பாண்டியன் எப்படிப்பட்டவர் என்பது. பாண்டியன் கட்சிகட்சி என்று இருபது வயதிலேயே போக ஆரம்பித்துவிட்டார். கட்சி சொன்னதை அப்படியே நம்பினார். எதை நம்பினாரோ அதையே பிடிவாதமாகச் செய்துகாட்டினார். கட்சிக் கூட்டம் எங்கு நடந்தாலும் சைக்கிளை எடுத்துக்கொண்டு கிளம்பிவிடுவார். ஊரில் முதன்முதலாகக் கட்சிக் கல்யாணம் நடத்தியவர். பத்திரிகையில், 'விவாஹ சுபமுகூர்த்தப் பத்திரிகை' என்பதற்குப் பதிலாக, 'திருமண அழைப்பிதழ்' என்று அச்சிட்டவர். பத்திரிகையில் குலதெய்வத்தின் பெயரைப் போட்டு துணை என்று போடாமல் திருக்குறளை அச்சிட்டவர். ஐயரை வைத்து நடத்தாமல் கட்சிக்காரர்களை வைத்துக் கல்யாணத்தை நடத்தியவர். அப்போது ஊருக்குள் பாண்டியனின் கல்யாணத்தைப் பற்றிதான் எல்லோரும் பேசிக்கொண்டார்கள்.

குலதெய்வம் கும்பிடுதல், ஆடிப்பெருக்கு, ஆயுத பூஜை, தீபாவளி என்று எதையும் கொண்டாட மாட்டார். அவருடைய வீட்டிற்கு எதிரில் பத்தடி தூரத்தில்தான் சென்னக் கேசவப் பெருமாள் கோவில் இருந்தது. கட்சி என்று போன பிறகு கோவிலுக்குள் ஒரு அடி வைத்ததில்லை. கோவில் பக்கம் பார்த்ததுகூட இல்லை. திருவிழா சமயத்தில்கூட என்ன ஏதுவென்று கேட்க மாட்டார். பிரிவுப் பணமும் தர மாட்டார். மீறிக் கேட்டால், 'மனுசனா இருங்கடா. தமிழனா இருங்கடா. அடைந்தால் திராவிட நாடு, அடையாவிட்டால் சுடுகாடுன்னு வாழ்றவன்கிட்டயே பிரிவுப் பணம் கேக்குறிங்களா?' என்று கேட்பார்.

சாமிபற்றி தோஷம்பற்றிப் பேசினால் பாண்டியனுக்குக் கடுமையான கோபம் வரும். ‘செவ்வாய் கிரகம் எங்க இருக்கு? நம்ப ஊர்ல கள வெட்டிக்கிட்டு இருக்கிற பொன்னம்மா எங்க இருக்கு? பல லட்சம் மைலுக்கு அப்பால இருக்கிற செவ்வாய் கிரகம் எப்படி வந்து நம்ப ஊர்ல இருக்கிற பொன்னம்மாவப் புடிச்சியிருக்குன்னு சொல்றிங்க? செவ்வாய் கிரகத்துக்கும் நம்ப ஊரு பொன்னம்மாவுக்கும் சண்டயா? திருந்தாத பயலுக உள்ள நாடுடா. இது எங்க உருப்படப் போவுது?’ என்று சொல் வார். சொர்க்கம், நரகம் என்று யாராவது பேசிவிட்டால் போதும், ‘உசுரோட இருக்கிறதுதாண்டா சொர்க்கம். செத்த பின்னால சொர்க்கம் வராது. பொதச்ச பொணத்திலிருந்து நாத்தம்தான் வரும். புழுதான் வரும்’ என்று ஒரு மணி நேரத்திற்கு விளக்கம் சொல்ல ஆரம்பித்து விடுவார். அவரிடம் பேசி யாராலும் ஜெயிக்க முடியாது என்பதால் உள்ளூரில் அவரிடம் யாரும் அதிகமாகப் பேச்சு வைத்துக்கொள்ள மாட் டார்கள். ஆனால், ‘எதுக்கும் ஒத்துவராத ஆளு’ என்று சொல்வார்கள்.

கட்சிக்காரர்களின் வீட்டு விசேஷத்திற்குப் போவாரே தவிர சொந்தக் காரர்களின் நிகழ்ச்சிக்கு ராஜாமணியைத்தான் அனுப்புவார். ‘முக்கிய மான சொந்தம், வாங்க’ என்று கூப்பிட்டாலும், ‘அந்தப் பயலுக ஐயர வச்சிக்கிட்டு மந்தரம் தந்தரம்னு சொல்லிக்கிட்டிருப்பானுவ. அங்கல்லாம் என்னால ஒக்கார முடியாது’ என்று சொல்லிவிடுவார். ‘சொந்தக்காரங் கன்னு நாலு பேரு வேணாமா?’ என்று கேட்கும்போது சிரித்துக் கொண்டே, ‘எனக்குக் கட்சி இருக்கு. கட்சிக்காரங்க இருக்காங்க’ என்று சொல்லிப் பேச்சை முடிப்பதற்குப் பார்ப்பார். கட்சிக்காரர்களின் குடும்ப நிகழ்ச்சிக்குப் புறப்படும்போது, ‘போய்த்தான் ஆவணுமா?’ என்று ராஜா மணி கேட்டால், ‘கட்சிக்காரன் வீட்டு விசேஷத்துக்கு நாலு பேரு போனாத்தான கட்சிக்காரனுக்கு மரியாத?’ என்று கேட்பார்.

‘கட்சியக் கொண்டாந்து எதுக்கு வீட்டுல விடுறிங்க’ என்று கேட்டால் மட்டும் அவருக்குக் கோபம் வந்துவிடும். ‘கட்சிங்கிறது வேட்டி சட்ட மாதிரி. அப்பா அம்மா மாதிரி, நம்ப ஒடம்பு மாதிரி, மாத்திக்க முடியாது. கட்சிதான் வீடு, வீடுதான் கட்சி’ என்று சொல்லிப் பேச ஆரம்பிப்பார். சொந்தக்காரர்களின் நிகழ்ச்சிக்கு வரவில்லையே என்ற கோபத்தைவிட பாண்டியன் கட்சியைப் பற்றிச் சொல்கிற விளக்கத்தைக் கேட்கும்போது தான் அவளுக்குக் கூடுதல் கோபம் வரும். எரிச்சலுடன், ‘ஓங்க பஞ் சாயத்த எல்லாம் மைக் செட்டுல போயிப் பேசிக்குங்க. வீட்டுல பேசா திங்க’ என்று சொல்லிவிட்டுப் போய் விடுவாள் ராஜாமணி.

தன்னுடைய அப்பா அம்மா இறந்தபோதுகூட, பிணத்திற்கு வழி விடுதல், வாய்க்கரிசி போடுதல், கோடி எடுத்தல், மேளம் வைத்தல், வெடி விடுதல், குடம் உடைத்தல், கொள்ளிவைத்தல், பிணக் குழி மேட்டில் பால் ஊற்றுதல், எட்டாம் துக்கம், பதினாறாம் நாள் கருமகாரியம் செய்தல் என்று எதுவுமே செய்யவில்லை. சொந்தக்காரர்கள், ஊர்க் காரர்கள் எவ்வளவு சொல்லியும் பாண்டியன் கேட்கவில்லை.

ஊரே சேர்ந்துகொண்டு வடக்கே போகிறது என்றால் அவர் மட்டும் தனியாளாகத் தெற்கே போவார். 'கோயிலுக்கு நன்கொட கொடுத்தா புண்ணியம்' என்று யாராவது சொன்னால், 'அந்தப் புண்ணியம் எனக்கு வேண்டாம்' என்று சொல்வார். சின்ன வயதில்தான் அப்படி இருந்தார், பிறகு மாறிவிட்டார் என்று சொல்ல முடியாது. வீடு முழுக்கக் கட்சித் தலைவரின் போட்டோதான் இருக்கும். சாமி படம் என்று ஒன்றுகூட இருக்காது. பாண்டியனுடைய அப்பாவும் அம்மாவும், 'என்ன இப்பிடி யொரு பித்துப்புடிச்ச புள்ள வந்து பொறந்திருக்கு?' என்று சொல் வார்கள். திருமணமானால் சரியாகிவிடுவான் என்று சின்ன வயதிலேயே கல்யாணம் கட்டிவைத்தார்கள். கல்யாணமான புதிதில் 'திருத்திக் காட் டுறன்' என்று ராஜாமணி வசனம் பேசினாள். கடைசிவரை அவளால் பாண்டியனை நெல்மணி அளவுகூட மாற்ற முடியவில்லை. அவருடைய போக்குக்குத்தான் அவள் மாற வேண்டியதாயிற்று. 'அவரோட புத்தி அவருக்கு' என்று கடைசியில் விட்டுவிட்டாள்.

சாமி இல்லையென்று தீச்சட்டி ஏந்திக் காட்டுவார். பேய் இல்லை யென்று இரவில் சுடுகாட்டில் படுத்துக் கிடப்பார். 'ஓலகத்தில எவன வேணுமின்னாலும் நம்பு. ஆனா, ஓமம் வளக்கிறவன, ஜோசியம் சொல் றவன, குறி சொல்றவன, தோஷம், பரிகாரம்னு சொல்றவன மட்டும் நம்பாத. கடன் வாங்கிக்கிட்டுக் கோவிலுக்குப் போனா, கடனச் சாமி வந்து அடைக்காது. கண்ண மூடிக்கிட்டு ஓலகத்தப் பாக்கக் கூடாது. கண்ணத் தொறந்து பாத்தாதான் ஓலகம் எப்பிடி இருக்குன்னு தெரியும். குருடனா இருக்காதிங்க. மூளயப் பயன்படுத்துறவன்தான் மனுசன். மூளயப் பயன் படுத்தலன்னா அவன் மிருகம். சாப்புடுறதும் உசுரோட இருக்கிறதும் மட்டும் வாழ்க்க இல்ல' என்று சொல்வார். பாண்டியன் எதைச் சொன்னாலும் ஊர்க்காரர்கள் எதிர்த்துப் பேச மாட்டார்கள். 'நல்ல மனுசன்தான். ஆனா, கட்சிக் கிறுக்குப் புடிச்ச ஆளு' என்று சொல் வார்கள். ஊருக்குள் அவருக்கு வேறு எந்தக் கெட்ட பெயரும் கிடையாது.

கட்சியில் அந்தப் பதவி வேண்டும், இந்தப் பதவி வேண்டும் என்று கேட்டு அடம்பிடிக்க மாட்டார். பதவிக்காகக் கட்சிக்குள்ளயே உள்ளடி செய்கிற வேலை எல்லாம் செய்ய மாட்டார். அதனால், கட்சியிலும் 'நல்ல மனுசன். பழய ஆளு. தலைவரோட விசுவாசி. முரட்டு பக்தர்' என்ற பெயர்கள் இருந்தன. அதனால் அவர் சொல்கிற ஆட்களுக்குக் கிளைச் செயலாளர், ஒன்றியப் பிரதிநிதி, மாவட்டப் பிரதிநிதி, பொதுக்குழு உறுப்பினர் பதவி எளிதில் கிடைக்கும். கட்சி வேலை என்றால் இரவு பகல் பார்க்க மாட்டார். மற்றவர்கள் செய்யட்டும் என்று காத்திருக்க மாட்டார். கொடி நடுவதிலிருந்து, போஸ்டர் ஒட்டுவதிலிருந்து, பொதுக் கூட்டத்திற்கு நாற்காலிகளைப் போடுவதுவரை எல்லா வேலைகளையும் தானே செய்வார். கட்சி விஷயத்தில் கௌரவம் பார்க்க மாட்டார். தேர்தல் நேரத்தில்தான் என்றில்லை சாதாரண நாட்களில்கூடக் கட்சிக் காரர்கள் பாண்டியனைப் பார்ப்பதற்காக வருவார்கள். கட்சிக்காரர்கள் சொல்வதையெல்லாம் பொறுமையாகக் கேட்பார். பாண்டியன் எப்போது பேசினாலும் கட்சி, தலைவர், தலைவர் எழுதிய கடிதம், கவிதை, கட்டுரை, போராட்டம், கூட்டம், மாநாடு என்றுதான் பேசுவார்.

கட்சிக்காரர்கள் அடிக்கடி வருவதைப் பற்றி ராஜாமணி ஏதாவது சொன்னால், 'கட்சிக்காரன், கட்சிக்காரன் வீட்டுக்கு வராம வேற எங்க போவான்? கட்சிக்காரன் வீடுன்னா கட்சிக்காரங்க வரத்தான் செய் வாங்க' என்று சொல்வார். சின்னப் பிள்ளைகளிடம் பேசினால்கூட, 'வாங்க போங்க' என்று மரியாதையாகத்தான் பேசுவார். கட்சிக்காரர் களில் வயதில் மூத்தவராக இருந்தால் அவருக்கு, 'அண்ணன்', வயது குறைந்தவராக இருந்தால், 'தம்பி'. கட்சி விஷயத்திலும் தலைவர் விஷயத்திலும் சமரசம் செய்துகொள்ளவே மாட்டார்.

எல்லாருடனும் எளிதில் பேசிப் பழகுவார். அவர் இருக்கிற இடம் எப்போதும் கலகலப்பாக இருக்கும். ஆச்சாரம், குலம், கோத்திரம், சாதி என்று பேசினால்தான் அவருக்குக் கோபம் வரும். கட்சிக் கூட்டம், மாநாடு என்று வெளியூர் போனால் வீட்டிற்கென்று எதுவும் வாங்கிக்கொண்டு வர மாட்டார். புத்தகம், பத்திரிகைகளைத்தான் வாங்கிக்கொண்டு வருவார்.

பாண்டியனுக்குப் பங்காளி முறையிலுள்ள ராமநாதன் வந்து, "நேர மாவலயா? காரியத்தப் பாக்க வேணமா?" என்று கோபமாகக் கேட்டார். அவரிடம், "போங்க வர்றன்" என்று தமிழரசன் சொன்னான். பிறகு ராஜாமணியைப் பார்த்து, "சொல்லும்மா" என்று கேட்டான்.

''கட்சிக்காரங்க எதுவும் சொல்ல மாட்டாங்களா?'' என்று ராஜா மணி கேட்டதற்கு தமிழரசன் பதில் சொல்லவில்லை. வேலாயுதம் தான், ''பழய காலம் மாரி இல்லிங்க. இப்ப எல்லாக் கட்சிக்காரங்க விசேஷத்திலயும் ஐயர வச்சித்தான் செய்யுறாங்க. கட்சியெல்லாம் மாறிப் போச்சி'' என்று சொல்லிச் சிரித்தது ராஜாமணிக்குச் சுத்தமாகப் பிடிக்க வில்லை. அவருடைய முகத்தைப் பார்க்கப் பிடிக்காமல் தமிழரசனைப் பார்த்து, ''ஒங்கப்பா உசுரோட இருந்தா எதுக்கும் ஒத்துக்க மாட் டாருப்பா'' என்று சொன்னாள். கோபத்துடன் ராஜாமணியைப் பார்த்த தமிழரசன், ''நீ சொல்றது சரிதாம்மா. சொந்தக்காரங்க, ஊர்க்காரங்க பேச்சயும் கேக்கணுமில்லியா?'' என்று கேட்டான்.

''ஒங்கப்பா என்னிக்கிச் சொந்தக்காரங்க, ஊர்க்காரங்க பேச்சக் கேட்டு ருக்காரு? என்னெக் கல்யாணம் பண்ணின அன்னிக்கிக்கூட ஐயர வச்சி தாலி கட்டல. அக்னிய உண்டாக்கி மந்தரம் சொல்லல. கட்சிக்காரங்களக் கூட்டிவச்சி கூட்டம் போட்டு, பேச வச்சித்தான் மாலய மாத்துனாரு. பெத்தவங்க பேச்சக் கேக்கல. ஊர்ப் பேச்சக் கேக்கல. சாதி சனத்த மதிக்கல. கட்சிதான் பெருசுன்னு இருந்தாரு. தன்னெப் பெத்தவங்க செத்தப்பகூட ஒண்ணயும் செய்ய வுடல. பொணக் குழி மோட்டுல பாலுகூட ஊத்த மாட்டன்னுட்டாரு. 'உசுரோட இருக்கிறப்ப பால் வாங்கிக் கொடுக் காம செத்த பிறகு மண்ணுல ஊத்தி எதுக்கு ஆகும்ன்'னு கேட்டாரு. திதி கொடுத்தவரில்ல. அம்மாசி விரதம் இருந்தவரில்ல. எதுக்கும் வளயாம இரும்பு கம்பியாட்டமே இருந்திட்டாரு. அத நெனச்சிப் பாருப்பா'' என்று சொன்ன ராஜாமணியின் கண்கள் நிறைந்தன. சிறிது நேரம் கழித்து தானாகவே, ''கட்சியில பங்கமாயிடப் போவுது'' என்று ராஜாமணி சொல்லி முடிப்பதற்குள் எரிச்சலுடன், ''இதிலென்னம்மா பங்கம் வந்திடப் போவுது?'' என்று தமிழரசன் கேட்டான். அவன் அப்படிக் கேட்டது அவளுக்கு ஆச்சரியத்தை உண்டாக்கியது. தமிழரசன்மீது கோபம் வந்தது. பாண்டியனுக்குப் பிறந்தவன் மாதிரி பேசவில்லையே என்ற ஆத்திரம் உண்டாயிற்று. அதோடு சொந்தக்காரர்களின் மீது, சாதிக்காரர்களின் மீது, ஊர்க்காரர்களின் மீது கோபம் உண்டாயிற்று. கோபத்தில் தலையிலிருந்து கால்வரை அவளுக்கு எரிவதுபோலிருந்தது.

''அவர்கூடச் சேந்து நீயும் கெட்டுப்போயிட்டம்மா. சாதி வழக்கு, ஊர் வழக்குன்னு ஒண்ணு இருக்கு. அதயும் பாக்கணும்'' என்று வேலாயுதம் சொன்னதும் அவரைக் கசப்புடன் பார்த்த ராஜாமணி, ''நான் தாலி கட்டிக்கிட்டு இந்த வீட்டுக்கு வந்த நாளயிலிருந்து சடங்கு, சம்பிரதாயம்,

எதுவும் நடந்ததில்ல. இப்ப அவரு செத்திட்டாரு. செத்த பிறகு சடங்கு, சம்பிரதாயம், சாதி வந்து என்னா செய்யப்போவுது? போன உசுரக் கொண்டாருமா?'' என்று குரலை உயர்த்திக் கேட்டாள். அவள் அப்படிக் கேட்பாள் என்று எதிர்பார்க்காத வேலாயுதத்தின் முகம் தொங்கிப் போயிற்று.

தன்னுடைய மாமனாரின் முகம் மாறிப்போனதைப் பார்த்த தமிழரசனுக்கு என்ன தோன்றியதோ, ''அப்பாதான் மெண்டலு மாதிரி இருந்தார்ன்னா, நீயும் அவர்கூடச் சேந்து மெண்டலாயிட்டியா?'' வெடுக்கென்று கேட்டான். அவனை விநோதமாகப் பார்த்தாள் ராஜாமணி. தொடர்ந்து பார்க்கப் பிடிக்காததுபோல் பட்டென்று முகத்தைத் திருப்பிக்கொண்டு ''உசுரோட இருந்தப்ப எப்பிடி இருந்தாரோ அப்பிடியே சுடுகாட்டுக்கும் போவட்டும்'' என்று உறுதியான குரலில் சொன்னாள். யாரையும் பார்க்கப் பிடிக்காததுபோல் தலையைக் கவிழ்த்துக்கொண்டாள். அப்போது அவளுடைய கண்களில் திரண்ட கண்ணீர் தரையில் சொட்டியது.

''புரிஞ்சிக்கிட்டுத்தான் பேசுறியா?'' என்று தமிழரசன் கேட்டான்.

''ஒன் தங்கச்சி தமிழரசி வந்திடட்டும். அவகிட்டயும் ஒரு வாத்த கேக்கலாம்.''

''பாப்பா சேலத்திலிருந்து எப்ப வரது, காரியத்த எப்பச் செய்யுறது?''

ராஜாமணிக்கு தமிழரசனிடம் தொடர்ந்து பேசப் பிடிக்கவில்லை. கோபத்தில் ஏதாவது சொன்னால் அதிலும் அவனுடைய மாமனாரின் முன்னால் சொல்லிவிட்டால் கஷ்டப்படுவான். கோபப்பட்டாலும் படுவான் என்ற கவலை இருந்தது. தான் சொல்வதை தமிழரசன் கேட்டாலும் சாதிக்காரர்கள், ஊர்க்காரர்கள், சொந்தக்காரர்கள் கேட்பார்கள் என்று சொல்ல முடியாது. பாண்டியன் என்றால் எல்லாரையும் தூக்கி அடித்துப் பேசுவார். அவருடைய பேச்சுக்கு எல்லோரும் கட்டுப்படுவார்கள், தன்னுடைய பேச்சுக்குக் கட்டுப்பட மாட்டார்கள் என்பது தெரியும் என்பதால் ''ஒன்னிஷ்டம் தம்பி'' என்று கடைசி வார்த்தையாகச் சொல்லிவிட்டு அழ ஆரம்பித்தாள். வேலாயுதம் தமிழரசனை அழைத்துக்கொண்டு வெளியே வந்தார்.

''இந்த வட்டாரத்திலியே முதன்முதலாக் கட்சிக் கொடிய ஏத்தின ஆளு. பழய ஆளு. கட்சி மேல, தலைவரு மேல உசுரு. கட்சிப் பத்திரிகய வாங்குறதுக்காகத் தெனம் பத்து மைலு தூரம் போவாரு. பழய கட்சிக் காரங்க ஒவ்வொருத்தராப் போயிட்டேயிருக்காங்க. அதான் வருத்தமா இருக்கு.''

‘‘இத்தினி வருசத்தில கட்சி மாறிப் போனவரில்ல. தலைவர ஒரு வாத்த கொற சொன்னவரில்ல. தலைவரு எழுதுற கடிதத்தப் படிக்க லன்னா மனுசனுக்குச் சோறு எறங்காது. அவரு போவாத ஜெயிலு இல்ல. போராட்டம் இல்ல. ஒரு கூட்டத்த, மாநாட்ட விட்டவரில்ல. அவரு மாதிரியான ஒரு கட்சிக்காரர இனிமே பாக்குறது கஷ்டம்தான்.’’

‘‘தலைமையிலிருந்து யாராவது வருவாங்களா?’’

‘‘பழய கட்சியா இருந்தா சொல்லலாம். இப்ப அப்பிடிச் சொல்ல முடியாது. இப்பதான் கட்சி வேற மாதிரி இருக்கே. எல்லாத்துக்கும் மேல, கரண்ட்டுல எம்.எல்.ஏ., எம்.பி. மந்திரின்னாதான் வருவாங்க. எம்.எல்.ஏ.வும் மாவட்டமும் வர்றதாச் சொல்லிக்கிட்டாங்க. அதுவும் உறுதியாத் தெரியல. இரங்கல் கூட்டம் போடுறம்ன்னு சொன்னாங்க. எத்தன மணிக்குன்னு தெரியல. அதுவும் நடக்குமா, நடக்காதான்னு தெரியல.’’

அழுதுகொண்டிருந்த ராஜாமணியின் காதில் இரண்டு பேர் பேசிக் கொண்டிருக்கிற குரல் கேட்டது. யார் பேசிக்கொண்டிருக்கிறார்கள் என்று பார்ப்பதற்காக ஜன்னலின் ஓரமாகப் போய்ப் பார்த்தாள். பேச்சுக் குரல் மட்டும்தான் கேட்டது. ஆட்கள் யார் என்ற தெரியவில்லை. எழுந்து வெளியே வந்தாள்.

பிணத்தின் நெற்றியில் பட்டையாகத் திருநீறு பூசப்பட்டது. உச்சந் தலையில் எண்ணெய் வைக்கப்பட்டது. ஒரு மரக்காலில் நெல் நிறைத்து நல்ல விளக்கு ஏற்றி வைக்கப்பட்டது. உடனே பிணத்திற்குக் கைக் கட்டு, கால் கட்டு கட்டப்பட்டது. வேலாயுதம்தான் எல்லாக் காரியங்களையும் பார்த்துக்கொண்டிருந்தார். பக்கத்து வீட்டுப் பிணத்திற்கு நடக்கிற சடங்குகளைப் பார்ப்பதுபோல் பார்த்துக்கொண்டிருந்தாள் ராஜாமணி. அவளை ஒரு பொருட்டாக யாருமே மதிக்கவில்லை. வழிவிடுவதற்காக தமிழரசனை அழைத்துக்கொண்டு வேலாயுதம் வாசலுக்குப் போனார்.

பங்காளி முறையிலுள்ள முருகன் வந்து ‘‘வழிவுடப் போது. கும்புடு றதுக்கு வாங்க’’ என்று கூப்பிட்டான். ‘‘கும்புடுறவங்க கும்புடுங்க. நான் வல்ல’’ என்று தீர்மானமாகச் சொன்னாள் ராஜாமணி.

‘‘அவரு சொர்க்கத்துக்குப் போவ வேணாமா?’’

‘‘உசுரோட இருக்கிறப்ப இல்லாத சொர்க்கம் செத்த பிறகா வரப் போவுது? நான் வல்ல. என்னெ வுட்டுடு.’’

முருகன் எவ்வளவோ சொல்லியும் ராஜாமணி கேட்காததால் முனகிக் கொண்டே வாசலுக்குப் போனான்.

''போஸ்டர் போடப் போறவங்க, டிஜிட்டல் பேனர் அடிக்கப் போற வங்க மறக்காம சிவலோக பதவி அடைந்தார். இறைவனடி சேர்ந்தார்''னு போடணும். சாவ மட்டுமில்ல, எட்டாம் துக்கம், கருமகாரியம்னு எல்லாத்தயும் செறப்பாச் செய்யணும். ஏன்னா ஊருக்கே பெரிய மனுஷ னில்லியா?'' என்று யாரோ சொன்னது ராஜாமணிக்குக் கேட்டது.

''ஒங்க காலம் முடிஞ்சிபோச்சாங்க'' என்று சொல்லி அழ ஆரம் பித்தாள் ராஜாமணி. அப்போது வாசலில் மேளம் அடிக்கிற சத்தமும் சேகண்டி அடிக்கிற சத்தமும், சங்கு ஊதுகிற சத்தமும் கேட்க ஆரம் பித்தது. •

உயிர்மை - ஜனவரி, 2022

மயானத்தில் பயமில்லை

"**கை** வேலய முடிச்சிட்டுத்தான் சாப்புடணும். இரு வந்திடுறன்" என்று சொன்ன பழனிசாமி வேகமாகத் தண்ணீர்க் குழாய் இருந்த இடத்திற்கு நடக்க ஆரம்பித்தான். "இந்த வெயில் நேரத்தில அந்தச் சனியனக் குடிக்காம இருந்தா என்னா? அதக் குடிக்கிறதால என்னாதான் கெடைக்குமோ" என்று பழனிசாமியைக் குறைசொன்ன நாகமணி மண் வெட்டியால் சிமெண்ட் கலவையைக் குவித்தாள். பாண்டு, ரசமட்டம், கொத்துக்கரண்டியைச் சுத்தம் செய்தாள். பிறகு தன்னுடைய கை, கால்களில் ஒட்டிக்கொண்டிருந்த கலவையைத் தட்டிவிட்டாள். கால் விரல் இடுக்குகளில் ஒட்டிக்கொண்டிருந்த கலவையை எடுத்துப் போட்டாள். தண்ணீர்க் குழாய் இருந்த இடத்துக்கு வந்து முகம், கை, கால்கள் என்று ஒன்றுக்கு இரண்டு முறை கழுவினாள். புடவையில், ஜாக்கெட்டில் கலவை ஒட்டிக்கொண்டிருக்கிறதா என்று பார்த்தாள். ஒட்டிக்கொண்டிருந்த இடங்களில் தண்ணீரைத் தொட்டுத் துடைத்தாள். மீண்டும் ஒரு முறை முகம், கை, கால்கள் என்று கழுவிக் கொண்டு சாப்பாட்டுக் கூடை இருந்த இடத்திற்கு வந்தாள். எங்கே உட்கார்ந்து சாப்பிடலாம் என்று பார்த்தாள். மயானம் முழுவதும் பிணக் குழி மேடுகளும் சின்னதும் பெரியதுமான கல்லறைகளும் தான் தெரிந்தன. பெரிய மரம் என்று ஒன்றுகூட இல்லை. ஆங்காங்கே சின்னச்சின்ன மரக்கன்றுகள்தான் இருந்தன. அவள் நின்றுகொண்டிருந்த இடத்துக்குச் சற்றுத் தள்ளி, கிழக்கில் ஒரு வேப்ப மரம் இருப்பது தெரிந்தது. சாப்பாட்டுக் கூடையை எடுத்துக்கொண்டு வேப்ப மரத்தை நோக்கி நடக்க ஆரம்பித்தாள். மரத்திடம் வந்ததும்தான் நாகமணிக்கு மரத்துக்குச் சற்றுத் தள்ளி தெற்கில் ஒரு பெண் பிணக் குழி வெட்டிக்கொண்டிருப்பது தெரிந்தது. உட்கார்ந்து சாப்பிடாமல் பிணக் குழி வெட்டிக்கொண்டிருந்த பெண்ணிடம் சென்றாள்.

ஒரு இளம் பெண் தனியாகப் பிணக் குழி வெட்டிக்கொண்டிருப்பதைப் பார்த்த நாகமணிக்கு ஆச்சரியமாக இருந்தது. அந்தப் பெண்ணுக்கு

முப்பது வயதுக்குள்தான் இருக்கும். நல்ல சிவந்த நிறமாக இருந்தாள். நடுத்தரமான உயரத்தில் இருந்தாள். வியர்வையில் ஜாக்கெட் முழுவதுமாக நனைந்திருந்தது. உடல் முழுவதும் வியர்வை வழிந்துகொண்டிருந்தது. கை, கால்களில் ஈர மண் ஒட்டியிருந்தது. அதிசயமான உயிரினத்தைப் பார்ப்பதுபோல் தன்னை ஒரு பெண் பார்த்துக்கொண்டிருப்பது தெரிந்ததும் அந்தப் பெண் வெட்டுவதை நிறுத்திவிட்டு, நிமிர்ந்து பார்த்துச் சிரித்துக்கொண்டே, "என்ன அப்படிப் பாக்குறிங்க?" என்று கேட்டாள்.

"சும்மாதான்" என்று சொன்ன நாகமணி, "என்னா ஊரு" என்று கேட்டாள்.

"சேலம்தான்."

"பேரு என்னா?"

"சீதா."

"கூட யாருமில்லியா?"

"எதுக்கு?"

"தனியா இருக்கியே."

"இன்னிக்கு மட்டுமாத் தனியா இருக்கேன்?" என்று கேட்ட சீதா இதற்காகத்தான் என்றில்லாமல் சிரித்தாள். நெற்றியில் வழிந்த வியர்வையைத் துடைத்தாள். பிறகு குனிந்து மண்ணை வெட்ட ஆரம்பித்தாள்.

"பயமா இல்லியா?"

மண்ணை வெட்டுவதை நிறுத்திவிட்டு நிமிர்ந்து நின்று நாகமணியைப் பார்த்து, "எதுக்கு?" என்று சீதா கேட்டாள். அப்போது அவளுடைய நெற்றியிலிருந்து வழிந்த வியர்வை இடது பக்க கண்ணில் இறங்கியது.

எட்டு, பத்தடி நீளத்தில், நான்கு அடி ஆழம் கொண்ட பள்ளத்தில் நின்றுகொண்டிருந்த சீதாவை விநோதமாகப் பார்ப்பதுபோல பார்த்த நாகமணி, "அதிசயம்தான்" என்று சொன்னாள்.

நாகமணி பிறந்த ஊரிலும் சரி, கல்யாணம் கட்டிக்கொண்ட ஊரிலும் சரி, மயானத்தின் பக்கம் பெண்கள் போகவே மாட்டார்கள். தீட்டுக்காரப் பெண்கள் பேய் பிடித்துக்கொள்ளும் என்று மயானம் பக்கம் திரும்பிப் கூடப் பார்க்க மாட்டார்கள். நாகமணிக்குப் பேய் என்று சொன்னாலே பயம் வந்துவிடும். மயானம் எப்படி இருக்கும்? பிணக் குழி எப்படி இருக்கும்? பிணத்தை எப்படிப் புதைப்பார்கள்? என்பதெல்லாம் அவளுக்குத் தெரியாது. இன்றுதான் அவள் மயானத்துக்குள் வந்திருக்கிறாள்.

சமாதி கட்டுகிற வேலை என்று தெரிந்திருந்தால் வந்திருக்கவே மாட்டாள். நேற்று ஒரு வீட்டில் குளியலறை கட்டும் வேலை நடந்தது. வேலை முடிந்து வீட்டுக்குப் போகும்போது, ''நாளக்கிக் காலயில டி.வி.எஸ். மயானத்துக்கிட்ட வந்திடு'' என்று மட்டும்தான் பழனிசாமி சொன்னான். வந்த பிறகுதான் சமாதி கட்டுகிற வேலை என்று தெரிந்தது. நாகமணிக்கு முகம் சுருங்கிப்போயிற்று. உடனே, 'உடம்பு சரியில்லை என்று சொல்லிவிட்டுப் போய்விடலாமா?' என்று யோசித்தாள். இருபத்துநான்கு கிலோ மீட்டர் தூரம் வந்துவிட்டோம். திரும்பி வீட்டுக்குத்தான் போக வேண்டும். ஒரு நாள் சம்பளம் போய்விடும். இன்று மட்டும் வேலை செய்துவிட்டு நாளைக்கு உடம்பு சரியில்லாததால் வரவில்லை என்று சொல்லிவிடலாம் என்று முடிவெடுத்தாள். அரை மனதுடன் வேலையை ஆரம்பித்தாள்.

மயானத்தில் வேலை செய்ய வரச் சொல்லிவிட்டானே பழனிசாமி என்ற கோபத்தில் அக்கம்பக்கம் பார்க்காமல் வேலையைச் செய்துகொண்டிருந்ததால் அந்த இடத்தில் என்ன இருக்கிறது என்றுகூட அவள் பார்க்கவில்லை. இப்போதுதான் பார்ப்பதற்கு முயன்றாள். சீதா பிணக் குழி வெட்டிக்கொண்டிருந்த இடத்துக்குச் சற்றுத் தள்ளி மேற்கில் புதுப் பிணக் குழி மேடு தெரிந்தது. பிணக் குழியின் மீது வாடி வதங்கிய நிலையில் பூமாலை ஒன்று கிடந்தது. பிணக் குழி மேடு ஈரம் காயாமல் அதன் மேல் கொட்டப்பட்ட குங்குமம், கரைத்து ஊற்றிய சந்தனம், உடைத்து வைக்கப்பட்டிருந்த தேங்காய், ஊதுவத்தி பாக்கெட், கற்பூரம் இருந்த காகிதம் என்று பலதும் கிடந்தன. பிணத்தைப் புதைத்து ஒன்றிரண்டு நாட்கள்தான் இருக்கும் என்று நினைத்தாள். அந்தப் பிணக் குழி மேட்டுக்குப் பக்கத்தில் 'நாச்சிமுத்து கவுண்டர்' என்று எழுதியிருந்த சமாதியும் 'கருப்ப கவுண்டர்' என்று எழுதியிருந்த சமாதியும் இருந்தன. அடுத்ததாகப் பிணக் குழி மேடுகளும், ஒன்றிரண்டு சமாதிகளும் தெரிந்தன. மயானத்தைப் பார்க்கப்பார்க்க நாகமணிக்குப் பயம் கூடியது. ''எங்க வேல செய்றதுக்குக் கூப்புட்டுக்கிட்டு வந்திருக்கான் பாரு'' என்று பழனிசாமிமீது கோபப்பட்டாள்.

''எதுக்கு வெயில்ல நிக்குறிங்க? போயி நிழல்ல ஒக்காருங்க'' என்று சீதா சொன்னதும் வேப்ப மர நிழலுக்கு வந்தாள் நாகமணி. ஒயர்க் கூடையிலிருந்த சாப்பாட்டு டப்பாவை எடுத்துத் திறந்து சாப்பிட ஆரம்பித்தாள். இரண்டு, மூன்று கை சோறுதான் அவளால் சாப்பிட முடிந்தது. மயானத்தில் வந்து உட்கார்ந்து சாப்பிடுகிறோமே என்ற எண்ணம் அவளைச்

சாப்பிட விடாமல் தடுத்தது. நல்ல பசி இருந்தாலும் சாப்பிடாமல் வெறுப்புடன் கையைக் கழுவினாள். சோற்று டப்பாவை மூடி ஓயர்க் கூடையில் வைத்தாள். பாட்டிலில் இருந்த தண்ணீரைக் குடித்தாள். சிறிது நேரம் படுக்கலாமா என்று பார்த்தாள். மயானத்தில் எப்படிப் படுப்பது என்று தயங்கினாள். எந்த இடத்துக்கு வேலைக்குச் சென்றாலும் மதியச் சாப்பாடு சாப்பிட்டதும் கொத்தனார், சித்தாள்கள் கொஞ்ச நேரமாவது படுத்திருப்பார்கள். இன்று அதற்கு வழியில்லை. அதனால் எழுந்து சீதா விடம் சென்றாள்.

பிணக் குழிக்காக வெட்டப்பட்டிருந்த புது மண்ணின் மீது ஏறி நின்று கொண்டு, குழி எவ்வளவு ஆழத்தில் இருக்கிறது, எவ்வளவு நீளத்தில் இருக் கிறது என்று நாகமணி பார்த்தாள். பிணக் குழியையும் பிணக் குழிக்குள் மார்பளவு பள்ளத்தில் நின்றுகொண்டு, வெட்டிய மண்ணை அள்ளி வெளியே கொட்டிக்கொண்டிருந்த சீதாவையும் பார்த்தாள். நோயாளி யின் குரலில், ''சாவறதுக்கு முன்னாடியே பொணக் குழியப் பாத்திட்டன்'' என்று சொன்னாள். பிறகு இதுவரை உலகத்தில் யாருமே கேட்காத கேள்வியைக் கேட்டதுபோல், ''பொணத்த இதுல போட்டுத்தான மண்ணத் தள்ளி மூடுவாங்க?'' என்று கேட்டாள். ''அதுக்குத்தான குழி வெட்டுறது'' லேசாகச் சிரித்துக்கொண்டே சீதா சொன்னாள். வெட்டிய குழியின் நீளம், அகலம், பள்ளம் சரியாக இருக்கிறதா, வெட்டிப் போட்ட மண் மீண்டும் குழிக்குள் சரிந்து விழுகிறதா, குழி நேராக இல்லா மல் வளைந்திருக்கிறதா என்று பார்த்தாள். குழியின் ஓரங்களில் இருக் கும் மண் சரிந்து மீண்டும் குழிக்குள் விழாமல் இருப்பதற்காகக் கையால் குழந்தையைத் தட்டிக்கொடுப்பதுபோல தட்டிக்கொடுத்தாள். தரை, மேடு பள்ளம் இல்லாமல் இருப்பதற்காகக் கால்களால் மிதித்து விட்டாள். கடப்பாரை, மண்வெட்டி, மண் அள்ளும் கூடை என்று ஒவ்வொரு பொருளாக எடுத்து வெளியே போட்டாள். ஒரு முறைக்கு இரண்டு முறை பிணக் குழி சரியாக இருக்கிறதா என்று பார்த்தாள். அவள் பார்த்த விதம் பிறந்த குழந்தை அழகாக இருக்கிறதா என்று பார்ப்பதுபோல இருந்தது. எல்லாம் சரியாக இருப்பதுபோல் தோன்றவே இரு கைகளையும் நன்றாக ஊன்றி ஒரே எம்பாக எம்பிப் பள்ளத்தி லிருந்து மேலே வந்தாள்.

சீதாவுக்கு உடம்பு முழுவதும் வியர்த்து ஒழுகிக்கொண்டிருந்தது. வியர்வை ஈரத்தில் கை, கால்களில் ஒட்டிக்கொண்டிருந்த மண்ணைத் தட்டிவிட்டாள். புடவையில், ஜாக்கெட்டில் ஒட்டிக்கொண்டிருந்த

மண்ணையும் தட்டிவிட்டாள். தண்ணீர்க் குழாய் இருந்த இடத்துக்குப் போய் முகம், கை, கால்கள் என்று கழுவிக்கொண்டாள். பிணக் குழியிலிருந்து சீதாவுடன் இணைந்தே வந்திருந்த நாகமணி, ''பொணம் எப்ப வரும்?'' என்று கேட்டாள். ''நாலு அஞ்சு மணி ஆயிடும்'' என்று செ ால்லிவிட்டு முந்தானையால் முகத்தைத் துடைத்துக்கொண்டாள். வேப்ப மர நிழலை நோக்கி சீதா நடக்க ஆரம்பித்ததும் அவளுக்குப் பின்னாலேயே நாகமணியும் வந்தாள்.

''பொணத்த நீ பொதைப்பியா? மத்தவங்க பொதைப்பாங்களா?''

''பொதுவாப் பொணத்துக்காரங்கதான் பொதைப்பாங்க'' என்று சொன்ன சீதா தரையில் உட்கார்ந்தாள். அடுத்து நாகமணியும் உட்கார்ந்துகொண்டாள்.

''எப்ப வீட்டுக்குப் போவ?''

''பொணம் பொதச்சி முடிஞ்சதும்'' என்று சீதா சொன்னவிதம் நீ கேட்பதெல்லாம் ஒரு விஷயமே இல்லை என்பதுபோல் இருந்தது.

பிணக் குழியை வெட்டிக்கொண்டிருக்கும்போதும் தண்ணீர்க் குழாயில் முகம், கை, கால்கள் என்று கழுவிக்கொண்டிருக்கும்போதும் பார்த்ததைவிட இப்போது நாகமணியால் சீதாவை நெருக்கமாகப் பார்க்க முடிந்தது. லட்சணமான முகம், உடம்பில் சதைப்பிடிப்பு அதிகமில்லாமல் இருந்தது. கல்யாணமான பெண் மாதிரி தெரியவில்லை. கழுத்தில் ஒரு நூல்கூட இல்லை. மூக்கில் மட்டும் கருத்துப்போன கவரிங் மூக்குத்தி இருந்தது. கைகளில் ரப்பர் வளையல்கள்கூட இல்லை. சீதாவின் முகம், கை, கால்கள் என்று அங்குலம்அங்குலமாகப் பார்த்தாள். நாகமணி தன்னையே பார்க்கிறாள் என்பதை உணர்ந்த சீதா, ''என்ன அப்படிப் பாக்குறிங்க?'' என்று கேட்டாள். அவள் கேட்டதற்குப் பதில் சொல்லாமல், ''வேற வேலைக்கிப் போனா என்னா?'' என்று நாகமணி கேட்டாள். ''இந்த வேலைக்கி என்னாக் கொறச்சல்? இந்த வேலைதான் எனக்குப் புடிச்சியிருக்கு'' என்று சொல்லிவிட்டுக் கொஞ்சம் சத்தமாகவே சிரித்தாள். சீதா சொன்னதும் சிரித்ததும் நாகமணிக்கு வியப்பை உண்டாக்கியது. ஆச்சரியப்பட்டுப்போய், ''இந்த வேலைதான் ஒனக்குப் புடிச்சிருக்கா?'' என்று கேட்டாள்.

''ஆமாம்.''

''இந்த எடத்தில நீ எப்பிடி இருக்க?''

''புடிச்சித்தான் இருக்கன். வளையில எலி இருக்கிற மாதிரி.''

''என்னாது? மயானம் ஒனக்குப் புடிச்சியிருக்கா?''

''இந்த எடத்த வுட்டுப் போறதுக்கு எனக்கு மனசே வராது.''

''மனசு வராதா?''

''வராது. இந்த எடத்துக்கு என்ன கொற?''

''என்னா கொறயா?'' என்று கேட்டுவிட்டு இரண்டு கைகளாலும் வாயை மூடிக்கொண்டாள் நாகமணி.

சீதா, மரத்தை ஒட்டி வைத்திருந்த தன்னுடைய சாப்பாட்டுப் பையி லிருந்த செல்போனை எடுத்துப் பார்த்தாள். யாரும் அழைக்கவில்லை என்பது தெரிந்தது. மயானத்தின் நுழைவாயிலைப் பார்த்தாள். ஆள் நட மாட்டம் எதுவுமில்லாமல் இருந்தது. ''மத்தவங்க வாயிக்கு ஒரு கை சோறு போடத்தான் முடியல. மத்தவங்க பொணத்துக்கு ஒரு கை மண்ணள்ளிப் போடலாமே. அதான் இங்க இருக்கன்'' என்று சொல்லி முடிப்பதற்குள் ரொம்பவும் உரிமைப்பட்ட ஆளிடம் பேசுவது மாதிரி, ''ஊராங்க பொணத்துக்கு மண்ணள்ளிப் போடணுமின்னு ஒனக்கு என்ன விதியா?'' என்று நாகமணி கேட்டதற்கு சீதா எந்தப் பதிலும் சொல்ல வில்லை.

''மயானத்தில ஆம்பளங்க வர்றதுக்கே பயப்படுவாங்க. நீ தனியா இருக்கியே?''

''எங்க தாத்தாவுக்கு நாலு நாளாக் காய்ச்ச. ஒடம்பு நல்லா இருந்தா எங்கூடத்தான் இருப்பாரு.''

''பேய் புடிச்சிக்காதா?''

''இருபத்தி ரெண்டு வருசமா இருக்கன். ஒரு பேயும் புடிக்கல. எனக்கு ரோட்டுல நடக்கத்தான் பயம். காருக்காரன் மேல ஏத்திப்புடு வான். தெருவுல நடக்கத்தான் பயம். ஆம்பளங்க மொறச்சிமொறச்சி பாப்பாங்க.'' பெரிய நகைச்சுவைக்குரிய விஷயத்தைச் சொன்னதுபோல் சிரித்தாள். சீதா பேசியதும் சிரித்ததும் கிறுக்குப்பிடித்தப் பெண்ணாக இருப்பாளோ என்ற எண்ணத்தை நாகமணிக்கு உண்டாக்கிற்று.

''குழிவெட்ட எம்மாம் சம்பளம்?''

''ஆயிரம். ஒரு சில பேரு நூறு, எரநூறு சேத்துத் தருவாங்க. சில பேரு நூறு, எரநூற கொறச்சிக் கொடுப்பாங்க'' என்று சீதா சொல்லிக் கொண்டிருக்கும்போது அவளுடைய செல்போன் மணி அடித்தது. போனை எடுத்து, ''ஹலோ தாத்தா, பொணம் இன்னம் வல்ல. பொணம் வந்து வேல முடிஞ்சதும் சொல்றன். மத்தியானம் சாப்புட்டியா? மாத்தரயப்

போட்டியா? பீடியக் குடிச்சிக்கிட்டே இருக்காத. நானா? இன்னம் சாப்புடல. இப்பதான் வேல முடிஞ்சுது. சரி வச்சிடு" என்று சொல்லி விட்டு செல்போனை வைத்தாள். சீதா போனில் பேசி முடிப்பதற்காகவே காத்துக்கொண்டிருந்த நாகமணி, "ஓங்க தாத்தா குழிவெட்ட மாட்டாரா?" என்று கேட்டாள்.

"முன்னல்லாம் அவருதான் வெட்டுவாரு. நான் கூட இருப்பன். இப்ப நான் வெட்டுறன். அவருக்கு வயசாயிடிச்சி."

"குழி மட்டும்தான் வெட்டுவியா?"

"நூறு, எரநூறு பேரோட வர பொணமும் இருக்கு. அஞ்சு, பத்துப் பேரோட வர பொணமும் இருக்கு. லாரியில, பஸ்ஸில அடிபட்டுச் செத்த அநாதப் பொணமும் வரும். அநாதப் பொணத்தப் பொதைக்கக் குழி வெட்டவும் பொதைக்கவும் ஆளுங்க யாரும் வர மாட்டாங்க. போலீஸ் மட்டும்தான் வரும். வந்தாலும் நூறு, எரநூறுதான் தருவாங்க. மாசத்துக்கு எப்பிடியும் மூணு, நாலு அநாதைப் பொணமாச்சும் வந்திடும். அத நான்தான் பொதைப்பன்" என்று சொன்ன சீதா, புழுக்கத்துக்காக முந்தானையை எடுத்து விசிறிக்கொள்ள ஆரம்பித்தாள்.

"பொணத்த எரிக்க மாட்டாங்களா?"

"அதுக்குன்னு ஒருத்தர் இருக்காரு. பேசுன ரூவாயில எட்டணா கொறஞ்சாகூட ஒத்துக்க மாட்டாரு. பொணத்துக்கூடவே புழங்குறவன், வாழறவன் நான். பேசுன சம்பளத்தக் கொறைக்காதிங்கன்னு வாக்கு வாதம் பண்ணுவாரு. சம்பளத்தோட அவருக்கு குவார்ட்டர் பாட்டிலும் புரோட்டாவும் வாங்கித் தரணும். இல்லன்னா பொணத்தச் சரியா எரிக்க மாட்டாரு."

"அட ஆண்டவனே" என்று சொன்ன நாகமணி, "பொணம் எரிக்கிற எடம் எங்க இருக்கு?" என்று கேட்டாள்.

"பக்கத்திலதான் வடக்கால பக்கம்" என்று சொன்ன சீதா வடக்குப் பக்கமாகக் கையை நீட்டிக் காட்டினாள்.

"பொணத்தப் பொதைக்கிறது நல்லதா? எரிக்கிறது நல்லதா?" சிறு குழந்தையைப்போல நாகமணி கேட்டாள்.

"சாதிக்கேத்த மாதிரி செய்வாங்க" என்று சொன்ன சீதா லேசாகச் சிரித்துக்கொண்டே, "சித்தாள் வேலக்கி வந்திங்களா? எங்கிட்ட கேள்வி கேக்கறதுக்கு வந்திங்களா?" என்று கேட்டாள்.

"கொத்தனாரு சாப்புட போயிட்டாரு. சாராயத்தக் குடிச்சாதான் அந்தாளுக்குச் சோறு எறங்கும். மத்த எடத்துக்கு வேலக்கிப் போனா மத்தியானத்தில செத்த நேரம் ஓடம்பத் தரயில கிடத்துவம். மயானத்தில அப்படிச் செய்ய முடியுமா? எல்லா எடமும் பொணம் பொதச்ச எடமா இருக்கு" என்று சொன்ன நாகமணி, பழனிசாமி வருகிறானா என்று பார்த்தாள். அவன் வருகிற மாதிரி தெரியாததால் அடுத்த கேள்வியைக் கேட்டாள்.

"பொணம் வராத அன்னிக்கி என்னா பண்ணுவ?"

"பொணம் எரிக்கிறவருதான் இன்னிக்கி ஒரு பயலும் சாவலியேன்னு சொல்லி, திட்டிக்கிட்டு இருப்பாரு. கவலப்படுவாரு. நானும் எங்க தாத்தாவும் வேல இல்லாத நாளில முள்ளு செடியிருந்தா புடுங்கிப் போடுவம். மண்ணு சரிஞ்சிக் கெடக்குற குழி மேட்டுல மண்ணக் குமிச்சிப் போடுவம். பொணம் வந்தா எந்த எடத்தில வெட்டுறதின்னு எடத்தக் கண்டுபுடிச்சி கோடு போட்டு வைப்பம். ஒரு சில நேரம் குழிய வெட்டி வச்சிருப்பம்" என்று சொல்லி முடிப்பதற்குள், "சாவு சாவறதுக்கு முன்னாடியே குழிய வெட்டி வச்சிருப்பியா?" என்று கேட்டாள் நாகமணி.

"ஆமாம்."

"சாவறதுக்கு முன்னாடியே எப்பிடிக் குழிவெட்டி வைக்கிறது? அதிசயம்தான்" என்று சொன்னாள்.

"இதுல என்னா அதிசயம் இருக்கு? ஒரே நாளில ரெண்டு, மூணு பொணம் வந்தா என்னா செய்யுறது? பொதைக்கிறதுக்கு எடமில்லன்னா, தரமட்டமாயிட்ட பழய எடத்துலியே மறுகுழி வெட்டுவம். மறுகுழி வெட்டாத எடமின்னு ஒரு எடத்தக்கூட இங்க காட்ட முடியாது. வசதி யானவங்க சமாதியக் கட்டுறதாலதான் எடப் பிரச்சன. ஒவ்வொரு குழியும் பத்து பொணம் இருபது பொணம் பொதச்ச எடமாத்தான் இருக்கும்."

"இத்தினி வருசத்தில எம்மாம் பொணக் குழி வெட்டியிருப்ப?"

"இருபதாயிரம், முப்பதாயிரம் இருக்கும். கூடுதலா இருக்குமே தவிர கொறயாது."

நம்ப முடியாத விஷயத்தைக் கேட்டதுபோல், "ஏ சாமி" என்று சொல்லி இரண்டு கைகளாலும் வாயைப் பொத்திக்கொண்டாள் நாகமணி.

"பொணக் குழி வெட்டுன கையோட, பொணத்தப் பொதச்ச கையோட, ஏதாச்சும் ஒரு பொணக் குழி மேட்டுல குந்திதான் தெனம் சோறு சாப்புடுறன். பொணக் குழி வெட்டுன களப்பப் போக்க தரமட்ட மாயிட்ட பொணக் குழியிலதான் படுக்கிறன். இப்பிடித்தான் ஒவ்வொரு

நாளும் எனக்கு ஓடியிருக்கு. பத்து வயசா இருக்கும்போது இந்த எடத்துக்கு வந்தன். இப்ப எனக்கு முப்பத்திரெண்டு வயசு. வீட்டுல இருந்த நேரத்தவிட இந்த இடத்திலதான் அதிகமா இருந்திருக்கிறன். சில நாளில பொணம் ராத்திரி ஏழெட்டு மணிக்குக்கூட வரும். பொணத்தப் பொதச்சப் பின்னாடிதான் வீட்டுக்குப் போவ முடியும்'' என்று சொன்ன சீதாவை அதிசயமான உயிரினத்தைப் பார்ப்பதுபோல நாகமணி பார்த்தாள். சீதா ஒவ்வொரு விஷயமாகச் சொல்லச்சொல்ல அவளுக்கு வேறு ஒரு உலகத்தில் இருப்பதுபோல் இருந்தது. ''பொணம் பொதைக்க வரப்ப எல்லாருமே ஆம்பளைங்களாகத்தான இருப்பாங்க? அத்தன ஆம்பள முன்னாடி நீ ஒத்த பொம்பளயா எப்பிடி நிப்ப? கூச்சமா இருக்காதா?''

''வேலதான செய்யுறம்?'' என்று கேட்ட சீதா சிறிது நேரம் பேசாமல் இருந்தாள்.

''பொணம் பொதைக்க வரவங்க திட்டுவாங்களா?''

''குழி நீளமா இல்ல, அகலமா இல்ல, பள்ளம் அதிகமா இல்லனு ஏதாச்சும் சொல்லுவாங்க. அதுகூட நூறு அம்பதக் கொறச்சிக் கொடுக்கிற துக்காக. நகக் கடயில, துணிக் கடயில, ஓட்டல்ல கணக்குப் பாக்காதவங்க சுடுகாட்டுல வந்துதான் கணக்குப் பாப்பாங்க. கூட்டமா வரதில ஒண்ணு, ரெண்டு பேரு மொறச்சிப் பாப்பாங்க. மத்தப்படி தொந்தரவு இருக்காது.''

காரணமே இல்லாமல் செல்போனை எடுத்துப் பார்த்தாள். ''வயித் துக்குச் கூச்சம், வெக்கம் இருக்கா?'' என்று கேட்டாள்.

''மயானத்திலியுமா?''

''எங்க இருந்தாலும் நான் பொம்பளதான?'' என்று கேட்ட சீதா உற் சாகத்தில் சிரிக்கிற குழந்தையைப் போல சிரித்தாள். பிறகு பக்கத்திலிருந்த அருகம்புல்லைப் பிடுங்கிச் சிறுசிறு துண்டுகளாகக் கிள்ளிப் போட்டுக் கொண்டிருந்தாள். என்ன தோன்றியதோ நாகமணியின் பக்கம் பார்த்து, ''பொம்பளன்னா ஆம்பள பாக்கதான செய்வாங்க?'' என்று சொன் னாள். நாகமணி பதில் சொல்வதற்கு முன்பாகவே, ''அதுகூட இன்னம் பத்து வருசம்தான். அப்பறம் எதுக்குப் பாக்கப்போறாங்க?'' என்று கேட் டாள். நாகமணி பதில் எதுவும் சொல்லாமல், அவளுடைய முகத்தை மட்டுமே பார்த்துக்கொண்டிருந்தாள். அதிசயமான ஆளாக இருக்கிறாளே என்று நினைத்தாள். தன்மையான குரலில், ''கல்யாணமாயிடிச்சா?'' என்று கேட்டாள்.

''இல்ல.''

''கட்டிக்க வேண்டியதுதான?''

''எதுக்கு?''

''எதுக்கா?'' என்று கேட்ட நாகமணி, சீதாவை ஒருவிதமாகப் பார்த்தாள்.

''கல்யாணம் கட்டுறதுதான முக்கியம்.''

''கல்யாணமான ஒண்ணு, ரெண்டு மாசத்திலியே வீட்டுல சண்டை, புருசனப் புடிக்கலன்னு விஷத்தக் குடிச்சி, தூக்குலத் தொங்கி செத்துப் போனவங்களோட பொணத்துக்கெல்லாம் குழிவெட்டி இருக்கன், காதல் பிரச்சனயில செத்துப்போன சின்னப் பொண்ணுங்களுக்கும் நாலஞ்சி மாசக் கர்ப்பத்தோட செத்தவங்களுக்கும் குழிவெட்டி இருக்கன். புருசன், பொண்டாட்டி சண்டயில ரெண்டு, மூணு புள்ளைங்களுக்கு விஷத்தக் கொடுத்துச் செத்த பொம்பளைங்க, புள்ளைங்களையும் சேத்துப் புடிச்சிக்கிட்டுத் தீக்குளிச்சிச் செத்த பொம்பளைங்க பொணம், சின்னப் புள்ளைங்க பொணம்னு எம்மாம் குழி வெட்டியிருப்பன்? அதயெல்லாம் பாத்துட்டுக் கல்யாணம் கட்ட முடியுமா?''

''கஷ்டமா இருக்காதா?''

''வெயில் காலத்தில குழி வெட்டுறது, ஒண்ணு, ரெண்டு பேரு பேசுன காசைவிடக் கொறச்சிக் கொடுக்கிறதெல்லாம் கஷ்டமா இருக்காது. ஒருத்தங்க தரலன்னா இன்னொருத்தங்க தந்திடுவாங்க. தாயோட சேத்து கைபுள்ளைங்களயும் பொதைக்கிறப்பதான் கஷ்டமா இருக்கும். சோறு திங்கவே புடிக்காது, தூக்கமும் வராது.''

''அதுக்காகச் சாவுறமுட்டும் தனியா இருக்க முடியுமா?''

''இதே கேள்வியத்தான் தெனமும் எங்க பாட்டியும் தாத்தாவும் கேக்குறாங்க.''

''ஒங்க தாத்தாவும் பாட்டியும் அப்பனப் பெத்தவங்களா, அம்மாவப் பெத்தவங்களா?''

சீதா எந்தப் பதிலையும் சொல்லவில்லை. அருகம்புல்லைக் கிள்ளிப் போடுவதுதான் முக்கியமான வேலை என்பதுபோல் அருகம்புல்லைக் கிள்ளிப் போட்டுக்கொண்டிருந்தாள். அக்கம்பக்கம்கூடப் பார்க்கவில்லை. தலையிலும் தோள்பட்டையிலும் வெயில் அடிப்பதுகூட அவளுடைய கவனத்தில் இல்லை.

''என்னாச்சி?''

''ரெண்டுமில்ல.''

''என்னம்மா சொல்ற?''

சீதா சற்று தூரத்தில் கிழக்குப் பக்கமாக இருந்த பிணக் குழி மேடு களையும் சின்னதும் பெரியதுமாக இருந்த சமாதிகளையும் பார்த்தாள்.

''என்னம்மா ஆச்சி'' மெதுவாகக் கேட்டாள் நாகமணி.

''எங்களுக்குச் சொந்த ஊரு ஆந்திரா. எங்கப்பா லாரி டிரைவரா இருந் தாரு. இந்த ஊரு முதலாளி வந்து என்னோட லாரிய ஓட்டுன்னு சொல்ல, எங்கப்பா எங்களக் கூட்டிக்கிட்டு இங்க வந்தாரு. அப்ப எனக்கு ஓம்போது வயசு. வண்டி எடுத்துக்கிட்டுப் போனா திரும்பிவர எட்டு, ஓம்போது நாள் ஆவும். ஒருமுற கேரளாவுக்குப் போனப்ப லாரிய ஆக்சிடண்டு பண்ணிட்டாருன்னு முதலாளி கோவத்தில வேலக்கி வராதன்னு சொல்லிட்டாரு. எங்கப்பா வேலைக்குப் போகல. தீபாவளி அன்னிக்கி பக்கத்து வீட்டுல கடன் வாங்கிக் கொடுத்து 'போயிக் கறி வாங்கிக்கிட்டு வா'ன்னு எங்கம்மா அனுப்பிச்சி. எங்கப்பா கறி வாங்கிட்டு வரல. குடிச்சிப்புட்டு வந்தாரு. 'ஒரு மாசமா நீ வண்டி ஓட்ட போவல. நான் மில்லுக்கு வேலக்கிப் போயிக் கஷ்டப்படுறன். நல்ல நாளில ஒரு துண்டு கறி ஆக்கிப் புள்ளைங்களுக்குப் போடலா மின்னு கடன் வாங்கி காசக் கொடுத்தா நீ என்னா செஞ்சிட்டு வந்திருக்க? இப்படிப்பட்ட ஆளுகூட எப்பிடி வாழறது'ன்னு சொல்லி எங்கம்மா தீய வச்சிக்கிச்சி.''

சீதாவின் முகவாட்டத்தைப் பார்த்தால் எந்த நேரத்திலும் அழுது விடுவாள் என்பது போலிருந்தது. ஆனால், அவள் அழவில்லை. அவ ளுடைய கண்களிலிருந்து ஒரு சொட்டுக் கண்ணீர்கூட வரவில்லை. பெரு மூச்சு விடவில்லை. மூக்கை உறிஞ்சவில்லை. அசைந்துகூட உட்கார வில்லை.

தூரத்திலிருந்து பிணக் குழி மேடுகளையும் சமாதிகளையும் பார்த்த வாறு சின்னப் பிள்ளைக்குக் கதை சொல்வதுபோல, ''எங்கம்மாவ ஆஸ் பத்திரிக்கித் தூக்கிட்டுப் போயிட்டாங்க. எந்த ஆஸ்பத்திரின்னு தெரியல. நானும் என் தங்கச்சியும் அழுதுகிட்டே ஒவ்வொரு ஆஸ்பத்திரியாப் போயி 'எரிஞ்சிப்போன எங்கம்மாவக் கொண்டாந்தாங்களா?'ன்னு கேட்டம். 'இல்ல'ன்னுட்டாங்க. ஏழெட்டு ஆஸ்பத்திரிக்கிப் போயி ருப்பம். ஒரு ஆஸ்பத்திரி வாசல்ல நானும் என் தங்கச்சியும் அழுது கிட்டு நின்னதப் பாத்திட்டு வாட்ச்மேன், 'இது தனியாரு ஆஸ்பத்திரி.

பணம் உள்ளவங்கதான் இங்க வருவாங்க. பணம் இல்லாதவங்க கவர்மண்ட்டு ஆஸ்பத்திரிக்கித்தான் போவாங்க. அங்க போயிக் கேட்டுப் பாருங்க'ன்னு சொன்னாரு. நாங்க கவர்மண்ட் ஆஸ்பத்திரிக்கிப் போனப்ப ராத்திரி ஒம்போது பத்து மணி இருக்கும். வெளியில நின்னுக்கிட்டிருந்த எங்கப்பா எங்களக் கட்டிப்புடிச்சிக்கிட்டு அழுதாரு. எங்கம்மாவப் பாக்க வுடல. ராத்திரி ரெண்டு, மூணு மணிக்கு ஒரு நர்சு வந்து எங்கம்மா செத்திடுச்சின்னு சொன்னாங்க'' என்று சொன்ன சீதா நேருக்கு நேராக நாகமணியைப் பார்த்தாள். அவள் பார்த்த விதம் தூங்கிக்கொண்டிருக்கிற ஒரு குழந்தையைப் பார்ப்பதுபோல இருந்தது. எப்போதும் கலகலவென்று பேசுகிற நாகமணி இப்போது ஒரு வார்த்தைகூடப் பேசவில்லை. சீதாவையே பார்த்துக்கொண்டிருந்தாள். நாகமணி எதுவும் கேட்காமலேயே சீதா சொன்னாள்:

''பொணத்தக் கொடுக்கறப்ப சாயங்காலம் ஆயிடுச்சி. நெருப்புல வெந்த பொணத்த வீட்டுக்குத் தூக்கிட்டுப் போவக் கூடாதின்னு நேரா சுடுகாட்டுக்குத் தூக்கிட்டுப் போயிட்டாங்க. என்னையும் என் தங்கச்சியயும் பொணத்தப் பாக்க வுடல. வீட்டுக்குப் போங்கனு சொல்லிட்டு எங்கப்பா பொணத்துக்கூடப் போயிட்டாரு. 'வா வீட்டுக்குப் போவலாம்'னு என் தங்கச்சி கூப்புட்டா. 'மயானத்துக்குப் போவோம்'னு சொன்னன். மயானம் எங்க இருக்குன்னு தெரியாது. விசாரிச்சிக்கிட்டே போனம். அன்னிக்கித்தான் தெரிஞ்சிது இந்த ஊருல ஏழெட்டு மயானம் இருக்கிறது. ஒவ்வொரு மயானமாப் போயி 'எங்கம்மா பொணம் இங்க வந்துச்சா'ன்னு கேட்டம். எல்லா எடத்திலயும், 'இன்னிக்கி பொம்பளப் பொணம்னு ஒண்ணும் வல்ல'ன்னு சொன்னாங்க. கடசியா இந்த மயானத்துக்கு வந்தம். நாங்க மயானத்துக்கு வந்தப்ப ராத்திரி ஏழெட்டு மணி இருக்கும். யாருமே இல்ல. திரும்பி வீட்டுக்குப் போயிட்டம்.''

நாகமணிக்குக் கண்கள் கலங்கிவிட்டது. பழனிசாமி வந்துவிட்டானா என்று பார்ப்பதற்குக்கூட அவளுக்கு மறந்துபோயிருந்தது. ''அப்புறம் என்னாச்சு?'' என்று கேட்பதற்குக்கூடத் தெம்பற்ற மாதிரி உட்கார்ந்திருந்தாள். அவளுடைய கவனமும் பார்வையும் சீதாவின் முகத்தைப் பார்ப்பதில் மட்டும்தான் இருந்தது.

''மறுநாளு விடிஞ்சதும் இதே இடத்துக்கு வந்தம். மயானத்தில குழி வெட்டிக்கிட்டு இருந்தவர்கிட்ட, 'நேத்து எங்கம்மா பொணம் இங்க வந்துச்சான்னு கேட்டம். ''நெருப்புல வெந்த பொணமா?''ன்னு கேட்டு, பொணம் பொதச்ச எடத்தக் காட்டுனாரு. எங்கம்மாவ பொதச்ச

எடத்தப் பாத்திட்டு வீட்டுக்கு வந்தம். 'மயானத்துக்கா போனிங்கனு' கேட்டாரு எங்கப்பா. 'ஆமாம்'னு சொன்னம். 'என்னாலதான் எம் பொண் டாட்டி செத்திட்டா. என் தங்கம் ரெண்டும் அநாதியாயிடிச்சி'ன்னு சொல்லி எங்களக் கட்டிப்புடிச்சிக்கிட்டு அழுதாரு. அப்புறம் வீட்டுக் குள்ளாரப் போயித் தூக்கில தொங்கிச் செத்திட்டாரு.'' பேச்சை நிறுத்தி விட்டு வேப்ப மரத்தைப் பார்த்தாள். சூரியன் எந்த இடத்தில் இருக்கிறது என்று பார்த்தாள். ஒருமுறை செருமினாள். பிறகு இதுதான் கடைசி வார்த்தை என்பதுபோல கட்டைக் குரலில் சொன்னாள். ''அன்னிக்கி எங்கப்பா பொணத்தத் தூக்கிக்கிட்டு இந்த எடத்துக்கு வந்தவதான், பொறந்து வளந்த எடம் மாதிரி ஆயிடிச்சி.''

சீதா எந்த நேரத்திலும் அழலாம் என்று நாகமணி நினைத்தாள். ஆனால், அவள் அழவில்லை. தூசுபட்ட அளவுக்குக்கூட அவளுடைய கண்கள் கலங்கவில்லை. முகத்திலும் எவ்விதமான மாற்றமுமில்லை. அவள் தன்னுடைய அப்பா, அம்மாவைப் பற்றிச் சொன்னதுகூடப் புத்த கத்தில் படித்த உணர்ச்சிகரமான கதையைச் சொன்னதுபோலத்தான் இருந்தது. ஒரு பெண்ணால் இவ்வளவு நிதானமாகப் பேச முடியும் என்பதை இன்றுதான் பார்த்திருக்கிறாள். சீதாவின் அப்பா, அம்மா இறந்த கதையைக் கேட்டதும் நாகமணிக்குத் தன்னுடைய அப்பா, அம்மாவே இறந்துவிட்டதுபோல் வருத்தம் உண்டாகிவிட்டது.

''எங்கப்பா செத்த மறுநாளு, எங்கப்பாவ, எங்கம்மாவ பொதச்ச எடத்தில நானும் என் தங்கச்சியும் சூடம் ஏத்திக் கும்பிட்டதப் பாத்திட்டு, பிணக் குழி வெட்டுறவரு எங்ககிட்ட வந்து பேசுனாரு. எங்க கதெய கேட்டதும், அவரோட வீட்டுக்குக் கூட்டிக்கிட்டுப் போயிட்டாரு.''

''போனில பேசுனியே அவரா?''

''ம்.''

''அவங்க வீட்டுல எதுவும் சொல்லலியா?''

''இல்ல.''

''வேத்துமயா நெனைக்கலியா?''

''அவங்களுக்குப் புள்ள இல்ல. இன்னியவர என்னத்தான் புள்ளயா நெனைக்கிறாங்க. காசு பணம் இருந்தாத்தான வேத்தும வரதுக்கு?''

'அதிசயம்தான்' என்று தனக்குள்ளாகவே சொல்லிக்கொண்ட நாக மணிக்கு என்ன தோன்றியதோ, ''இப்படி இருக்கயில நீ கல்யாணம் கட்டிக்கிறதுதான் நல்லது'' என்று சொன்னாள்.

‘‘நான் ஒருத்தன்கூட போயிட்டா அவங்கள யாரு பாத்துக்குவாங்க? அவங்க உசுரோட இருக்கிறவர நான்தான் பொணக் குழி வெட்டி சோறு போடணும். அவங்க செத்தா நான்தான் பொணக் குழி வெட்டணும், அவங்க பொணத்த நான்தான் பொதைக்கணும், அவங்க பொணக் குழி மேட்டுல நான்தான் சூடம் ஏத்திவச்சிக் கும்புடணும். அதுவர இந்த எடத்த வுட்டுப் போவ மாட்டன். மீறிப் போனா என்ன பாவம் தொரத்தாதா? செத்தாலும் என் பொணம் வேவுமா? எங்கம்மாவப் பொதச்ச எடத்தப் பாக்க வந்தன். அதுவே எனக்கு வாழற எடமாயிடிச்சி. பொணக் குழி வெட்டிப் பொணத்தப் பொதச்சித்தான் சோறு திங்கறன். உசுரோட இருக்கன். இந்த எடத்துக்கு வந்த பின்னால ஒரு வேளகூட நான் பட்டினியாக் கெடக்கல’’ என்று சொல்லும்போது சீதாவின் கண்கள் லேசாகக் கலங்கியது போல் தெரிந்தது. நகர்ந்து உட்கார்ந்து சீதாவின் இடது கையை, ‘ஒண்ணுமில்ல கொஞ்சம் பேசாம இரு’ என்பதுபோல் பிடித்தாள். நாகமணி கையைப் பிடித்த பிறகுதான் சீதாவின் கண்கள் கலங்கின. அவளுடைய கையை நாகமணி மேலும் இறுக்கமாகப் பிடித்தாள். இரண்டு பேரும் ஒருவரையொருவர் பார்த்துக்கொள்ளவில்லை. ஒரு வார்த்தை பேசிக்கொள்ளவில்லை.

சீதாவின் செல்போன் மணி அடித்தது. செல்போனை எடுத்துப் பேசினாள். ‘‘குழி ரெடியாதான் இருக்கு. எப்ப வேணும்னாலும் வாங்க’’ என்று சொல்லிவிட்டு போனை வைத்தாள். வியர்வையைத் துடைப்பதுபோல கண்ணீரை முந்தானையால் துடைத்தாள்.

‘‘சொந்த ஊருக்குப் போயிருக்கலாமில்லெ?’’

‘‘அங்க சோத்துக்கு இல்லன்னுதான் எங்கப்பா இந்த ஊருக்கு வந்தாரு.’’

‘‘சொந்தக்காரங்க இருப்பாங்கில்ல?’’

‘‘போவ ரெண்டு நாளு. திரும்பி வர ரெண்டு நாளு ஆவும். போறதுக்கும் வரதுக்கும் பணம் வேணுமில்ல? இப்ப மாதிரி அப்ப செல்போன் இருந்துச்சா சேதியச் சொல்றதுக்கு? நாங்களும் போவல. அவங்களும் வரல. வருசமும் ஓடிப்போச்சி. வயித்தில சொமந்த சொந்தமே எங்கள வேணாமின்னு வுட்டுட்டுப் போயிடிச்சி. அதவிடப் பெரிய சொந்தம் ஒலகத்தில இருக்கா?’’ என்று கேட்கும்போதே சீதாவின் கண்களிலிருந்து கண்ணீர் வழிந்தது. கண்ணீரைத் தடுப்பதற்குச் சிறந்த வழி கைகளைப் பிடித்துக்கொள்வதுதான் என்பதுபோல சீதாவினுடைய இரண்டு கைகளையும் அழுத்தமாகப் பிடித்துக்கொண்டாள் நாகமணி. கேட்க

வேண்டாம் என்றுதான் நினைத்தாள். ஆனாலும், நாகமணி கேட்டாள், ''ஓங்கம்மா, அப்பா பொணத்த எப்பிடிப் பொதச்சிங்க?''

''எங்கப்பா ஓட்டிக்கிட்டிருந்த லாரியோட ஓனர்தான் செலவு செஞ் சாரு.''

''ஓன் தங்கச்சி ஓங்கூடதான் இருக்கா?''

''எங்க தாத்தா, ரேணுகா தேவி ஆனந்தன்ங்கிற ஒரு வக்கீல் வூட்டுல வேலக்கி சேத்துவுட்டாரு. வக்கீல் வீட்டுல டிரைவரா இருந்த பைய னையே கல்யாணம் கட்டிக்கிட்டா.''

''எங்க இருக்காங்க?''

''இந்த ஊர்லதான்.''

''நீயும் அந்த மாதிரி போயிருக்கக் கூடாதா?''

''எங்க தாத்தாவும் பாட்டியும் வீட்டு வேலக்கிப் போ. மயானத்துக் கெல்லாம் பொட்ட புள்ள வரக் கூடாதின்னுதான் சொன்னாங்க. நான் தான் கேக்கல. எங்கம்மா, எங்கப்பாவப் பொதச்ச எடம் இங்கதான இருக்கு? எங்க தாத்தாவுக்கு, பாட்டிக்கு, எனக்குச் சோறு போடுற எடம் இதுதான? இத வுட்டுட்டு எப்பிடிப் போறது?'' என்று கேட்கும்போதே அவளுக்கு அழுகை வந்துவிட்டது. அக்கம்பக்கம் பார்க்கப் பிடிக்காத மாதிரி நாகமணியைப் பார்ப்பதற்குக்கூடப் பிடிக்காத மாதிரி தரையைப் பார்த்தாள். தரையைப் பார்த்தபடியே, ''எங்கம்மாவுக்கு எங்களவிட அதோட கோவம்தான் அதுக்குப் பெருசா இருந்திருக்கு'' என்று களைப் படைந்த குரலில் சொன்னாள். அப்போது அவளுடைய கண்களில் திரண் டிருந்த கண்ணீர்த் துளிகள் தரையில் விழுந்தன. அதைப் பார்த்த நாக மணி, சீதாவினுடைய கைகளை மேலும் அழுத்தமாகப் பிடித்துக்கொண் டாள். கைகளை வசதியாகப் பிடித்துக்கொள்ள ஏதுவாகக் கொஞ்சம் முன்னால் நகர்ந்து உட்கார்ந்தாள்.

''மனசு கஷ்டமா இருந்தா ஓன் தங்கச்சி வீட்டுக்குப் போயி ரெண்டு நாள் இருந்திட்டு வா.''

''நான் போற நேரமாப் பாத்து பொணம் வந்திட்டா? பொணத்த நாளைக்கிப் பொதச்சிக்கலாமின்னு வச்சிருக்க முடியுமா? முன்ன மாதிரி இல்ல. பாதி பொணத்த கரண்ட்டுல வச்சி எரிச்சிடுறாங்க. கரண்ட்டுல எரிக்கிறது போக மத்த பொணம்தான் எங்களுக்கு வரும். எப்ப குழி வெட்டச் சொல்லுவாங்கன்னு ஒக்காந்திருக்கயில எங்க போறது? அவ

'வா வா'ன்னுதான் கூப்புடுறா. நான்தான் போறதில்ல. அவ எனக்குத் தங்கச்சிதான? அம்மா இல்லியே'' என்று சொல்லும்போது சீதாவின் உடல் லேசாக அதிர்ந்தது. கண்ணீரை மறைப்பதற்கான வழி அக்கம் பக்கம் பார்ப்பதுதான் என்பதுபோல் தலையை நிமிர்த்தித் தன்னைச் சுற்றிலுமுள்ள இடத்தைப் பார்த்தாள். அவளுடைய பார்வையில் பட்ட தெல்லாம் பிணக் குழி மேடுகளும், சமாதிகளும், வெயிலும்தான்.

''ஒன் தங்கச்சி வீட்டுக்காரரு எப்பிடி?''

''ஆம்பள புள்ள வேணுமின்னு வருசத்துக்கு ஒண்ணுன்னு நாலு பொட்டப் புள்ளைங்களப் பெத்துவச்சியிருக்கான். நல்லதனமா இருக் கிறப்ப எல்லாரும் நல்லவங்கதான். கோவம் வந்திட்டா எல்லாரும் கெட்டவங்கதான்.'' அவள் சொன்ன விதம் மற்றவர்களுக்குக் கேட்டு விடக் கூடாது என்று சொன்னது போல் இருந்தது. மயானத்தின் நுழைவு வாயில் பக்கம் பார்த்தாள். வேட்டுச் சத்தம், வெடி சத்தம், சேகண்டி அடிக்கிற சத்தம் ஏதாவது கேட்கிறதா என்று பார்த்தாள். பிணமும் வரவில்லை. வேறு எந்தச் சத்தமும் கேட்கவில்லை என்பது தெரிந்ததும் நாகமணியின் பக்கம் பார்த்தாள். பழனிசாமி வருகிறானா என்று சீதா மயானத்தின் நுழைவுவாயில் பக்கம் பார்த்தாள். ஆளைக் காணவில்லை என்பதால் அடுத்த கேள்வியைக் கேட்டாள்.

''இருக்கிறது சொந்த வீடா?''

''ரோட்டோரம். கவர்மண்ட் எடம்.''

''கஷ்டமா இருக்கா?''

''என்னா கஷ்டம்? வேல செய்யுறம். சோறு சாப்புடுறம்.''

சீதாவுக்கு நன்மை செய்வதுபோல், ''எங்ககூட சித்தாள் வேலக்கி வந்திடன்'' என்று சொன்னாள்.

''இந்த வேலயும் இந்த எடத்தில இருக்கிறதும்தான் புடிச்சிருக்கு.''

''அடிப்பாவி ஊருலகமே இந்த எடத்துக்கு வரத்தான பயப்படுது.''

''பயந்தாலும் வந்துதான ஆவணும்?'' என்று சொன்ன சீதா லேசாகச் சிரித்தாள். பிறகு ''எங் கதெயவே பேசிக்கிட்டிருந்திட்டன். நீங்க யாருன்னுகூட நான் கேக்கல'' என்று சங்கடமான குரலில் சொன்னாள்.

'எப்படியாப்பட்ட கதெயச் சொல்லிட்டு என்னெப் பத்திக் கேக்கு றாளே' என்று ஆச்சரியப்பட்டாள். தூங்கிக்கொண்டிருக்கிற கைக்குழந்தை யினுடைய முகத்தை ஆசையாகப் பார்ப்பதுபோல் சீதாவின் முகத்தைப்

பார்த்த நாகமணி, ''பத்தொம்பது வயசில கல்யாணம். தாலியக் கட்டுன வேகத்தில ரெண்டு புள்ளயக் கொடுத்தான். வந்த சோலி முடிஞ்சிப்போச் சின்னு மண்ணுக்குள்ளார போயிட்டான் எம் புருசன்காரன். பொறந்தது ரெண்டும் பொட்ட. பாக்கு மட்ட உரிக்க, கள வெட்டன்னு போய்க் கிட்டிருந்த என்னெச் சித்தாள் வேலயில இழுத்துவுட்டது சாப்புடப் போயிருக்கானே அந்தக் கொத்தனாருதான். எங்க ஊரு ஆளு. குடி காரன். மத்த கொத்தனாருவுளுக்கு இவன் மோசமில்ல. பொறந்த வீட்டிலயும் சரி, புருசன் வீட்டிலயும் சரி சொல்லிக்கிற மாதிரி ஒண்ணு மில்ல. ஒனக்குப் பொணக் குழி வெட்டுனாத்தான் சோறு. எனக்கு சாந்துச்சட்டித் தூக்குனாதான் சோறு. ஒவ்வொரு நாளும் அடுப்புல வச்ச வெறகு மாதிரிதான்'' என்று நாகமணி சொல்லிக்கொண்டிருக்கும் போது சாப்பிடுவதற்காகப் போயிருந்த பழனிசாமி மயானத்துக்குள் வந்துகொண்டிருப்பது தெரிந்தது. 'அதுக்குள்ளார வந்திட்டானா' என்று நினைத்தாள்.

''மணியாயிடிச்சே. கலவயக் கலந்து வைக்காம என்னா மீட்டிங் போட்டுக்கிட்டு இருக்க?'' என்று தூரமாக வந்துகொண்டிருக்கும்போதே பழனிசாமி கோபமாகக் கேட்டான்.

''போன ஆளு வரட்டுமின்னுதான் இருந்தன். மயானத்தில ஒரு பொம்பளயத் தனியா வுட்டுட்டு உச்சிப்பொழுதுக்கு நீ போவலாமா? பயமா இருக்காதா?'' என்று பழனிசாமியை மடக்குவதுபோல் நாகமணி கேட்டாள், ''அதெல்லாம் அப்பறம் பேசிக்கலாம். சட்டுன்னு வந்து வேலயப் பாரு'' என்று சொல்லிக்கொண்டே சமாதி கட்டுகிற இடத் துக்குப் போனான் பழனிசாமி.

நாகமணிக்கு உடனே எழுந்து போக வேண்டும்போலவும் இருந்தது. இன்னும் சிறிது நேரம் சீதாவிடம் பேசிக்கொண்டிருக்க வேண்டும் போலவும் இருந்தது. ''நாளக்கி இங்க இருப்பியா?'' என்று கேட்டாள்.

''நான் வேற எங்க போவ முடியும்?'' என்று சொன்ன சீதா, பெரிய நகைச்சுவைக்கான விஷயத்தைச் சொல்லிவிட்டதுபோல சிரித்தாள்.

''காலையில வேலக்கி வந்ததிலிருந்து மத்தியானம்வர, நாளயிலிருந்து சமாதி கட்டுற வேலைக்கி வரக் கூடாதின்னு இருந்தன். இப்ப இந்த வேல முடியுறவர வரலாமின்னு இருக்கன்.''

''கொத்தனாரு திட்டப் போறாரு போங்க'' என்று சொல்லிக் கொண்டே எழுந்து நின்றாள். சீதா எழுந்துவிட்டதால் நாகமணியும் எழுந்துகொண்டாள்.

''நாளக்கி நான் சோறாக்கி எடுத்தாறன் நீ திம்பியா?'' என்று நாகமணி கேட்டாள். அவள் கேட்ட விதம் நாளைக்கு எனக்கு நீ பிச்சை போடுவாயா என்று கேட்பதுபோல் இருந்தது. நாகமணியை உச்சிமுதல் உள்ளங்கால்வரை கவனமாகப் பார்த்த சீதா, ''இந்த எடத்துக்கு நான் வந்து எத்தினியோ வருசமாயிடிச்சி. யாரும் எங்கிட்ட வந்து ஒக்காந்து இம்மாம் நேரம் பேசிக்கிட்டிருந்ததில்ல. நானும் வாயத் தொறந்து பேசுனது இல்ல. ஒங்ககிட்ட பேசப்பேசத்தான் மறந்துபோனதெல்லாம் எனக்கே ஞாபகத்துக்கு வந்துச்சி'' என்று சொல்லும்போது அவளுடைய கண்கள் கலங்கின. கண்களுக்குள்ளேயே கண்ணீரை அடக்கிவைப்பதற்கு முயன்றாள். முடியவில்லை. கண்களைத் துடைத்துக்கொண்டு ''நீங்க எதுக்கு அம்மாம் தூரத்திலிருந்து எடுத்தாறணும்? சோறுதான? நீங்க இங்க வேலக்கி வரமுட்டும் எடுத்தாற வேணாம். நான் ஆக்கி எடுத்தாறன்'' என்று சீதா சொன்னதைக் கேட்ட நாகமணி, ''நீ பெரிய மனுஷிதான்'' என்று சொன்னாள்.

''மீட்டிங் போட்டது போதும் வா. வேல நடக்கலன்னா சம்பளம் தர மாட்டாங்க, ஞாபகத்தில வச்சிக்க'' என்று சொல்லி பழனிசாமி கத்திய பிறகுதான் நாகமணி ''வர்றன்'' என்று சொல்லிவிட்டுச் சமாதி கட்டுகிற இடத்தை நோக்கி நடக்க ஆரம்பித்தாள். சீதா மயானத்தைப் பார்த்தாள். மயானம் முழுவதும் வெயில் நிறைந்திருப்பது தெரிந்தது.

சாப்பிடலாம் என்று சோற்று டப்பாவைத் திறந்தபோது செல்போன் மணி அடித்தது. செல்போனை எடுத்துப் பேசினாள். ''இன்னொரு பொணம் வருதா? இன்னொரு குழிய வெட்டி வைக்கணுமா? சரி வெட்டுறன் தாத்தா. போன வச்சிடு'' என்று சொன்ன சீதா செல்போனை வைத்தாள். சாப்பிடாமலேயே சோற்று டப்பாவையை மூடி வைத்தாள். புதிதாக வர இருக்கும் பிணத்துக்குக் குழி வெட்ட இடம் தேடிப் போனாள். •

உயிர்மை - அக்டோபர், 2021

கடலூர் மாவட்டத்தைச் சேர்ந்த இமையத்தின் இயற்பெயர் அண்ணாமலை. இவர் பள்ளி ஆசிரியராகப் பணிபுரிகிறார்; விவசாயக் குடும்பத்தில் பிறந்தவர்.

விருதுகள்

- 1994ஆம் ஆண்டுக்கான **அக்னி அக்ஷர விருது.**
- 1994ஆம் ஆண்டுக்கான **தமிழ்நாடு முற்போக்கு எழுத்தாளர் சங்க விருது.**
- 2002ஆம் ஆண்டுக்கான இந்திய அரசின் பண்பாட்டுத் துறையின் **இளநிலை ஆய்வு நல்கை.**
- 2010ஆம் ஆண்டுக்கான தமிழக அரசின் **தமிழ்த்தென்றல் திரு.வி.க. விருது.**
- 2016ஆம் ஆண்டுக்கான எஸ்.ஆர்.எம். பல்கலைக்கழகத் தமிழ்ப் பேராயத்தின் **புதுமைப்பித்தன் படைப்பிலக்கிய விருது** (கொலைச் சேவல் - சிறுகதைத் தொகுப்பு).
- 2016ஆம் ஆண்டுக்கான **ஆனந்த விகடன் விருது** (நறுமணம் - சிறுகதைத் தொகுப்பு).
- 2018ஆம் ஆண்டுக்கான தி இந்து லிட் ஃபார் லைஃப் தமிழின் **ஜெயகாந்தன் விருது.**
- 2018ஆம் ஆண்டுக்கான கனடா இலக்கியத் தோட்டத்தின் **இயல் விருது.**
- 2020ஆம் ஆண்டுக்கான **சாகித்ய அகாடமி விருது** (செல்லாத பணம் - நாவல்).
- 2022ஆம் ஆண்டுக்கான **குவெம்பு ராஷ்டிரிய புரஸ்கார் தேசிய விருது.** (மறைந்த கன்னடக் கவிஞர் குவெம்பு நினைவாக நிறுவப் பட்ட இந்த விருதைப் பெற்ற முதல் தமிழ் எழுத்தாளர் இமையம் என்பது குறிப்பிடத் தக்கது.)